AF764884

கொம்பேறி மூக்கன்

கொம்பேறி மூக்கன்

மௌனன் யாத்ரிகா

எழுத்து பிரசுரம்

Title: Komberi Mookkan
Author's Name: Mounan Yatrika

Published by Ezutthu Prachuram

Ezutthu Prachuram
(An imprint of Zero Degree Publishing)
No. 55(7), R Block, 6th Avenue,
Anna Nagar,
Chennai - 600 040

Website: www.zerodegreepublishing.com
E Mail id: zerodegreepublishing@gmail.com
Phone: 89250 61999

Ezutthu Prachuram First Edition: December 2022
ISBN: 978-93-95511-23-0
TITLE NO EP: 394

Cover Design & Layout: Vijayan, Creative Studio

சமர்ப்பணம்

என் மண்ணுக்கும் மக்களுக்கும்...

முன்னுரை

கவிதை எழுதத் தொடங்கிய காலத்திலிருந்தே கதை எழுதவும் ஆவல் இருந்தது. ஆனால், நெடுங்காலம் கவிதை மட்டுமே எழுதிக்கொண்டிருந்தேன். கதைக்கான மனம் ஆழத்தில் உறைந்து நின்றது. அது கவிதையை வெறுக்காமல் அதனூடே தன்னை வெளிப்படுத்திக் கொண்டதை நான் ஓரக்கண்ணால் ரசித்துக்கொண்டிருந்தேன். ஒரு கதைக்கான எல்லா வெளிகளையும் என் கவிதைகள் பெற்றிருந்தன என்பதை வாசகர்களும் சக இலக்கியவாதிகளும் என்னிடம் பகிர்ந்து கொண்டபோது, என் எழுத்துக் கலையின் அந்த இரட்டைவேடம், முன்பே எனக்குத் தெரியும் என்று சொல்லாமல் மறைத்தேன்.

காலம் சும்மா இருக்குமா?

ஒருநாள் அது வெளிச்சத்துக்கு வந்துவிட்டது. கதை, தன்னை முழுமையாக வெளிப்படுத்தத் தொடங்கியது. திடீரென ஒரு கோடைக் காலத்தில் நான் சிறுகதையாசிரியன்

ஆகிவிட்டேன். கடகடவென்று பத்துக்கும் மேற்பட்ட கதைகள் எழுதிவிட்டு நிமிர்ந்து பார்த்தால், ஒரு நாவலையும் எழுதி முடித்திருக்கிறேன்! இப்போது, கூடுதலாக நாவலாசிரியன் என்ற பெயரையும் தாங்கவேண்டியதாகிவிட்டது.

இனி, என் பெயருக்கு முன்னால் இருந்த கவிஞர் என்ற சொல் மெல்ல விலகிக்கொள்ள, எழுத்தாளர் என்ற சொல் முடிசூடப்போகிறது. இந்த மாற்றத்தை இயல்பாகக் கருதி ஏற்கப்போகிறேன். புதிய மைதானத்தைக் கண்டடைந்த கால் பந்தாட்ட வீரனைப்போல் மனம் உற்சாகமடைந்திருக்கிறது. நாவல் என்பது பெரிய களம் என்பதால் இந்த உதாரணம் வந்துவிட்டது என்று நினைக்கிறேன். இந்த மைதானத்திலும் நின்று விளையாடிப் பார்ப்போம் என்றுதான் தோன்றுகிறது.

சரி,

கொம்பேறி மூக்கனைப் பற்றிக் கொஞ்சம் சொல்லிவிடுகிறேன். இந்த நாவலின் கதை, களம், கதாபாத்திரங்கள் எல்லாமே என் ஊரும் என் உறவுகளும்தான். கிட்டத்தட்ட என் குடும்பக் கதை. மொத்தத்தில் என் ஊரின் கதை. நாவல் எழுத வேண்டும் என்று நினைத்தவுடன் இந்தக் கதைதான் என்னை எழுதத் தூண்டியது. குறிப்பாக மூக்கன் என்னும் கதாபாத்திரமே இந்தக் கதையின் ஓட்டத்தையும் போக்கையும் தீர்மானித்தது. எழுத அமர்ந்தபோது என் நிலம் ஒரு களத்தை உருவாக்கிக் கொடுத்தது. ஆக, மொத்த நாவலையும் எழுதி முடிக்க எனக்குப் பேருதவியாக இருந்தது நிலமும் மூக்கனும்தான். இந்த மூக்கன் வேறு யாருமல்ல என் தகப்பனார்தான். உண்மையான பெயர் வீரமுத்து. ஊரில் அவருக்குப் பெரிய மூக்கன் என்று ஒரு பெயர் உண்டு. அப்படின்னா சின்ன மூக்கன்னு ஒருத்தர் இருக்கணுமேன்னு தோணுதில்ல. ஆம், அப்படித் தோணுறது சரிதான். இந்தக் கதையில் சின்ன மூக்கனும் உண்டு. அது என் சித்தப்பன். கதையில் அழகர் என்று பெயர் மாற்றியிருப்பேன்.

அதேபோல் கதையில் இன்னொரு மாற்றமும் உண்டு. மூக்கனாக கதாபாத்திரம் ஏற்றிருக்கும் என் அப்பா உண்மையில் ஒரு சாது. அதாவது அழகர்; அழகராக கதாபாத்திரம் ஏற்றிருக்கும்

என் சித்தப்பனே உண்மையான மூர்க்கன். அதாவது மூக்கன். அப்படியே திருப்பிப் போட்டுவிட்டேன். என் அப்பனின் இடத்தில் என் சித்தப்பனையும், என் சித்தப்பனின் இடத்தில் என் அப்பனையும் வைத்துவிட்டேன். கதைக்காக அப்படி மாற்றிக் கொண்டேன். அல்லது என் அப்பனை ஒரு சூரனைப்போல் ஆக்க வேண்டும் என்ற என் மன விருப்பத்தில் அது நடந்துவிட்டது. பாவம் என் சித்தப்பன். ஒன்றும் தெரியாத அப்பாவியாக அவரை இந்த நாவலில் படைத்திருக்கிறேன் என்பது அவருக்குத் தெரியாது. அதேபோல் கதையில் வரும் ராமன் என் தாத்தாவேதான். அவருடைய சொந்தப் பெயரிலேயே அவரை அனுமதித்துவிட்டேன். நான் அடிக்கடி என்னை நேர்காண்பவர்களிடம் சொல்வேனே - என் தாத்தா ஒரு கதைசொல்லி, அவருக்குப் பிறகு அந்தத் திறன் எனக்குத்தான் வாய்த்திருக்கிறது, அதாவது அவருடைய ஆவி எனக்குள் புகுந்துவிட்டது என்று - அவரேதான்.

அதேபோல் அஞ்சலம் என்ற கதாபாத்திரம் அச்சு அசல் என் அப்பத்தாதான். அதுவும் அவளுடைய சொந்தப் பெயர்தான். பிறகு, கதையில் வரக்கூடிய உடும்பன், முத்து, மலையன் போன்றவர்களும் உண்மையான என் ஊரின் மாந்தர்களே. இப்போது மலையனைத் தவிர மற்ற இருவரும் வாழ்ந்து கொண்டிருக்கிறார்கள்.

ஒருநாள்... இந்தக் கதையை எழுதத் தொடங்கிவிட்ட பிறகு - உடும்பன் மற்றும் முத்து ஆகிய இருவரிடமும் உட்கார்ந்து பேசிக்கொண்டிருந்தேன். அப்போது அவர்கள் சொன்ன ஒரு வேட்டைக் காட்சிதான் அத்தியாயம் இரண்டின் முதல் பகுதி. வேட்டையாடிக்கொண்டிருந்தபோது கீரிப்பிள்ளை கைகூப்பிக் கும்பிட்டதுபோல் இருந்தது என்று அவர்கள் சொன்ன அந்தச் சித்திரம் ரொம்ப நல்லாருந்தது. நான் அப்படியே அவர்கள் சொன்னது போலவே அதை எழுதிக்கொண்டேன்.

கதையின் மற்ற பகுதிகள், காட்சிகள், சம்பவங்கள் எல்லாமே என் ஊரில், யார் யாருக்கோ, வெவ்வேறு காலங்களில் நடந்தவைதான். பெரும்பாலான உண்மைகள் அவை. கதைக்காக

ஒரு நேர்கோட்டில் பொருத்திக்கொண்டேன். உண்மையோடு புனைவுத்தன்மை சேர வேண்டிய தேவையை நான் அறிவேன். அதனால் இதெல்லாம் நடந்தது.

மேலும் ஒரு முக்கியச் செய்தி...

நானும் இந்தக் கதையில் ஒளிந்து விளையாடியிருக்கிறேன் என்பதைச் சொல்லிக்கொண்டு...

நாவல் குறித்து ஒரு முக்கியமான விசயத்தைச் சொல்லி விடுகிறேன்.

இது போட்டிக்காக எழுதப்பட்ட நாவல். அப்படி எழுதி அனுப்பும்போது நாவலின் முடிவாக நான் வைத்த பாகம், கதையோட்டத்தில் ஒரு செயற்கையான பகுதியாக இருப்பதாக எனக்குப்பட்டது. ஒரு கதாபாத்திரம் கொல்லப்படும் காட்சியைக் கதையோட்டத்தில் வைக்காமல், அந்தக் கதாபாத்திரம் கொல்லப்பட்டது என்று ஒரு செய்தி போல் முடிவில் சொல்லியிருந்தேன். அதை மாற்ற வேண்டும் என்று நினைத்தேன். அதாவது, அழகர் என்ற கதாபாத்திரம் கொலை செய்யப்படும் காட்சியைக் கதையோடு கதையாகக் காட்டிவிட எண்ணினேன். நாவல் பரிசுக்குரியதாகத் தேர்வு செய்யப்பட்டவுடன் பதிப்பாளர்களிடம் அந்தக் கருத்தை வெளிப்படுத்தினேன். அவர்களுடைய சம்மதத்தோடு அதை மாற்றியிருக்கிறேன் என்பதை இந்த இடத்தில் சொல்லிவிடுவது சரியென்று பட்டது, சொல்லிவிட்டேன்.

நன்றி சொல்ல வேண்டுமெனில் என் ஊர் மொத்தத்துக்கும் சொல்ல வேண்டும்.

அதனால்...

என் நிலத்துக்கு நன்றி; என் மக்களுக்கு நன்றி; என் குடும்பத்தார்க்கு நன்றி.

மிக்க அன்புடன்
மௌனன் யாத்ரிகா

கடுமையான வெயில். வெப்பக் காற்று வீசி வீசியடிக்கிறது. அந்தக் கொதிப்பு மிகுந்த காற்று, சரசரவென்று பூமியில் பரவத் தொடங்கிய முற்பகலில், ஐந்தடி நீளத்துக்கு அகலமும், இரண்டு பக்கமும் பால் கள்ளிகளும், அதன் விரிந்த பின்னணியில் பாலைவனம் போல் காய்ந்த நிலப்பகுதியையும் கொண்ட, நீண்ட செம்மண் பாதையில், புழுதி பறக்க, அதிவேகமாக, பாய்ந்து ஓடிக்கொண்டிருந்தது கறுப்பு நாய். அதன் கால்கள் மண்ணில் அழுந்தி எடுக்கப்படும் ஒவ்வொரு முறையும் பாதையில் புதைந்திருக்கும் சிறிய கற்கள் பெயர்ந்து சிதறிப் பறந்தன. தூரத்தில் நூற்றுக்கும் மேற்பட்ட கழுகுகள் கூட்டமாக மிதந்துகொண்டிருக்கும் இடத்தை நோக்கி அது விரைந்து கொண்டிருந்தது. தனக்குப் பின்னால் ஓடிவரும் எருமை போன்று திடமான ஆட்களின் காலடித் தடங்களுக்கு நாயின் காதுகள் அடிக்கடி விடைத்துக் கொண்டிருந்தன. அந்தச் செம்மண்

பாதையில் திரண்டு மேலெழும் புழுதி மண்டலம், அந்தக் காட்டையே முற்றிலுமாக மூடிவிட்டதைப்போல் இருந்தது. வானத்தில் மிதக்கும் வெள்ளை மேகங்கள்கூட சிவந்து கலங்கலாகத் தெரிந்தன.

கிளைகள் பிளந்து முறிந்திருந்த ஓர் அரச மரத்தை நோக்கி விரிந்திருந்த, சற்று மேடான பாதையில் ஏறி நின்ற நாய், பின்னால் ஓடிவந்து கொண்டிருக்கும் ஆட்களைப் பார்த்து குரைத்துவிட்டு, மரத்துக்குப் பின்புறமிருந்த சரிவான இறக்கத்தில் ஒரே பாய்ச்சலாகப் பாய்ந்தது. பாய்ந்து குதித்த அடுத்த ஒருசில விநாடிகளில் அச்சமும் கோபமும் கலந்த மாதிரியான மூர்க்கமான ஒரு குரல் நாயிடமிருந்து கேட்கத் தொடங்கியது. கட்டியிருந்த லுங்கியைத் தூக்கிக் கட்டியிருந்தவர்களும், வெறும் அரைக்கால் டவுசரோடு இருப்பவர்களும், வேர்த்துக் கொட்டிய வெற்றுடம்பில் செம்மண் படிந்தவர்களுமான அந்த நான்கு ஆட்களும், நாய் ஏறிநின்ற கரையில் ஏறிநின்றார்கள். காட்டு முள்தாவரங்கள், பொரிந்து, லேசான பச்சை நிறத்தோடு அவர்களைச் சூழ்ந்திருந்தன. உடம்பிலும் தொடைகளிலும் சதைகள் துடிக்க நின்றிருந்த அவர்கள், பரந்து விரிந்திருந்த மாபெரும் வறண்ட நிலப்பகுதியை உக்கிரமாகப் பார்த்தார்கள். இலைகள் உதிர்ந்த உசிலை மரங்களும், பட்டை உரிந்து தொங்கிய வேல மரங்களும், ஓலைகள் சரசரக்க பனை மரங்களும் அங்கங்கே காணப்பட்டன. வறண்ட நிலத்தில் இறங்கிச் சுற்றும் காற்று எந்த நேரத்தில் தணியும் என்று அறியமுடியாதவாறு எப்போதும் அனலாகவே இருக்கிறது என்பது, அந்த பூமியில் வாழும் ஒவ்வோர் உயிருக்கும் தெரிந்திருக்கிறது. காட்டு மரங்களும், அந்த நிலப்பரப்புக்குள் வாழப் பழகிக்கொண்ட விலங்குகளும் பறவைகளும் மனிதர்களும் புழு பூச்சிகளும் அந்த நிலத்தின் குணத்தை அறிந்தவர்களாகவே இருந்தார்கள்.

நாயின் மூர்க்கமான குரைப்பொலியைக் கேட்ட கழுகுகள், இதுவரை பறந்துகொண்டிருந்த தாழ்வான வெளியிலிருந்து சற்று மேலேறிப் பறந்தன. சுற்றி அமர்ந்திருந்த காகங்களும் வல்லூறுகளும் எழுந்து மரக்கிளைகளிலும், காய்ந்த

கள்ளிகளிலுமாக மாறி மாறி அமர்ந்தன. நாய் வட்டமடித்து சுற்றிச் சுற்றி வந்து குரைத்த இடத்தை நோக்கி அவர்கள் இறங்கி ஓடினார்கள். அறுத்து உருட்டிவிட்ட பனை மரங்களைப்போல் அவர்களின் நிழல்களும் அவர்களோடு உருண்டு ஓடின.

மரங்களின் வேர்கள் அறுந்துவிடும் அளவுக்கு அதிர்வை உண்டாக்கிக் கொண்டு ஓடியவர்கள், நாய் வளைத்து வைத்திருந்த அந்த இடத்தைச் சுற்றிலும் உறைந்துபோனவர்களைப்போல் நின்றார்கள். ஆயிரக்கணக்கான ஈக்கள் மொய்த்திருந்த, குருதி படிந்த அந்த இடத்திலிருந்த கவுச்சி நாற்றத்தை மோந்து மோந்து பார்த்த நாய், தன் கட்டுக்குள் வைத்திருந்த அந்த பயங்கரமான சூழலை, தமது ஆட்களிடம் விட்டுவிட்டு வடக்குத் திசை நோக்கி, யாரையோ துரத்திக்கொண்டு ஓடுவதைப்போல் ஓடியது. நாய் ஓடிய திசையில் காற்றால் முழுதாக மூட முடியாதவாறு அழுந்தப் பதிந்திருந்த காலடித்தடங்கள் இருந்தன. மூக்கன், தன் தலையைச் சிலுப்பிக்கொண்டு மண்டியிட்டு உட்கார்ந்தான். அவனுக்கு முன்பு ஈக்கள் சிதறிப் பறந்தன. சுற்றி நின்றவர்கள் கண்களில் வெறியோடு பார்த்தார்கள்.

வெட்டிய பன்றித் தலையின் கழுத்தி பகுதி வானத்தை நோக்க, அதன் மூக்குத் துவாரங்களில் கூர்மையாக சீவப்பட்ட மரக்கொம்புகள் செருகப்பட்டு, அவை பூமியில் புதைக்கப்பட்டிருந்தன. பன்றித் தலையில் கண்கள் திறந்தவாறு உறைந்துபோய் இருந்தன. கண்களுக்குள்ளிருந்து உள்ளே போவதும், வெளியே வருவதுமாக இருந்தன காட்டு எறும்புகள். கறுத்து விரிந்திருந்த காதுகளுக்குள் காற்று உள்சென்று வெளியேறும் சத்தம் கேட்பதுபோல் இருந்தது. மூக்கன், சுற்றியிருந்தவர்களைக் கண்களில் தீ மூள நோக்கினான். அவனின் தாடை எலும்புகள் புடைத்தன. பற்களை இறுக்கி அழுத்தி அவன் உச்சரிக்கும் கொடுமையான வார்த்தைகள் எதிரிகளுக்கானவை.

எதிரிகளின் காலடித்தடங்களைத் துரத்திக்கொண்டு ஓடிய நாய், திரும்பி வந்து மூக்கனின் காலடியில் நாக்கைத் தொங்கப் போட்டுக்கொண்டு நின்றது. அதன் தலையைத் தடவிக்

கொடுத்தவன், தன் வலது காலின் முட்டியைத் தரையில் ஊன்றிக்கொண்டு சுற்றி நின்றிருந்த தன் ஆட்களை மாறி மாறி, ஒவ்வொருவர் முகமாகப் பார்த்தான். நம்முடைய எதிரி தன்னுடைய பகை உணர்ச்சியை வெளிப்படுத்தி நம்மை அச்சுறுத்திவிட்டுப் போயிருக்கின்றான், நாம் அவனுக்கு எந்தவிதத்தில் பதில் சொல்லப் போகிறோம் என்பதாக அந்தப் பார்வை இருந்தது. கிட்டத்தட்ட மூக்கனின் வயதொத்தவர்களான அவர்களில் மலையன், எதிரிகளின் கழுத்தெலும்புகளை முறித்துப்போட வேண்டும் என்று துடித்தான். நேருக்கு நேர் மோத முடியாத கோழைகளின் வேலை இப்படித்தான் இருக்கும் என்றான் உடும்பன். செத்த பன்றியின் கழுத்துக்கு ரத்தம் பூசி வைத்து விட்டால் அப்படியே அச்சத்தில் ஒடுங்கிப்போய் உட்கார்ந்துவிடுவோம் என்று நினைத்துவிட்டார்களோ, தொடை நடுங்கிகள் என்று கொக்கரித்தான் முத்து.

கரிசல் பூமியில் வாழும் செடிகளுக்கு வேர்கள் முரட்டுத்தனமாக இருக்கும் என்று நம் எதிரிக்குத் தெரியவில்லை. சாதாரணமாகப் பிடுங்கி எறிந்துவிடலாம் என்று நினைக்கும் அளவுக்கு குருட்டு புத்தி கொண்டவர்கள் என்று நினைக்கிறேன், நம்முடைய வெப்பக் காட்டில் ஒரு குழி முயலைக்கூட துரத்திப் பிடிக்க முட்டியில் தெம்பில்லாதவர்கள் புலியின் வாலுக்கு சடை பின்னிவிடத் துடிக்கிறார்கள். ஹே... எவ்வளவு வேடிக்கையான கோமாளிகளாக இருக்கிறார்கள் பார்! என்றான் மூக்கன்.

ஒவ்வொருவரும் ஆளுக்கொரு வஞ்சினம் கூறினார்கள்.

ஈக்கள் மொய்த்த பன்றியின் தலைக்குக் குறிவைத்து வானில் சுற்றிக்கொண்டிருந்த கழுகுகளின் நிழல்கள் தரையை நெருங்கி வந்து கொண்டிருந்தபோது மூக்கனின் ஆவேசம் இரண்டு மடங்காக அதிகரித்திருந்தது. காட்டில் கோபத்தோடு அலையும் சிறுத்தையின் கண்களில் இருக்கும் வெறி அவன் கண்களில் மின்னியது. அவன் குரல்வளையிலிருந்து வந்த சொற்கள் அவனுடைய இதயம் எவ்வளவு கொதிநிலையில் துடிக்கிறது என்பதைக் காட்டுவதாக இருந்தன.

“ங்கொப்பன் மொவனுங்க... கைல கெடைச்சானுங்க, கொடல உருவிடுவேன்.”

அந்த ஆவேசமான வார்த்தைகளைக் கூறிவிட்டு, மண்ணில் புதைந்திருந்த பன்றித் தலையை எட்டி உதைத்தான் மூக்கன். அது, கரகரவென்று சுற்றிக்கொண்டு ஒரு பந்தைப்போல் வானம் நோக்கிப் பறந்தது.

கோபத்தில் துடித்துக்கொண்டிருந்தவர்களின் தசைகளை அமைதிகொள்ளச் செய்ய சின்னப்பிள்ளை நாட்டாரும், தங்கவேலு நாட்டாரும் அங்கு வந்து சேர்ந்தனர். அந்தச் செயலைச் செய்த எதிரி யாரென்று அவர்களுக்குத் தெரியும். சின்னமருதுவின் முட்டாள்தனமானதும், சிறுபிள்ளைத்தனமானதுமான அச்செயலை அவர்கள் வெறுத்து ஒதுக்கினர். அறிவில்லாதவனின் பகையைப் பொருட்படுத்தாதே என்று மூக்கனைக் கேட்டுக்கொண்டனர். அவன் கோபத்தின் உச்சியில் இருந்தான். சட்டென இறங்கி வரமுடியவில்லை. பெரியவர்களின் நிதானத்தை எதிர்கொள்ள முடியாமல் வடக்கே முகம் திருப்பி நின்றுகொண்டான். அவன் குதிகால் சதையில் முள் கிழித்து குருதி உறைந்திருந்தது.

இளையவர்களின் கோபத்தை அவசரப்பட்டு வளர்த்தெடுக்கக் கூடாது. அது, எதிரிகளுக்கு எந்தளவுக்குத் தீமையாய் முடியுமோ, அதே அளவுக்கு இவர்களுக்கும் தீமை செய்யக்கூடியதாக மாறிவிடும். கோபத்தை நிதானமாக மாற்றி, அதை ஓர் ஒழுங்கமைதிக்குக் கொண்டுவந்து, அதன் வீரியத்தைச் சேகரிக்க வேண்டும். உணர்ச்சிவசப்பட்டு அதை உசுப்பி விட்டுவிட்டால், அது ஒரு புழுதி மண்டலத்தை உருவாக்கிவிட்டு, எதிரியின் திசையைக் கண நேரம் மறைக்க மட்டுமே செய்யும். எதிரியைப் பின்வாங்கச் செய்வது முக்கியமல்ல, அவன் திரும்ப நம் பக்கம் தலைவைத்துக்கூட படுக்கக் கூடாது. அது நடக்க வேண்டுமெனில், நிதானமான எதிர்வினை முக்கியம். கோபத்தை விரயம் செய்பவன் எதிரிக்கு மூலப்பொருட்களை வழங்குபவனாக மாறிவிடுகிறான். எதிரிக்கு அந்த வாய்ப்பினை வழங்கிவிடாதீர்கள் என்று மூக்கனையும், அவனுடைய

கூட்டாளிகளையும் கேட்டுக்கொண்டார் தங்கவேலு.

மூக்கன் தான் நின்றிருந்த இடத்திலேயே, தரையில் மண்டியிட்டு வடக்கு நோக்கி கணநேரம் உக்கிரமாகப் பார்த்துக்கொண்டிருந்துவிட்டு, ஒரு பெருமூச்சோடு எழுந்து சின்னப்பிள்ளையிடம் வந்தான். அவர், மூக்கனைத் தன் தோளோடு அணைத்துக் கொண்டார். மூக்கனின் கால் சதைகள் லேசாய்த் தளர்ந்துவிட்டதைப்போல் மாறியிருந்தன. அவன் முகத்தில் ஒரு தெளிவு பிறந்திருந்தது.

அவனுடைய கூட்டாளிகளில் மலையனுக்கு மட்டும் என்ன சொல்லியும் கோபம் தணியவில்லை. அவன், எதிரியின் காலடித் தடங்களைத் தேடிச்சென்று, அவர்களின் குருதியைக் குடித்து வருகிறேன் என்று மூர்க்கமாகப் பேசினான். உச்சி மண்டையில் ஏறிய கோபத்தை உடனே காட்டியாக வேண்டும் என்கிற அவசரமும் மூர்க்கமும் மலையனின் பேச்சில் வெளிப்பட்டது. அந்தக் கடும் கோபத்தின் கொதிப்பு அவனுடைய கண்களிலும் தெரிந்தது.

"மூக்கா... ஏதாவது பண்ணணும்டா. ஒரு பன்னித் தலைய வெட்டி வச்சி நம்ம தலையைச் சூடாக்கிட்டு போயிருக்கானுவோ...ஏதாவது பண்ணணும்டா..." என்று கொந்தளிப்பாகவே பேசினான்.

மூக்கனும் மற்றவர்களும் கூட அதே நிலையில்தான் இருந்தார்கள். ஆனால், மூக்கன் நிதானமாகித் தணிந்திருந்தான். தங்கவேலு சொன்னதைக் கேட்ட பிறகு, அவனுக்கு ஒன்று புரிந்தது. எதிரிக்கு நம் அவசரமான எதிர்வினை தேவைப்படுகிறது. அவன் அதற்காகத்தான் இந்தப் பொறியை வைத்துவிட்டுப் போயிருக்கிறான். இப்போது தேவையானது எதிர்வினை இல்லை, புத்திசாலித்தனம். எதிரியைக் குழப்புகிற, கோழையாக்குகிற புத்திசாலித்தனம். மூக்கன், நின்று நிதானமாகச் சொன்னான்:

"மலையா... நம்ம எதிரி நம்மல உசுப்புறான். நம்மல மொசக்குட்டின்னு நெனச்சிக்கிட்டு உசுப்புறான்... ஆனா, நாம ஓநாய்... அது அவனுக்குத் தெரியாது. பொறுமையா இரு."

"இல்ல மூக்கா... நான் என்ன சொல்றேன்னா..."

"புரியுது மலையா... ஆனா, பொறுமைதான் இப்போ முக்கியம்"

சொல்லிவிட்டு முன்னகர்ந்த மூக்கனுக்கு சற்று முன்னே போய், அவனை வழிமறிப்பதுபோல் நின்றுகொண்டு, மூக்கனின் கண்களில் தெரியும் வறட்சியை நேருக்கு நேர் எதிர்கொண்டு மலையன் சொன்னான்:

"நமக்கே வலைகட்டிப் பாத்திருக்கானுவோல்ல... எம்புடுக்கு... நம்பள கானாங்கோழிங்கன்னு நெனச்சிட்டானுங்க போல... பன்னித் தலையை அறுத்து எல்லையில போட்டுட்டு போய்ட்டா... நம்ம தலையை அறுத்துடலாம்னு நெனப்பு... ங்கொம்மாள... அவனுவ சங்க அறுக்கணும்டா..."

மலையனின் உடம்பு கோபத்தில் ஆடியது. குள்ளமான, தடித்த அவனது உடம்பின் சதைகள் கடுங்கோபத்தில் தளர்ந்து துடித்தன. நூறு இருநூறு ஆண்டு பழைய, வைரம் பாய்ந்த காட்டு மரம்போல் இருக்க வேண்டிய அவனுடைய உறுதியான உடம்பு, தூண்டப்பட்ட உணர்ச்சியின் காரணமாக, ஒரு மெலிந்த மரக்கன்றைப்போல் நடுக்குறுவதை மூக்கன் கவனித்தான். பெரியவர்கள் நிதானத்தை ஏன் வலியுறுத்துகிறார்கள் என்று மலையனைப் பார்க்கும்போது மூக்கனுக்குப் புரிந்தது. அவசரமான, உணர்ச்சிப் பிழம்பில் உருவாகும் கோபம் வலுவான உடம்பைத் தளர்த்திவிடுகிறது என்பதை அவன் உணர்ந்தான். இந்த நிதானமற்ற உடம்பால் எதுவும் செய்ய வேண்டாம் என்று தன் நண்பர்களிடம் அவன் கேட்டுக் கொண்டான்.

நம்முடைய கோபத்தை எதிரிக்கு சாதகமான கருவியாக இருக்க வாய்ப்பளிக்கக் கூடாது, அது எப்போதுமே நமது நிழல்போல் நம்மோடு சேர்ந்தே இருக்கவேண்டும். நியாயமான பக்கத்தில் இருப்பவர்களின் கோபம் சின்னச் சின்ன அச்சுறுத்தல்களுக்கு அசைந்துகொடுக்காது. அது மண்ணில் இறுகிய பாறை. அதை உடைக்க வெடிமருந்து வேண்டும், ஆனால், நம் எதிரிகள் பொட்டு வெடியை எறிந்துவிட்டுப் போயிருக்கிறார்கள். புலியை

நக்கிக்கொடுக்க பூனைக்குட்டிகளை அனுப்பியிருக்கிறார்கள். புரிந்துகொள்ளுங்கள், நிதானம் இழக்க வேண்டாம் என்பதை வலியுறுத்தினார் சின்னப்பிள்ளை நாட்டார்.

மலையன் உணர்ச்சிப் பிழம்பாகவே இருந்தான்.

அவனை அருகே அழைத்து அவனுடைய தலையில் ஒட்டியிருந்த காய்ந்த உசிலை இலைகளைத் தன் வலது கையால் துடைத்துவிட்டார் தங்கவேலு நாட்டார். என்னை விடு என்பதுபோல் மலையன் தலையைச் சிலுப்பிக் கொண்டான். பொறுமையாய் இருடா என்பதுபோல் அவன் தோளை அழுத்தி அமைதிப்படுத்தினார் அவர். அவன் கொஞ்ச நேரம் திமிறிக் கொண்டிருந்தான். பிறகு, அவருடைய கைக்குள் அவன் மணிக்கட்டு உள்ளடங்கியிருந்தது.

நிதானமிக்கவர்களும், கோபத்தின் மொத்த உருவமாக இருப்பவர்களும், பொறுமையைக் கடைப்பிடிக்கும் அளவுக்குத் தணிந்த குணம் படைத்தவர்களுமான வெவ்வேறு மனவோட்டங்களைப் பெற்றிருந்த அவர்கள், அங்கிருந்து கிளம்பியபோது, கடுமையான வெப்பத்தைக் கொட்டிக் கொண்டிருந்த சூரியன் அவர்களின் முதுகில் ஊற்று தோண்டத் தொடங்கியிருந்தது.

அத்தியாயம் – 1

கோடைக் காலம் – 2020

1

“என்னா வெயிலடிக்குது... என்னுமோ குளுகுளுன்னு இருக்கா போல இந்த ஆளு இப்படிக் கெடக்குறாரு... குடிச்சிருக்காரோ...”

“பாத்தா அப்படித் தெரிலையே... வயசான ஆளு... மயங்கிக் கெடக்கறாப்புல இருக்கு... எழுப்பிப் பாரு...”

“ஐயா... ஐயா...”

தன்னை எழுப்பும் குரலுக்கு, அவரது காதுகள் மட்டுமே அசைந்தன. ஆள் மயங்கிய நிலையிலேயே இருந்தார். கண்கள், திறக்க முயற்சி செய்வதுபோல் துடித்தன.

“தண்ணி வச்சிருக்கியா?”

"ம்... இந்தா..."

தண்ணீர் பட்டதும், கண்கள் லேசாகத் திறந்தன. வாய் திறந்து எதையோ பேசத் தலைப்பட்டார். எதிரில் தெரிந்த மங்கலான உருவங்களைப் பார்த்து 'அழகரு... அழகரு...' என்று வாய் முணுமுணுத்தது.

"ஏதோ சொல்றாரு... என்னான்னு கேளு."

"அழகரு... அழகருன்னு சொல்றாரு..."

"யாரா இருக்கும்...? அவரு மொவன் பேரா இருக்குமோ..."

"இருக்கலாம்..."

"நம்ம ஊரு பக்கம் யாராச்சும் அழகருன்னு இருக்காங்களா...?"

"அப்படி ஒரு பேர கேட்டதில்லையே..."

"நேரமாச்சு... ஆலைல சங்கு ஊதிட்டான்... இன்னும் கொஞ்சம் தண்ணி தெளி... முடிஞ்சா தலைய நிமித்தி... வாயில கொஞ்சம் ஊத்து..."

அந்தப் பெண் கைகளால் நீரை அள்ளி, அவர் முகத்தில் பரவலாகத் தெளித்தாள். மண்டியிட்டு உட்கார்ந்து ஆளை நிமிர்த்தி, வாய்க்குள் கொஞ்சம் கொஞ்சமாக நீரைப் புகட்டினாள். அவருக்கு நிதானம் வந்தது போலிருந்தது. மெதுமெதுவாகக் கண்கள் திறந்தன. கண்களின் இரண்டு ஓரங்களிலும் நீர் வெளியேற அவர்களை நன்றியுணர்வோடு பார்த்தவர், அந்தப் பெண்ணின் கைகளை, தன் குளிர்ந்த கைகளால் பிடித்து எழுந்து உட்கார்ந்தார். அவர் நிமிர்ந்து உட்கார்ந்த நேரம் ஆலையின் சங்கொலி தேய்ந்து முடிந்தது. அடுத்த ஐந்து நிமிடத்தில் இரண்டாவது சங்கொலி கேட்கும். மூன்றாவது சங்கொலி கேட்கும்போது அந்தப் பெண்கள், ஆலைக்கு உள்ளே இருக்க வேண்டும்.

தன் உடையைத் தட்டிக்கொண்டு எழுந்த அந்தப் பெண், அவரிடம் சொல்லிக்கொண்டு கிளம்பினாள்.

"தாத்தா... நாங்க போய்ட்டு வரோம்... பத்திரமா போங்க..."

அவர்கள் போவதையே மூக்கன் பார்த்துக்கொண்டு உட்கார்ந்திருந்தார். ‘என்னென்னமோ கனவு வந்து இப்படி மூச்சுப் பேச்சில்லாம பன்னிடுச்சே’ன்னு நினைத்தார்.

கொஞ்ச நேரத்தில் இரண்டாவது சங்கொலி கேட்டது. தலையை உயர்த்தி வானளாவ உயர்ந்திருந்த ஆலையைப் பார்த்தார். புகையைக் கக்கிக்கொண்டு ஆலை இயங்கிக்கொண்டிருந்தது.

அவருடைய மனம் தமக்குள் பேசிக்கொண்டது.

‘ஊரைவிட்டுப் போயி நாற்பது வருசத்துக்கு மேலே ஆச்சு. போகும்போது எங்கு பார்த்தாலும் ஒரே அத்துவானக் காடா இருந்துச்சு. இப்போ இம்மாம் பெரிய ஆலையெல்லாம் வந்திருக்கு. இப்படி மாறிக் கெடக்குற ஊருல நம்மல யாருக்குத் தெரியும்?’

ஆலையின் கடைசி சங்கு ஊதியபோது, மீண்டும் தலையை உயர்த்தி, ஆலையின் பரந்து விரிந்த பரப்பளவை நோக்கினார்.

“நானும் இந்த ஊருதான்... எம்பேரு மூக்கன்... நான் இருந்தப்பல்லாம் நீ பொறக்கல... நீ இப்பத்தான் வந்திருப்பேன்னு நெனைக்கிறேன். அப்ப, இந்தக் காடு முச்சூடும் எனக்குத் தெரியும். இந்தக் கரிச பூமிலதான் எம் பொழப்பு ஓடிச்சி... இதோ... கறுத்து வெடிச்சிப்போயி கெடக்கே இந்தக் காலு... இந்த மண்ணுல கெடந்த கல்லுலயும் முள்ளுலயும் எம்மானோ ஓடி ஒளச்சிருக்கு...பாவம்... நீ யாரு பெத்த புள்ளையோ... ஓங்கிட்டு என் கதைய சொல்லிட்டிருக்கேன்... நீ கத்து... ஊ... ஊ...ஊ...”

ஆலையைப் பார்த்துப் பேசிக்கொண்டிருக்கும் மூக்கனை, கண்டும் காணாமலும் போகும் யாருக்கும் தெரிந்திருக்கவில்லை.

மூக்கன் தன் நரைத்த மீசையை உருவிவிட்டுக்கொண்டு நடந்த பாதை, உள்ளிருக்கும் சித்திராறு என்ற ஊருக்குக் குறுகலான தார்ச்சாலையாக நீண்டிருந்தது.

2

ஊரெல்லையில் இருந்த வீரனார், மூக்கனை சொடுக்குப் போட்டு அழைத்தார்.

'வா! வந்து என்னைப் பார், என் கோலத்தைப் பார், என் குதிரையைப் பார், உடைந்து தொங்கும் என் கத்தியைப் பார், என் மனையாட்டிகளைப் பார், அவர்களின் சாயம்போன புடைவைகளைப் பார், என் குருத்த மரத்தைப் பார், என் உசிலை மரத்தைப் பார், என் சூலத்தைப் பார், என் பலிக்கல்லைப் பார் என்று அவர், மூக்கனிடம் முறையிடுவது போல் இருந்தது.

குலதெய்வம் நின்ற கோலத்தைக் கண்டதும் மூக்கனுக்குக் குலை நடுங்கிவிட்டது.

"தெய்வம் தொவண்டுபோய் நிக்குது. இப்படி நின்னா... கெட்ட காத்துக் கருப்பெல்லாம் எப்படி பயந்து போய் வெலகும்? நெஞ்சு ஒடுங்கிப் போச்சி, மீசை மடங்கிக் கெடக்கு, கையில இருக்கிறது

கத்தியா கட்டக்குச்சியான்னு தெரில... ம்... கண்ணுல இருந்த வெறித்தனத்த காணல... எலே... சாமியாவா தெரிது... ஏதோ குட்டிச்சுவராட்டம் போட்டு வச்சிருக்கீங்களே... எப்பிடிடா ஊருல நல்ல மழை பெய்யும்? ம்ஹூம்... சாமியவே இந்த லெச்சணத்துல வச்சிருந்தா பூமில எப்பிடி ஈரத்த பாக்கறது? நான் ஒரு மோயன்... சாமியே இல்லாத எடத்துல என்ன சொல்லிட்டு இருக்கேன் பாரு... அது இங்க இல்ல... வீரன் இங்க இல்ல... அவன் எங்கியோ போய்ட்டான்... இங்க நிக்கிறது வெறும் மண்ணு, குட்டிச்சுவரு... எலே... மொதல்ல கோயில எடுத்துக் கட்டுங்கடா... பாவிங்களா... சாமி எங்க போய் தஞ்சம் கெடக்கோ... ஐயோ வீரா... ஊரு முன்னபோல இல்ல... ஒன் புள்ளைங்க புத்திகெட்டு கெடக்கு... எதையும் பெருசு படுத்தாத... மனசுல வச்சிக்காத... எல்லாம் ஒம்புள்ளங்கதான்... மன்னிச்சுடு... வந்துடு... எங்கிருந்தாலும் வந்துடு... மொறப்படி கூப்பிடச் சொல்றேன்யா, வந்துடு...”

மூக்கனின் குரல் யாருமற்ற அந்த வெட்டவெளியில் ஒலித்தது. நன்கு தடித்த கருவேல மரங்களும் உசிலை மரங்களும் சுற்றிலும் அடர்ந்திருக்க, மரங்களுக்கு நடுவே கம்பீரமாக நின்றுகொண்டிருந்த வீரனார், இப்போது ஒடிந்து விழுந்த மரக்கொம்புகளும், நாலைந்து வேலிக் கருவை மரங்களின் முள்கூடுகளும், வெயில் இறைந்து கிடக்கும் நிழலற்ற வெறுமையும் சூழ, நிர்க்கதியில் விடப்பட்ட முதிய மனிதனைப்போல், சீந்துவாரற்ற நோயாளியைப்போல் நின்றுகொண்டிருந்தார்.

நாற்பது வருசத்துக்கு முன்பு, தன் முப்பதாவது வயதில், ஊரைவிட்டுச் சென்ற மூக்கன், உடம்பில் முதுமை ஏறி உட்கார்ந்துகொள்ள, தளர்ந்து போய், அலைந்து திரிந்து, தன் எழுபதாவது வயதில், தன் பிறந்த ஊரில் காலெடுத்து வைத்திருக்கிறார்.

அவர் ஊரைவிட்டுப் போகும்போது விட்டுவிட்டுச் சென்ற பலதும் இப்போது இல்லை. குலதெய்வம் கிட்டத்தட்ட அவரைப் போலவே இருக்கிறது. காற்று இவ்வளவு வெம்மையாக அப்போது இல்லை. அதில் கொஞ்சம் ஈரம் இருந்துகொண்டே இருக்கும். இப்போது கானலடிக்கிறது. தன்னுடைய குரலே

தனக்குள் எதிரொலிப்பதை அச்சத்தோடு காது கொடுத்தார் மூக்கன்.

காட்டமாக சுட்டெரித்துக்கொண்டிருந்த அந்த முற்பகல் வெயிலில், கொஞ்சமே கொஞ்சம் நிழல் படர்ந்திருந்த கள்ளி மறைவில் ஓர் உருவம் தலை எக்கிப் பார்க்கிறது. கண்களைச் சுருக்கி, அந்தத் திக்கில் உற்றுநோக்கும் மூக்கனின் தளர்ந்த தோற்றத்தை, கள்ளி மறைவிலிருக்கும் அந்த உருவத்தின் இரண்டு கண்களும் கவனிப்பதை அவரால் உணர முடிகிறது. வலது கையை நெற்றியில் வைத்து, கண்களுக்குக் கொஞ்சம் நிழலைக் கொடுத்து, அது யார் என்று பார்த்தார். சரியாகப் புரிபடவில்லை. மனிதனா? விலங்கா? அந்த உருவம் கள்ளி மறைவை விட்டு வெளியே வந்தது.

யாரோ ஒரு வழிப்போக்கன். அந்த வழியே போனவனுக்கு மலம் கழிக்கும் உந்துதல். நீரில்லை, நிழல் இல்லை. ஆனாலும், அந்த உந்துதல் நிற்கவில்லை. கள்ளி மறைவில், அதுவும் காய்ந்து கருகிப்போய் நிற்கும் கள்ளி மறைவில் சிறிது நிழல், கால்களை மடித்து உட்கார்ந்தபோதும் உடம்பைச் சுடும் வெளிச்சம். ஒரே ஆறுதல், சிறிது நிழலோடு கூடிய ஒதுக்குப்புறம். மானம் காக்க கொஞ்சமே கொஞ்சமான வாய்ப்பு.

அழுக்குப் படிந்த வேட்டியை இறக்கி விட்டுக்கொண்டு அந்த உருவம் எழுந்து சாலைக்கு வந்தபோது மூக்கனின் முகத்தில் தெளிவின்மையின் சுருக்கம். அந்த ஆள் சாலையில் நின்றபடி, மூக்கனைச் சற்று நேரம் பொருட்படுத்திப் பார்த்துவிட்டு, விடுவிடுவென்று நடக்கத் தொடங்கினான். தன்னை ஓர் அசரீரி கவனித்துக்கொண்டிருக்கிறது என்று நினைத்துக் கொண்டிருந்த மூக்கனின் முதிர்ந்த கண்கள், போகும் அந்த மனிதனையே வெறித்துக் கொண்டிருந்தன.

நின்று, நம்மைத் தெரிந்துகொள்ள விருப்பப்படாத அந்த மனிதன், வேறு ஊராக இருக்கலாம் என்று அவருக்குத் தோன்றியது. ஒருவேளை, தன்னுடைய பரதேசிக் கோலத்தை அடையாளம் காணமுடியாத உள்ளூர் ஆளாகவும் இருக்கலாம். அவர் தன்னைக் குனிந்து பார்த்துக்கொண்டார்.

இடுப்பில் ஒட்டியிருந்த நைந்த வேட்டி, மேலே, உடம்பை மூடியிருந்த கிழிந்த கறுப்பு சால்வை, ஒரு காலுக்கு ஒன்றென்று இரண்டு கால்களிலும் பொருத்தமில்லாத வேறு வேறு பிய்ந்த செருப்புகள். இரண்டு வெவ்வேறு நிறத்தில், வெவ்வேறு அளவில் இருந்த செருப்புகளின் வார்களிலும் பழைய நீலநிற ரிப்பன் சுற்றப்பட்டு முடிக்கப்பட்டிருந்தது. நரைத்த தலைமுடியில் சிக்கு விழுந்து லேசான கருகல் வாடையடித்தது.

குலதெய்வத்தை ஒருமுறை, கைகளை உயரே, தலைக்கு மேலே தூக்கிக் கும்பிட்டுக் கொண்டார். ஒரு காக்கா குருவி கூட இல்லாமல் 'ஹோ'வென்று வெறிச்சோடிக் கிடந்த அந்த நிலப்பகுதியின் வெப்பம் அவரை ஒரு கானல் அலையைப்போல் காட்டியது. எத்தனை நாள் சேமித்த தனிமை! அதற்கு இன்று ஒரு முடிவு பிறக்கப்போகிறது. தனிமை இனி பின்தொடரப்போவதில்லை என்ற எண்ணம் அந்தக் குழிந்த கண்களிலும், நெஞ்சுக்கூட்டின் பள்ளத்திலும் ஒரு மழைத்துளியைப்போல் விழுந்துவிட்டது. இத்தனை ஆண்டுகள் கழித்து ஊர் ஞாபகம் ஏன் எடுத்தது? இத்தனை நாட்களின் அலைவுறுதலில்தான் எதைக் கண்டெடுத்துக்கொண்டு ஊருக்குத் திரும்பியிருக்கிறோம் என்ற முணுமுணுப்பு அவரிடம் உருவானது. ஊரின் எல்லையில் கால் வைத்த சற்று முன்பு வரை மனதை அரித்துக்கொண்டிருந்த எதுவோ ஒன்று இப்போது இல்லாமல் இருப்பதுபோல் அவருக்குத் தோன்றியது. மரக் மரக் மரக் என்று மரக்கட்டைக்குள் நுழைந்துகொண்டு அதைக் குடையும் வண்டின் சத்தம் இப்போது இல்லை. அது எவ்வளவு கொடுமையான சத்தம். சத்தமா அது? பயங்கர ஓலம். தூங்கவிடாமல் நெஞ்சைப் பிளந்துகொண்டிருந்த அந்த ஓலத்திலிருந்து இன்றுமுதல் விடுதலை.

மூக்கனின் கால்களுக்கு ஊர் நோக்கி நடக்கப் போகிறோம் என்ற செய்தியை யார் சொல்லியிருப்பார்கள்! நடக்க முடியாமல் தடுமாறும் கால் எலும்புகளில் யாரோ கொஞ்சம் குருதியின் ஈரத்தை வார்த்திருக்கிறார்கள். கொஞ்சம் பசை கிடைத்தவுடன் அதில் ஒரு தெம்பு. அவர், வெட்டை வெட்டையாகத் தெரிந்த முள் மரங்களுக்கு ஊடாக சாமியைப் பார்த்தார்.

“நீயா இருப்பியோ? இருக்காது... இந்தக் குட்டிச்சுவர விட்டுட்டு நீதான் போயிருப்பியே... ஒன் நெழல் படிஞ்சி கெடக்கே... அதுவா இருக்குமோ? நீ இல்லன்னு ஆனாலும் நீ இருப்ப... எங்கிருந்தாவது ஒன்னோட பெரிய முட்டைக் கண்ணால என்னை ஒன்னால பாக்க முடியும்... இது நீதான் வீரா... நீதான்.”

தலைக்கு மேலே கும்பிட்ட கைகளை இறக்காமலே அவருடைய வாய் குலதெய்வத்திடம் பேசியது.

“ஆமாண்டா மூக்கா... நாந்தான்...” என்று அங்கிருந்து, அந்த முள் மரங்களிலிருந்து பதில் வரும் என்று நம்பிக்கையில்லை. பதில் பேசும் தெய்வம் இங்கில்லை, இங்கிருப்பது வெறும் கல், மண், குட்டிச்சுவர், நாலு முள் மரம், அவ்வளவுதான்.

மூக்கனின் கால்கள் மெல்ல அங்கிருந்து விலகின. ஊர் போகும் சாலையை எட்டித் தொடுவதற்கு அவரது கால்கள் துடிப்பதுபோல் இருந்தன. பலவீனமான கால்களின் நடுக்கம், நிழலாக விழுந்து நடுங்கியது. இளஞ்சிவப்பு நிற மாவு கற்கள் பாதைகளில் கிடந்தன. பாதையின் கெட்டித்தன்மை இளகி எத்தனை மாதமாயிற்றோ என்று நினைக்கும்படி மண் இறுகிக் கிடந்தது.

சாலைக்கு வந்து நின்று, மீண்டும் ஒருமுறை தெய்வத்தைக் கும்பிட்டுக் கொண்டார். ஒன்றுமே இல்லையென்றாலும் அங்கு ஒன்று இருக்கிறது என்பது அவருக்குத் தெரியும். அந்த நம்பிக்கையில் கைகள் தானாக உயர்ந்தன.

கண்முன்னால் நீண்டிருந்த தார்ச்சாலையில் கானல் நிறைந்து பொங்கிக் கொண்டிருந்தது. இடுப்பளவு நீர்மட்டம் போல் கானல் நீரும் உயர்ந்திருந்தது. பொரிந்துபோன நிலையில்கூட ஒரு மரத்தைக் காணமுடியவில்லை. இரண்டு பக்கமும் பழைய கள்ளிகளின் முட்கள் காய்ந்து ஒடிந்து தொங்கிக் கொண்டிருந்தன.

மூக்கனின் மனக்கண் திறந்தது.

அதோ... அந்த இடத்தில், வலது புறத்தில் நன்கு ஓங்கு தாங்கான செவ்வேலம் ஒன்று இருந்தது. சற்றுத் தள்ளி பீர்க்கைக் கொடிகள்

படர்ந்த கருங்காலி மரம் ஒன்று. அதோ, அந்த அடப்பை ஒட்டிக் கிழக்காக ஒரு வென்னி மரம். அதற்கு அப்படியே நேர் எதிரே இருந்த உசிலை மரங்கள்... எதுவும் இல்லை. எல்லாம் எங்கே? இந்தக் கானல் விழுங்கிவிட்டதா?

எங்கிருந்தோ, ஓர் இளைத்துப்போன நாய் மூக்கனின் குறுக்கே ஓடி பள்ளத்தில் இறங்கியது. அதன் வயிற்றை ஒரு கணம்தான் பார்த்தார். கடவுளிடம் பேசவேண்டியதாயிற்று.

“அடக் கடவுளே... இந்த நாய்க்குக் கொடுக்க ஒரு எலும்புத்துண்டு கூடவா ஒனக்கு பஞ்சமாப் போச்சி. நீதான் என்ன பண்ணுவ... ஒன்னை இருத்திக்கவே முடியாம நீ எங்கியோ ஓடிப்போயிட்ட.... நீயே பாவம்...”

கடவுளுக்குக் கேட்டிருக்கும் என்பதுபோல் ஒரு தலையசைப்புக்குப் பின் மீண்டும் கால்கள் நகர்ந்தன. மூக்கனுக்கு அந்த நாயைப் பார்க்க வேண்டும்போல் இருந்தது. அது எங்கே? இந்தப் பள்ளத்தில்தானே இறங்கியது. பாதையை விட்டு, தானாக விலகின கால்கள். கண்கள் அங்கு ஓடின. வெறும் முட்கள் மட்டுமே கிடக்கும் பள்ளம். எப்போது கடைசியாக நீர் நின்றிருக்கும்? வெடிப்புகளை வைத்துச் சொல்லிவிடலாம். வெடிப்புகளைப் பார்த்தார். ஒரு பெரிய களிமண் பானையைச் சுக்குநூறாக உடைத்துக் கொண்டுவந்து, யாரோ இங்கு கொட்டிவிட்டுச் சென்றுவிட்டதைப்போல் அந்தப் பள்ளத்தில் இருந்த வண்டல் நொறுங்கிக் கிடந்தது.

அந்த நாய் எங்கே?

இந்த மோசமான கோடைக் காலத்தில், பூமியும் காற்றும் கொதித்துப்போய் கிடக்கும் நிலத்தில், உயிர்களின் நாவில் ஈரத்தை நீக்கி அரற்ற வைக்கிற வெயிலடிக்கும் ஊரில், பொரிந்து போய் கிடக்கும் தாவரங்களில் வெப்பத்தைத் தாக்குப்பிடிக்கும் பூச்சிகள் மட்டுமே ஊர்ந்துகொண்டிருக்கின்ற இந்த வெங்காட்டில், மூச்சில் வெம்மையேறி கண்கள் வழியாகவும், காதுகள் வழியாகவும் அனல் எரிக்கும் பொழுதில், எங்காவது நிழல் பார்த்து இளைப்பாற வேண்டும் என்ற எண்ணம் இல்லாதது போல் ஓடிய அந்த நாய் எங்கே?

அவர் கண்களில் அந்த நாயின் மெலிந்த உடல் தென்படவில்லை.

இந்தக் கோடையைப் போல் எத்தனை கோடைகளைப் பார்த்திருப்பேன். 'ஹோ'வென தனிமை மட்டும் பொசுங்கி நாறும் பிரதேசத்தில் எத்தனை தூரம் நடந்திருப்பேன். மூக்கனுக்கு நாயைப் பார்த்துவிட வேண்டும் என்ற துடிப்பு. அது அவரது கண்களில் வெளிப்பட்டது.

அந்த நாய் எங்கே போயிற்று?

கறுத்து, உடம்பு மெலிந்து, இடுப்பு எலும்புகள் புடைத்துக்கொண்டு, காதுகள் விடைக்க அவரைப் பார்த்துவிட்டு ஓடிய நாய் எங்கே!

கண்கள் இருண்டுகொண்டு வந்தன. அது நாயா? அல்லது தன்னுடைய நிழலா? அவருக்கு விளங்கவில்லை. கிட்டத்தட்ட தன் நிலையிலிருந்த உருவம் ஒன்று தன்னைக் கடந்து போனதை அவர் கண்டது உண்மைதானா? இல்லை... அதுவும் கானலா? இல்லை, அது நாய்தான். கண்கள் இருட்டிக்கொண்டு வந்தபோதும் நாயின் உருவம் பொய்யில்லை என்பதை மனம் சொன்னது.

வெயிலின் கடுமை கூடுவது அவருக்கு உறைக்கவில்லை. அந்த உடம்பில் என்ன இருக்கிறது உறைக்க! முதிர்ந்த கிழட்டுத் தோலைத் துளைத்து வெறும் எலும்பைச் சுட இந்த வெயிலுக்கு உக்கிரம் பத்தாது.

'ஊருக்குப் போகாமல் இந்தப் பள்ளத்தைப் பார்த்துக் கொண்டிருக்கிறாயே கிழவா... உனக்கென்ன கோட்டி பிடித்துவிட்டதா?' எங்கிருந்தோ ஒரு குரல். வானத்தை நோக்கினார். வெகு உயரத்தில் மிதந்த வெள்ளை மேகங்களில் யாராவது தெரிகிறார்களா? காலில் அணிந்திருந்த பிய்ந்த செருப்புகளைக் கழற்றிவிட்டு, வெறும் பாதத்தோடு நின்று உற்றறிந்தார், எதுவும் பாதங்களைத் தொடுவதுபோல் இல்லை. அப்புறம், எங்கிருந்து வந்தது அந்தக் குரல்? ஓ... மனக்குரலா?

சுருங்கிய, எலும்பு மேடான முன் மண்டையில் வேர்வை சுரந்தது. அதை வழித்து அந்தப் பள்ளத்தில் எறிந்தார். எங்கே இருந்தது என்று தெரியாமல் மறைந்திருந்த நாய், ஒரு கணம் அந்தப்

பள்ளத்தில் பாய்ந்து விழுந்தது. அவருக்குப் புரிந்துபோனது. காற்றில் வீசப்பட்ட வேர்வையின் ஈரத்துக்குத்தான் நாய் பாய்ந்திருக்கிறது. அடக் கொடுமையே... இத்தனை வறட்சியா?

மூக்கனின் கண்கள் மூடிக்கொண்டன. வாய் தானாக உச்சரித்தது. அந்த வார்த்தைகள் மழை வேண்டும் மந்திரங்கள். இந்தக் கொடுமையைப் பார்க்கவா திரும்பவும் என்னை ஊருக்கு வரவழைத்தாய் தெய்வமே! கண்கள் பனித்தன.

இதைக் காணவேண்டாம் என உள்குரல் எழுந்தது. பாதைக்கு நகர்ந்தார். அந்த நாயும் பாதைக்கு வந்திருந்தது. அது வாயில் கவ்விக்கொண்டிருந்த இரையைப் பார்த்தார். அதுவொரு காய்ந்த எலும்புத்துண்டு. மாட்டின் குதிகால் எலும்புபோல் இருந்தது. அந்த எலும்புத்துண்டில் ரத்தக் கவிச்சைகூட மறைந்து போயிருக்கும். புராதனக் காலத்தில் மரித்த மாடாக இருக்கும் போலிருக்கிறது. அத்தனை பழசான எலும்பு. அதை நம்பி எப்படித்தான் தன் பசியைத் தீர்த்துக்கொள்ளுமோ அந்த நாய்! அந்த எலும்பு மாவு போல் கரைந்து உதிரும் நிலையில் இருந்தது. இப்போதைக்கு நாயின் ஒடுங்கிய வயிற்றுக்குள் ஏதாவது செல்ல வேண்டும். உணவுக்கான போராட்டத்தில் அது களைத்துப் போயிருந்தது. அடுத்து, நீருக்காக அது ரொம்ப தூரம் ஓடவேண்டியிருக்கும்.

மூக்கனின் முதிர்ந்த, சுருங்கிய, பாவையில் வெண்மை படர்ந்த கண்கள் அழுதன. இந்தக் கொடுமையைப் பார்க்கவா இங்கு வந்தேன். முதிர்ந்த கால்கள் இப்போது பயங்கரமாகத் துவண்டு போயின. தலை கிறுகிறுவென்று சுத்துவதுபோல் இருந்தது. கண்கள் இருண்டுகொண்டு வந்தன. நிதானம் தவறிப்போனது. அப்படியே மண்டியிட்டு உட்கார்ந்துவிட்டார். நெஞ்சுக்குழியில் குவிந்திருந்த மார்பெலும்புகள் உள்ளே எழுந்த கேவலில் தடதடவென்று ஆடின.

நாய், எதிரே இருந்த வெட்டவெளியில் சென்று கவ்வியிருந்த எலும்பைக் கீழே போட்டு நாக்கால் நக்கியது. தன் விலா எலும்பின் பள்ளத்தில் எரிந்த சூரியனை நாவால் நனைத்துத் தணித்துக் கொண்டது. வெப்பக்காற்றில் உப்புச்சுவை கலந்து

விட்டிருந்தது. நலிந்துப்போயிருந்த அந்த நாயின் முகத்தைப் பரிதாபமாகப் பார்த்தார். கடுமையான புயலால் பாதிக்கப்பட்ட உடைந்த மரத்துண்டுபோல் அதன் உடம்பு இருந்தது. மெலிந்த முன்கால்களுக்கு நடுவே கிடந்த எலும்புத்துண்டு ஒரு தும்பைப்பூ மாதிரி வெண்மையாக இருந்தது. ஒருமாதிரி மஞ்சள் நிறமாக இருந்தாலாவது அந்த எலும்பு கொஞ்சம் உமிழ்நீரையாவது சுரக்க வைக்கும். இந்த வெள்ளை எலும்பு ஒரு நம்பிக்கையான ஏமாற்றம் மட்டுமே. நாயிடம் யார் இதைப் புரியவைப்பது? இந்தக் கேள்வியே அபத்தம் போலிருந்தது. நாயிடம் ஏன் அதைப் புரியவைக்க வேண்டும்? உண்ணுவதற்கு ஒன்றுமே இல்லாத போது அசைபோட கிடைத்த இந்த எலும்புதான் அந்த நாயின் உயிரை இருத்தி வைத்திருக்கிறது. நம்பிக்கையில் பிழைத்திருக்கும் உயிர் அது என்று நினைத்தார். நாயைப் பார்க்கப் பார்க்க ஏதோ ஒருவிதப் பதற்றம் ஏற்படுவதுபோல் இருந்தது.

“அடக் கொடுமையே... இந்த பூமில இவ்ளோ மோசமான பசி இருக்கா?” என்று வருந்தி அழுதார்.

அவரது மனக்குரல் பேசியது.

‘மோசமான பசியா? கிழவா... பயங்கரமான பசியெல்லாம் இந்த பூமில இருக்கு. ஏன் ஒனக்குத் தெரியாதா? இதென்ன இந்த நெலத்துக்கு மட்டுமே சொந்தமான பசியா?’

மனக்குரலுக்குப் பதில் சொல்வது மூக்கனுக்குப் புதிதில்லை. ஊரைவிட்டுப் போய், நாயாய்ப் பேயாய் அலைந்து, பசியாலும் அவமானத்தாலும் நசிந்து, புழுவினும் இழிந்ததாய் வாழ்ந்த காலத்தில் எத்தனையோ நாள் பதில் சொல்லிப் பழகிவிட்டது. மனக்குரல் கேட்கத் தொடங்கிய பிறகுதான் ஓர் ஆசுவாசம் கிடைத்தது. மனக்குரலோடு பேசுவது தவிர வேறு போக்கிடமற்ற நிராதரவான காலங்கள் அவை. அதுவொன்றே வழித்துணை, பேச்சுத்துணை.

3

'**ஊ**ரின் வாசம் முற்றிலும் போய்விடவில்லை. ஊரை நெருங்கும்போதே அந்த வாசம் மூக்கனின் சருகலத்தில் வந்து முட்டியது. வறண்டு கிடந்தாலும் மண்ணுக்கென்று இருக்கிற வாசம் எங்கே போய்விடப் போகிறது! இந்த மண்ணில்தான் தொப்புள் கொடியோடு விழுந்தது, இந்த மண்ணைத்தான் ஈரம் குழப்பி அள்ளித் தின்றது, இந்த மண்ணில்தான் படுத்தது, தூங்கியது, விளையாடியது, ரத்தம் சிந்தியது, வேர்வை சிந்தியது, இந்த மண்ணில்தான் கூடினது, ஆடினது, பாடினது, இந்த மண்ணில்தான் விதைத்தது, அறுத்தது, உண்டது, உயிர் வளர்த்தது எல்லாம்... இந்த மண் வாசம் என்னை வந்து முட்டாமல் வேறு எங்கே போய்விடப் போகிறது!'

மறுபடியும் மனக்குரல்...

அதற்கான பதில்.

"ஆமா... என்னோட மண்ணுக்கு என்னைத் தெரியாமலா போவும்!"

அது என்ன? ஓ... ஆலமரமா? நான் ஊரைவிட்டுப் போனபோது இது இங்கு இல்லையே? அதனாலென்ன... ஊரின் முகப்பில் இப்படி நிழல் தருகிற மரம் இருப்பது நல்லதுதானே. இந்த வழியே என்னைப்போல் எத்தனை பேர் வர, போக இருப்பார்கள். இளைப்பாற இந்த நிழல் போதுமானதாக இருக்கும்.

மறுபடியும் மனக்குரல்; அதற்கொரு பதில்.

மூக்கன், அந்த ஆலமரத்து நிழலில் அமர்ந்து உடம்பின் களைப்பை மெல்ல விலக்கியபோது வெயில் உச்சிக்கு நகர்ந்து கொண்டிருந்தது. அண்ணாந்து பார்த்தார். ஆயிரக்கணக்கான இலைகளினூடாக உள்ளே இறங்கிய வெயிலையும், வானத்தில் தெரிந்த வெளிர் நீலத்தையும் அவரது கண்கள் அசைவின்றி வெறித்தன. அங்கே, அவருக்குத் தெரிந்த யாரோ இருப்பதுபோல் ஒரு வெம்புதலான பார்வை. மரத்தில் பறவைகள் இருந்தன. உடம்பில் கிடந்த அழுக்கு சால்வையை விரித்து, தலைக்கு வலது கையைக் கொடுத்து அவர் சுருண்டு கொண்டபோது, தனது கிராமத்து மண்ணுக்குத் தட்டிக்கொடுத்து தூங்க வைக்கும் பண்பு உண்டென்பதை நினைவு கொண்டார். படுத்தவுடன் கண்கள் சொக்கிக்கொண்டு வந்தன. மேலே விழுந்த இலைகள் அவருடைய கனவுகளை அழைத்துக்கொண்டு வந்தன. அவருடைய சுமையெல்லாம் இறங்கிப் போனதுபோல் ஒரு தூக்கம். பசி தெரியவில்லை. மண்ணுக்கடியிலிருந்து யாரோ அவரின் முதுகைத் தட்டிக்கொடுப்பதுபோல் ஓர் உணர்வு. காலடியில் அமர்ந்து தன் பாதங்களை எடுத்து யாரோ தன் மடியில் வைத்துக்கொண்டு விரல்களில் நெட்டி எடுப்பதுபோல் ஒரு சுகம். பாத வெடிப்புகளுக்கு மஞ்சளைக் குழைத்துப் பூசுவதுபோல் ஒரு குளிர்ச்சி. வாய் முணுமுணுத்தது. காய்ந்த நாக்கு நீருக்கு இறைஞ்சியது. 'தண்ணி... தண்ணி...' என்ற முனகல் காற்றில் நீந்தியது.

நீர் நிரம்பிய ஏரியில் மீன்கள் துள்ளிக் குதிக்கின்றன. தாமரை இலை மீது மிகுந்த தாகத்தோடு படுத்திருக்கும் றெக்கை

முளைத்த ஒரு சிறிய மனிதனின் நாவில் நீர்த்துளிகள் சிதறி விழுகின்றன. அந்த நாக்கு செந்தாமரை மலரின் இதழைப்போல் இருக்கிறது. நீர்த்துளி பட்டவுடன் எழுந்து பறக்கிறான் அந்த மனிதன்.

மூக்கனின் முகத்தில் சில்லென்ற ஒரு கையின் தொடுகை. குளிர்ந்த கன்னத்தைத் தட்டுகிறது அந்தக் கை.

“தாத்தா... தாத்தா...”

“ம்...”

“எந்திருங்க... தண்ணி குடிங்க...”

“ம்...”

ஒரு வேதனையான ஒலிக்குறிப்பு மட்டுமே வெளிப்பட்டது. கண்கள் திறக்க முடியாதவையாய் மூடிக்கொண்டிருந்தன. மெல்ல, ஒரு பனிமூட்டம் விலகுவதுபோல் இருந்தது அவரது கண் திறப்பு. அடிபட்ட உடும்பின் கண்கள் இமையைத் திறப்பதுபோல் தன் கண்களை மெல்ல மெல்லத் திறந்து பார்த்தார்.

எதிரில் அந்தக் குழந்தை மண்டியிட்டு அமர்ந்திருந்தாள். அனிச்சையாக எழுந்த கை, அவளது உச்சந்தலையை வருடியது. நெருங்கி வந்து அவரது முகத்தில் இருந்த சுருக்கங்கள் மீது கை வைத்தாள் அவள். அந்தக் கையின் வெம்மையை அவரது கையால் அழுத்தி உணர்ந்தார். அந்த இளம் வெம்மை, கண்ணீரை வரவழைத்தது. ஆனால், அவர் அழவில்லை. அந்தக் கையை எடுத்து முகத்தில் ஒத்திக்கொண்டார்.

“தண்ணி குடிங்க...”

மறு வார்த்தையில்லை. அந்தக் கையிலிருந்து விஷம் கிடைத்தாலும் மறுபேச்சில்லாமல் வாங்கிக் குடித்துவிடலாம் போலிருந்தது. அவரது தொண்டையில் ‘மடக்... மடக்...’ என்ற ஒலியோடு இறங்கிய நீரைக் கண்கொட்டாமல் பார்த்தாள் அவள். ஓர் எலிக்குஞ்சு அவரது தொண்டையில் ஓடுவதை ரசித்தாள். மூக்கனுக்கு, தன் கண்களில் ஒளி வந்தது போலிருந்தது.

"யாரு சாமி நீ...?"

"செல்லம்மா..."

"செல்லம்மாவா... என் கண்ணு... யாரோட புள்ளாயா நீ...?"

"முத்துராசு புள்ள..."

"முத்துராசாவா?"

"ம்..."

"ஊடு எங்க சாமி...?"

"வரியா... கூட்டிக்கிட்டு போறேன்..."

அந்த வார்த்தைக்குப் பிறகு மூக்கன் ஒன்றும் பேசவில்லை. அவளது முகத்தை வாரியெடுத்து, இதுநாள் வரை தேக்கி வைத்த அன்பின் மொழிகளை அவள் ஈர முகமெங்கும் பொழிந்தார். தன் தெய்வம் வந்து தனக்கு அடைக்கலம் தர கூட்டிப்போகிறது என்று எண்ணி அவள் பின்னே போனார்.

பூவரசு மரநிழலில், வாசலில் கிடந்த நார்க்கட்டிலில் அவரை அமர வைத்துவிட்டு, முத்துராசு எதிரே வாசல்படியில் அமர்ந்து கொண்டான். அவனது தொடையிடுக்கில் நுழைந்து முகத்தோடு முகம் வைத்துக் கொண்டாள் செல்லம்மா.

முத்துராசுக்கு அவரை யாரென்று அடையாளம் தெரியவில்லை. அவருக்கும் அவனை அடையாளம் அறியமுடியவில்லை. இருவரும் ஒரே மண்ணின் குழந்தைகள்தான். ஆனால், ஒருவரை ஒருவர் அறியமுடியாதவர்களாக இருந்தார்கள். அவர் ஒரு காலம், இவனொரு காலம். இரண்டு காலத்துக்கும் நடுவில் நீண்ட வெட்டவெளி கிடந்தது.

ஊர் வழியே போனவராய் இருக்கக் கூடும், அடுத்த ஊரின் மனிதராய் இருப்பார் என நினைத்து, அதைத் தெரிந்துகொள்ளும் நோக்கில் முத்துராசு கேட்டான்:

"எந்த ஊரு ஐயா...?"

மூக்கனின் சுருங்கிய முகத்தில் ஒரு வெறுமை உருவானது.

நமக்கு அப்புறம் ஒரு தலைமுறை போய், அடுத்த தலைமுறையே வந்துவிட்டது என்கிற புரிதல் வந்து அந்த வெறுமையை அழித்தது.

“நானும் இந்த ஊருதான் சாமி...”

முத்துராசுக்கு வியப்பு தாங்கவில்லை.

“இந்த ஊரா... நம்ம ஊரா ஐயா...?”

“மூக்கன் சாமி...நான் பாதிக்கார மூக்கன்...”

பாதிக்கார மூக்கனா? முத்துராசு அவர் முகத்தை உற்று நோக்கி யோசித்தான். முகம் பிடிபடவில்லை. தன் இருபத்தாறு ஆண்டுகளில் ஒருநாளும் அவரை அவன் பார்த்ததில்லை. அந்த முகச்சாயலோடு யாரேனும் இருக்கிறார்களா என்று நினைத்துப் பார்த்தான். அவன் மனக்கண்ணில் ஓட்டிப் பார்த்த ஒரு முகமும் ஒத்துப்போகவில்லை. ஆனால், ஏதோவொரு முகம் பொருந்திப் போகிறது என்று நினைத்தான். அது எந்த முகம்? யாருடைய முகம்?

இப்படி உயரமாக, பரந்த முகத்தோடு, அஞ்சரை அடியில் எந்த உருவமும் மனதுக்குத் தென்படவில்லை. சிவப்பான நிறம் என்று சொல்லிவிட முடியாது என்றாலும், இந்த ஊரில் பலரும் இருப்பதுபோல் கன்னங்கரேலென்று இல்லாமல், மாநிறத்துக்கும் சற்றுக் குறைவாக இருந்தார் மூக்கன்.

முத்துராசு, நிலைப்படியில் அமர்ந்தவாறே வீட்டுக்குள் தலையை நீட்டி மனைவியை அழைத்தான்.

“மலரு... மலரு...”

காலையிலேயே விறகு வெட்டப் போயிருந்தவள் வெயிலின் சூடு உடம்பில் எரியத் தொடங்கிய முற்பகல் வாக்கில் திரும்பியிருந்தாள் மலர். விறகுக் கட்டை, ஏற்கெனவே இருந்த குச்சிப்போரின் மேல் போட்டுவிட்டு வந்து படுத்தவள் நன்றாக உறங்கிப்போயிருந்தாள். கண்களைக் கசக்கிக்கொண்டே எழுந்து வந்தவளிடம் அவரைக் காட்டிய முத்துராசு, அவளைக் குனியச் சொல்லி, அவள் காதுக்குள் சொன்னான்:

"இந்த ஐயா நம்மூருதானாம்... ஒனக்கு அடையாளம் தெரியுதா...?"

அவள் வாயைப் பிதுக்கிவிட்டு, உள்ளே சென்று ஒரு சில்வர் சொம்பில் தண்ணீர் கொண்டு வந்து மூக்கனுக்குக் கொடுத்தாள். இடைப்பட்ட நேரத்தில் அவிழ்ந்து கிடந்த முடியை வாரிக் கட்டிக்கொண்டிருந்தாள். தன் நடுங்கும் கரங்களால் தண்ணீரை வாங்கி ஒரு வாய் பருகியவர், அவள் கையில் சொம்பைக் கொடுத்துவிட்டு, "முத்துராசா பொஞ்சாதியா சாமி..." என்றார். அவர் முகத்தை வியப்புடன் பார்த்துவிட்டு, "ஆமா..." என்று தலையசைத்தாள் மலர். முத்துராசு, எல்லாவற்றையும் விவரமாகச் சொல்கிறேன் வா என்பதுபோல் அவளுக்குக் கண்ணைக் காட்டினான். அவனுடன் போய் வாசல்படியில் சேர்ந்து உட்கார்ந்து கொண்டாள்.

மூக்கன் குனிந்தவாறு எதையோ வாய்க்குள்ளாக பேசிக்கொண்டார்.

அவர் யார், இங்கு எப்படி வந்தார், உனக்குச் சொந்தக்காரரா என்பன போன்ற கேள்விகள் தொனிக்கும் பார்வைகளை மலரிடமிருந்து முத்துராசு எதிர்கொண்டான்.

"இவுரு மொகத்த எங்கியோ பாத்தமாரிதான் இருக்குடி.... ஆனா, எங்கின்னுதான் சரியா ஞாமகம் வரமாட்டேங்குது..."

மலர், தன் மூக்கைச் சுருக்கிக்கொண்டு பதிலுரைத்தாள்.

"ஓங்க அப்பனோட மூஞ்சி கூட கிட்டத்தட்ட இப்படித்தான இருக்கும்... நல்லா நெனச்சிப்பாரு... ஒன்னோட தாத்தாவா இருக்கப் போறாரு..."

"ஏய்... ஆளப்பாரு... அவரு இங்கதான செத்தாரு... அவுரு எப்படி! என் அப்பன் மூஞ்சி இப்படியா இருக்கும்! அது பூனை மூஞ்சி, இவரப் பாரு... அப்படியா இருக்கு? இது வேறடி... எங்கியோ பாத்துருக்கேன்..."

முத்துராசு மண்டையைச் சொறிந்து கொண்டபோது மலருக்கு சிரிப்பு வந்தது. ஏன் இத்தனை குழப்பம். அவரிடமே

கேட்டுவிட்டால் என்ன? அவள் எழுந்து முன்னே போய் கால்களை மடக்கி, அவர் காலருகே உட்கார்ந்தாள். மூக்கன், குனிந்திருந்த தலையை நிமிர்த்தி அவளைப் பார்த்தார். கட்டிலின் நீளவாக்கு மூங்கில் வாரையில் அவருடைய முதிர்ந்த கையின் பிடிமானம் இருந்தது. எலும்பும் நரம்பும் புடைத்து வெளித்தெரிய, சுருங்கிய தோலோடு இருந்த அந்தக் கையின் மீது தன் கையை வைத்தாள் மலர்.

“தாத்தா… ஒங்கள எங்களுக்குச் சரியா அடையாளம் தெரில… நீங்க யாரு? இந்த ஊருதாம்னு மாமென் சொல்லிச்சி…”

மலரின் கையிலிருந்த குளுமையை உணர்ந்ததும், அவரது கண்களில் ஈரம் பனித்தது. இது, இந்த மண்ணில் பிறந்த பெண் பிள்ளைகளுக்கே உரிய குளுமை. அம்மாவின் கையும் இப்படித்தான் குளுமையாக இருக்கும். மலரை அவர் வாஞ்சையோடு பார்த்தார். அதில் ஒரு பதில் இருந்தது.

‘நான் இந்த மண்ணுலதான் கண்ணு பொறந்தேன், வளர்ந்தேன், ஆத்தா அப்பன்னும், அண்ணன் தம்பின்னும் எல்லோருடைய மடியிலும் கெடந்து ஆளானேன்… கடைசியில எல்லாரையும் எமன்கிட்ட தூக்கிக் கொடுத்துட்டு அனாதையா ஊரவிட்டுப் போனேன்’ என்கிற பதில் நிறைந்திருந்த பார்வை அது. அழுதுவிடுவதுபோல் இருந்த அவருடைய கண்களைத் தொடர்ந்து மலரால் பார்க்க முடியவில்லை.

“நாங்கெல்லாம் பொறக்குறதுக்கு முன்னயே ஊரவுட்டு போயிட்டீங்கன்னு நெனைக்கிறேன்… அப்படித்தானே தாத்தா…?”

மூக்கன் தலையசைத்தார். அவளுக்கு ‘அப்பாடா’ என்றிருந்தது. வெற்றிப் பெருமிதத்தோடு முத்துராசாவைப் பார்த்தாள். ‘பார்த்தாயா… அவர் யாரென்று கண்டுபிடித்துவிட்டேன்’ என்பதுபோல் ஒரு மகிழ்ச்சி அவள் முகத்தில்.

‘அடி… சிறுக்கி… இன்னும் அவர் யாரென்று தெரியவில்லை, அதைக் கண்டுபிடி’ என்பதுபோல் அவளை வெகுளியாக முறைத்தான் முத்துராசு. அவள் புரிந்துகொண்டாள்.

"தாத்தா… ஊரவுட்டுப் போயி எத்தன வருசமிருக்கும்?"

"ஒரு நாப்பது வருசமிருக்கும்…"

"அடேங்கப்பா… அப்போல்லாம் நாங்க பொறக்கவே இல்லியே…"

சரிதான் என்பதுபோல் மலரைக் கனிவோடு பார்த்தார்.

"யாரு தாத்தா நீ… ஒங்க வூடு எங்கிருந்துச்சி… நீங்க இந்தத் தெருவா…?"

அவளுடைய அடுத்த கேள்விக்கு ஒரு புன்னகையைப் பதிலளித்தவர், எழுந்து இடுப்புத்துணியை நெகிழ்த்திக்கொண்டு மீண்டும் கட்டிலில் உட்கார்ந்து, "ஆயா… கொஞ்சம் நீராரம் இருந்தா குடு சாமி… உசுரு கெடந்து தவிக்கி…" என்றார்.

அந்தச் சொற்களில் சிறிதும் இறைஞ்சுதல் இல்லை; முழுமையான உரிமை இருந்தது. இது என்னோட மண்ணு, நீங்களெல்லாம் என்னோட குட்டி நாக்குங்க, இந்த வெயிலும், இந்த வெப்பக் காற்றும் எம்மேல பட்டுட்டுதான் ஒங்கமேல பட்டுக்கிட்டு இருக்குது என்கிற உரிமையின் வெளிப்பாடாக அந்தக் குரல் இருந்தது.

"ஐயோ… தாத்தா… இதோ கொண்டாரேன்…" என்று அரக்கப் பரக்க அவள் எழுந்து உள்ளே ஓடினாள். 'தவிச்சிக் கேக்குறது நம்ம உசுரு' என்கிற உணர்வு அவளைத் தாக்கியது. திரும்பி வரும்போது ஒரு குண்டான் நிறைய சோற்று நீர் நுரைத்திருந்தது. அளவான உப்பிட்டு தன் கைகளால் கலந்து, விரல்களால் கொஞ்சம் சேந்தி நாக்கில் இட்டு உப்பின் அளவைப் பார்த்து எடுத்து வந்திருந்தாள்.

நடுங்கும் கைகளால் சோற்று நீர் நிறைந்திருந்த குண்டானை வாங்கியவர், அதன் குடங்கில் வாய் வைத்து ஒரே மூச்சில் குடித்து முடித்தார். அவர் குடிப்பதையே பார்த்துக்கொண்டு நின்றவள், அவர் வெற்றுக் குண்டானை நீட்டியபோது கவனித்தாள், குண்டானின் உள் பகுதியில் தேங்கியிருந்த வெண்மையான சோற்று நுரையைப்போல் அவருடைய

கண்களிலும் ஒரு வெண்மை படர்ந்து ஒளிர்ந்துகொண்டிருந்தது.

குண்டானைக் கழுவும் இடத்தில் வைத்துவிட்டு, முத்துராசாவுடன் வாசல்படியில் இணைந்து உட்கார்ந்து கொண்டாள். இருவரும் அவருடைய முகத்தையே பார்த்துக்கொண்டிருந்தனர்.

மூக்கனின் உடம்பு சற்று நிமிர்ந்தது போலிருந்தது. விளையாடிக் கொண்டிருந்த செல்லம்மாவைப் பார்த்தார்.

செல்லம்மாள், வாசலில் இறைந்திருந்த அடர்ந்த நிழல் பார்த்து விளையாடிக் கொண்டிருந்தாள். மரத்தின் அடியில், ஒரு அன்னக் கொப்பரை அளவுக்கு விரிந்திருந்த நிழல் அவளுக்குப் போதுமானதாக இருந்தது. குரங்குக் குட்டியின் காதுகளைப் போன்றிருந்த பழுத்த பூவரசம் பூக்கள் அவள் முன்னால் குவிந்திருந்தன. அந்தப் பூக்களின் துவண்ட இதழ்களை நீக்கிவிட்டு, கருஞ்சிவப்பு நிற முனைகள் கொண்ட நடுத்தண்டுகளை, குவித்த சிறுமணலில் குத்தி வைத்தாள் செல்லம்மா.

மூக்கன் தாமாகவே சொல்லத் தொடங்கினார். சொல்லின் முடிவில் தாளமுடியாமல் அழுதார்.

“நானும் இந்த ஊருதான் சாமி... இந்த மண்ணுலதான் பொறந்தேன்... நீ ஒக்காந்திருக்கியே இந்த மண்ணுலதான், என் ஆத்தா அப்பன் எல்லாத்தையும் தூக்கிக் கொடுத்திட்டு அனாதையா கெடந்தேன்... தனியா கெடக்கத் தெம்பில்லாம எங்கியாவது கண்ணு காணாத எடத்துக்குப் போயி செத்துத் தொலையலாம்னு ஊரவுட்டே போனேன்... என்ன படைச்ச அந்தச் சாமிக்கு இரக்கம் இல்ல... என்ன கொண்டுகிட்டுப் போகத் துப்பில்லாம உசுரோட போட்டுக் கொல்லுது சாமி...”

கதறக்கூடிய திறன் அவருடைய உடம்பில் இல்லை. ஆனால், முத்துராசும் மலரும் கலங்கிப் போனார்கள். மலரிடமிருந்து லேசான விசும்பல் கேட்டபோது செல்லம்மா திரும்பிப் பார்த்தாள். அம்மா ஏன் அழுகிறாள் என்று அவளுக்குப் புரியவில்லை. முத்துராசு கண்களைத் துடைத்துக் கொண்டான். மூன்று பேரின் முகங்களையும் மாறிமாறிப் பார்த்த செல்லம்மா,

விளையாட்டை நிறுத்திவிட்டு அவர்களையே கவனித்தாள். ஒன்றுமில்லை நீ விளையாடு என்பதுபோல் முத்துராசு அவளுக்கு சைகை காட்டினான். அதற்காக அவனது முகத்துக்குக் கொஞ்சம் புன்னகை தேவைப்பட்டது. செல்லம்மா திரும்பவும் விளையாட்டில் மூழ்கினாள்.

மூக்கனின் கதை கேள்விப்பட்ட கதை. முத்துராசுக்கு அவன் அப்பா மலையன் சொல்லியிருக்கிறான். மேற்கொண்டு அவரிடம் எதுவும் கேட்க வேண்டாம். அவர் யாரென்று தெரிந்துவிட்டது என்று கூறி முத்துராசு மலரை அமர்த்தினான்.

மூக்கனிடமிருந்து கண்ணீர் வழிந்துகொண்டே இருந்தது. முத்துராசு எழுந்துபோய் துடைத்துவிட்டான். அந்தக் கண்ணீர் வெம்மையாக, இளஞ்சூட்டில் பிசுபிசுப்பாக இருந்தது.

“அப்பா... நான் மலையனோட புள்ளதான்... ஒனக்கு மொவந்தான்... நான் இருக்கேன்... நீ அழாத... நான் பாத்துக்குறேன்...”

மலையனோட மகன் என்ற வார்த்தைக்கு அவர் முகம் நிமிர்ந்தது, மலர்ந்தது, தணிந்தது. முத்துராசின் கையை இறுக்கமாகப் பற்றிக்கொண்டார். அந்தக் கண்கள் யாரையோ தேடின. மலையன் என்கிற பெயர் உருவாக்கிய ஒரு சிலிர்ப்பு அவருடைய உடம்பெங்கும் பரவியிருந்தது. அந்தச் சிலிர்ப்பு ஏனென்று முத்துராசுக்குப் புரிந்துவிட்டது. அவர் கேட்பதற்கு முன்னம் அவனாகவே சொல்லிவிட்டான்.

“அப்பா... பத்து வருசத்துக்கு முன்னியே போய்ச் சேந்துட்டாருப்பா...”

அடுத்த கணம் அந்த முகம் சோர்ந்துவிட்டது, அந்தக் கண்கள் நனைந்து தாழ்ந்துகொண்டன. “எப்படி...” என்று முத்துராசின் கைகளைப் பற்றிக்கொண்டு கேட்டார்.

“மூட்டை தூக்குன எடத்துல... மூட்டை அவுரு மேல விழுந்து, அங்கேயே உசுரு போச்சி...”

மூக்கனின் தாடைகள் ஆடின. கைகள் நடுங்கின. உள்ளிருந்து

பயங்கரமான ஒரு கேவல் புறப்பட்டுவிட்டது என்பதை முத்துராசு கண்டுகொண்டான். கதறல் வெளியே கேட்கவில்லையே தவிர, அந்தக் கணத்திற்குரிய சருகல நடுக்கம் அவனை அச்சுறுத்தியது. அந்த முதிர்ந்த உடம்பின் நடுக்கத்தை அப்படியே விட்டுவிடக்கூடாது. அது, புயலில் மாட்டிக்கொண்ட தனித்த மரக்கிளையின் ஆட்டம். பட்டென்று ஒடிந்துவிடும். முத்துராசு தாமதிக்காமல் அவர் கைகளை இறுகப் பற்றி அழுத்தினான்.

மெல்ல மெல்ல அந்த உடம்பு தணிந்தது. அவன், மலரிடம், ஒரு வேட்டியை எடுத்துவரச் சொல்லி, அவர் கட்டியிருந்த கந்தலை அவிழ்த்துப் போட்டுவிட்டு, அதை இடுப்பில் சுற்றிவிட்டான். மேலே கிடந்த அந்தக் கறுப்பு சால்வையை அவருடைய உடம்பிலிருந்து நீக்கியபோது, நரைத்துக் காய்ந்த முடிகள் வறண்ட நெஞ்சின் மீது மடிந்திருந்தன. முழு நிழலாய்ப் பார்த்து, கட்டிலை நகர்த்தி, அதில் அவரைப் படுக்க வைத்தான். ஒரு பாதுகாப்பு உணர்வு அவருக்கு ஏற்பட்டிருப்பது அவருடைய ஒடுங்கிய முகத்தில் தெரிந்தது. சற்று நேரத்திலேயே உறக்கம் கூடிய அவரது கண்களைப் பார்த்துக்கொண்டிருந்தான்.

எத்தனையோ ஆண்டுகளுக்குப் பிறகு வந்திருக்கும் நிம்மதியான தூக்கம். மூடிய அவரது கண்கள் சிறிய வேப்பிலைகளைப்போல இருந்தன. வற்றிய அவர் வயிற்றில் குவிந்த வெளிச்சப் புள்ளிகளைக் காற்று நகர்த்தி நகர்த்தி விளையாடிக் கொண்டிருந்தது.

4

அந்தி சாய்ந்ததில் இருந்தே முத்துராசின் வீட்டுக்கு ஊரார் வரத்தொடங்கினர். ஏதோ அதிசயத்தைப் பார்ப்பதைப்போல் அவர்கள் மூக்கனைப் பார்த்தனர். ஊரில் அவர் குறித்த கதையெழும்போதெல்லாம் ‘மனுசன் எப்பவோ போய்ச் சேர்ந்திருப்பான்’ என்றுதான் பேசிக்கொள்வார்கள். இப்போது நேரில் உயிரோடு பார்த்ததும் ஒரே ஆச்சரியம். எத்தனையோ நோக்காடுகளுக்கு நடுவே, எப்படியோ பிழைத்துக்கிடந்திருக்கிறார் என்று வியந்தார்கள். மூக்கனின் வயதொத்தவர்கள் பெரும்பாலும் மண்மூடப்பட்டிருந்தனர். வறுமை, பலரையும் தின்று முடித்திருந்தது. முத்து ஒருவர் மட்டுமே இருந்தார். கைத்தடியை ஊன்றிக்கொண்டு அவர் அருகில் வந்தபோது மூக்கனுக்கு ஒரு மனக்கிளர்ச்சி உண்டானது. இவ்வளவு நேரம் சுற்றி வேடிக்கைப் பார்த்தவர்கள்

தராத மனக்கிளர்ச்சி அது. ஒருவரையும் அடையாளம் காணமுடியாத மனநிலையில் இருந்தபோது, பார்த்தவுடன் கண்டுகொண்ட ஒரே ஒரு முகம்.

தான் பிறந்த காலத்தில் பிறந்து, தன்னோடு வளர்ந்து, வாழ்வின் பல தருணங்களில் உடனிருந்த முத்துவின் வருகையும் இருப்பும் மூக்கனுக்குக் கொடுத்த நிம்மதியை இதுவரை வந்துபோன ஒருவரும் கொடுக்கவில்லை என்பதை முத்துராசு கவனித்துக் கொண்டிருந்தான். முத்துவின் கைகள் மேலே பட்டவுடன் ஏற்பட்ட ஆறுதல் மூக்கனின் கண்களில் வெளிப்பட்டது. அவரது கைகளைக் கோத்துப் பிடித்துக்கொண்டார்.

இரண்டும் பழுத்த உடம்புகள். ஏரிக்கரையின் சரிவில் இருக்கும் பொருக்கு மண், மழைநீரில் கரைந்து நொறுங்கியிருக்குமே அப்படி இருவரது உடம்பும் நொறுங்கிச் சுருங்கிப் போயிருந்தது. கட்டிலை விட்டு எழுந்திருக்க மனமில்லாதவராய் முத்து மூக்கனுடனேயே உட்கார்ந்திருந்தார். இளையோர்களும் சிறுவர்களும் சுற்றிலும் வேடிக்கை பார்த்துக்கொண்டிருந்தனர்.

முத்து, முத்துராசாவை அருகே அழைத்தார். அவர் பேச விரும்பிய சொற்கள் தொண்டையைத் தாண்டி வெளியே வரமுடியாமல் தவித்தன. அவரது மொழியை நாக்கால் எட்டித் தொடமுடியவில்லை. உடம்பிலிருந்த நீர் வற்றிப்போயிருந்தது. காற்றோடு காற்றாய் மெலிந்த சொற்கள் வெளியேறின.

“எப்ப வந்தான்… யாரு கூட்டிக்கிட்டு வந்தது...?”

முத்துராசு, அவரது முதிர்ந்த மொழிக்குக் காது கொடுத்தான். முத்துவின் மொழி, அவனது காதில் ஒரு தொலைதூர மழைச்சத்தத்தைப் போல் விழுந்தது.

“யாரு கூட்டினு வந்தான்னு தெரில பெரியப்பா… மத்தியானமா… ஆலமரத்தடில வந்து படுத்திருந்தாரு… என்னா ஏதுன்னு விசாரிச்சப்போ… நம்ம ஊருன்னு சொன்னாரு. பேசிப் பாத்ததுல யாரு இன்னாருன்னு எனக்கும் தெரிஞ்சிபோச்சி… அதான், கஞ்சிய கொடுத்து இங்கிட்டு படுக்க வச்சிருந்தேன்… யாருன்னு ஒனக்குத் தெரிதா…?”

முத்து, கழுத்தை நன்கு வலுவாக அசைத்து, 'தெரியும்... என் பங்காளி... என் கூட்டாளி... என் உடன்பிறப்பு' என்ற வார்த்தைகளை உதிர்ப்பதைப்போல், அவனை உறுதியாகப் பார்த்தார். மூக்கனைக் கண்டதும் கண்ணீர் அரும்பியிருக்கும் போல, அவரது கண்கள் ஊளைதள்ளியிருந்தன.

தெருவிளக்கு வெளிச்சத்தில் கட்டிலில் அமர்ந்திருந்த இரண்டு முதிர்ந்த மனிதர்களையும் பேச விட்டுவிட்டு முத்துராசு விலகி அமர்ந்துகொண்டான். மலரின் கைமணம் வாசல் வரை நிறைந்திருந்தது. அவர்கள் ஒருவர் மாற்றி ஒருவர் தமது கைகளைப் பற்றிக்கொண்டிருந்தார்களே தவிர, எதுவும் பேசிக்கொள்ளவில்லை. முத்துவின் சொற்கள் வலுவிழந்து முடங்கி வெகுநாட்களாகி விட்டன என்பதை மூக்கன் உணர்ந்திருக்கக்கூடும். மூக்கனுக்கும், மனம் விட்டுப் பேசுவதற்கான மொழி எப்போதோ இறந்துபோயிருக்கும் என்று முத்துவும் நினைத்திருக்கக் கூடும். அவர்கள் மௌனமாக, அருகருகே, வெகுநேரம் உட்கார்ந்திருந்தார்கள்.

பூவரசு இலைகள் உதிர்ந்துகொண்டிருந்தன. அரை நிலவின் வெளிச்சம் வாசலில் இறங்கியிருந்தது. மலர், ஒரு சில்வர் தட்டில் சோறு எடுத்து வந்து அவரருகில், கட்டிலில் வைத்தாள். அதிலிருந்து, அவரைக்காயின் மணம் எழுந்தது. முத்துராசு முத்துவை உணவு உண்ணச் சொன்னான்.

"பெரியப்பா... நீங்களும் கொஞ்சம் சாப்பிடுங்க..."

அவர், வீட்டுக்குப் போய் உண்பதாக மறுத்துவிட்டார். கொஞ்சம் தண்ணீர் மட்டும் குடித்துக்கொண்டார். ஊரடங்கும் நேரம் இப்போது அதிகரித்திருந்ததை மூக்கனால் உணரமுடிந்தது. அவரது தோள்களை அழுத்தி விடைபெற்றுக்கொண்ட முத்து, காலையில் வருவதாகக் கூறிவிட்டு எழுந்தார்.

"வரேன் மூக்கா..."

அந்த வார்த்தைகள் மெலிந்து ஒலித்தன. முத்துராசு, கைத்தடியை எடுத்து அவரின் கையில் கொடுத்து, மூங்கில் படலை தாண்டி கொண்டுபோய் விட்டுவிட்டு வந்தான்.

தெருவிளக்கு வெளிச்சமும், நிலவு வெளிச்சமும் இருளை நீக்கியிருந்தன. தட்டுத்தடுமாறிச் செல்லும் முத்துவையே வைத்த கண் வாங்காமல் வெறித்துக்கொண்டிருந்த மூக்கன், உணவைப் பிசைந்து முதல் கவளச் சோறை வாயில் வைத்தபோது, ஆயிரம் பேர் சேர்ந்து நினைத்தால் எவ்வாறு புரையேறுமோ அவ்வாறு புரையேறித் திக்குமுக்காடிப் போனார்.

தலையில் லேசாகத் தட்டிக்கொடுத்தும், முதுகைத் தடவிக் கொடுத்தும் தண்ணீர் குடிக்க வைத்தான் முத்துராசு. அதற்குள் அவரது விழிகள் பிதுங்கிக்கொண்டுவிட்டதைப்போல் ஆகியிருந்தன. கண்களின் ஓரங்களில் நீர்த்துளிகள் வழிந்து சிந்தின.

முத்துராசு அவர் நெஞ்சையும் முதுகையும் தேய்த்துவிட்டான். இந்த மண்ணில் கலந்துபோயிருக்கும் அவரது தாய் தகப்பனின் ஆவிகள் அந்த இடத்தில், சுற்றி நின்றுகொண்டிருப்பதைப்போல் நாலா பக்கமும் அவர் மலங்க மலங்க பார்த்தார். முத்துராசு மீண்டும் கொஞ்சம் தண்ணீர் குடிக்க வைத்துத் தேற்றினான். அவரது கை, உணவை எடுக்க நடுங்கியது. முத்துராசு ஊட்டிவிட்டான். உமிழ்நீரில் உணவு கலந்தபோது அவரிடமிருந்து லேசான விசும்பல் வருவது போலிருந்தது. முத்துராசுக்கு என்ன செய்வதென்று தெரியவில்லை. மலரைப் பார்த்தான். அவன் வைத்திருந்த உணவுப் பாத்திரத்தை வாங்கிக்கொண்டு, அவரது கண்ணோரங்களில் வழிந்த கண்ணீரை, தன் இடது கையால் துடைத்துவிட்டாள். தன் செல்லம்மாவுக்கு ஊட்டிவிடுவதைப்போல் மனசுக்குள் தாய்மையைப் பெருக்கிக்கொண்டு மூக்கனுக்கு ஊட்டிவிட்டாள். அவரது கண்கள் பனித்தன. சிறுவயதில் தன் தாயிடம் கண்ட பரிவை, வெகு காலத்திற்குப் பின்பு மீண்டும் உணர்ந்தவரைப்போல் அவர் முகம் மாறியது. அவளுடைய வார்த்தைகள் ஆறுதல் கொடுத்தன.

“தாத்தா... ஒண்ணுமில்ல... சாப்பிடுங்க...”

முத்துராசு, அவள் தோள்களைத் தொட்டு அழுத்தி, காதருகே சொன்னான்.

"தாத்தான்னு சொல்லாத மலரு... மாமான்னே சொல்லு... இவுரும் எங்கப்பந்தான்..."

மலர் சிரித்தாள். பிறகு, "ம்" என்றாள்.

எச்சில் இழைகள் அறுபட அவரது வாய் மெல்லத் திறந்து கொடுத்தது. வயிறு நிறையும்போது ஒரு மனிதனின் முகத்தில் எப்பேர்ப்பட்ட ஒளி வெளிப்படுகிறது! மூக்கனின் கண்கள், அந்த இருளும் ஒளியுமான பொழுதில், பசியாற்றும் தன் தாயின் முகத்தைக் கண்டடைந்தன. அவருடைய கைகளை அலம்பி விட்டுவிட்டு, மீண்டும் ஒருவாய் நீரைப் பருகக் கொடுத்தாள் மலர்.

"மாமா... படுத்துக்கிறியா..." என்றாள்.

மெதுவான தலையசைப்புக்குப் பின் "ம்" என்ற ஓரெழுத்து அவரிடமிருந்து கேட்டது. உட்கார்ந்த நிலையில் இடது பக்கமாக மெல்லச் சரிந்தது அவர் உடம்பு. தொங்கிய கால்களை எடுத்து மேலே வைத்து நீட்டிவிட்டாள். இடது கையைத் தலைக்குக் கொடுத்து சுருண்டு கொண்டார். ரொம்ப வருசத்துக்குப் பிறகு இப்படியோர் அன்பு கிடைக்கப்பெற்ற நிம்மதியில் படுத்தவுடன் கண்கள் உறக்கம் கொண்டன. முத்துராசு ஒரு பழைய சேலையை எடுத்துக்கொண்டு போய் அவரது கழுத்திலிருந்து கால் வரைக்கும் போர்த்திவிட்டான். சேலையால் போர்த்திவிட்டதைக் கண்டு மலர் குறைபட்டுக்கொண்டாள்.

"இந்தே... ஏதாவது போர்வை எடுத்துட்டு வந்து போத்திவுடேன்..."

"இல்லடி... அவரு எப்பவுமே எங்க ஆயா சேலையத்தான் போத்திக்கிட்டு படுப்பாருன்னு எங்கப்பன் சொல்லிருக்கு... அதான்..."

"ம்... அப்படியா... மாமாவுக்கு இதெல்லாம் எப்படித் தெரிமாம்!"

"ஏய்... எங்கப்பனும் மூக்கப்பனும் வேற வேற தாய்க்குப் பொறந்தாலும் ஒரே வவுத்துல பொறந்த மாதிரிதான் இருந்திருக்காங்க... எங்கப்பன் சொன்ன கதையெல்லாம் சொன்னேன்னா... ஒனக்கு ஆச்சரியமா இருக்கும்..."

"அத நான் ஒங்கிட்டியே கண்டுபுடிச்சிட்டேன்..."

"எதை...?"

"ம்... ஆளு யாருன்னு தெரிஞ்ச பொறவு நீ காட்டுற அக்கற இருக்கே... அதை..."

"மூக்கப்பன் மட்டும் ஊரவிட்டுப் போவாம இருந்திருந்தா... நான் அவருக்குத்தான் பொறந்துருப்பேன்..."

"யோவ்... என்னா சொல்ற... புரில... கொஞ்சம் வெவரமா சொல்லு...?"

"ஏய்... எங்கம்மா, மூக்கப்பனோட சொந்த மாமன் மொவ. அவரு மேல கொள்ள ஆச வச்சிருந்திருக்கு... ப்ச்... மூக்கப்பன் ஊரவிட்டுப் போன பொறவு அது கண்ணாலமே வேணாம்னு கெடந்திருக்கு. அதோட அப்பன் ஆத்தா ரெண்டு பேரும், அடுத்த மூணு வருசத்துல ஒருத்தர் மாத்தி ஒருத்த, அப்ப வந்த ஒரு கொள்ள நோயில போயிட... எங்கம்மா ஒத்தையில நின்னிருக்கு... அப்பத்தான் எங்கப்பா கட்டிக்கிட்டாரு... விருப்பமே இல்லாம ஒரு கண்ணாலம், ஒரு கொழந்த, ஒரு வாழ்க்கை... அந்த நோக்காட்டுலியே... அது, அரைவயசுலியே போய்ச் சேந்துடுச்சி..."

முத்துராசுக்குத் தொண்டை குழறியது. அவனுடைய மனம் உடைந்துவிட்டதை மலர் உணர்ந்துகொண்டாள்.

"யோவ்... எதையோ கேக்கப்போவ என்னன்னமோ பேசிக்கிட்டு கெடக்கோம்..."

முத்துராசு அவள் மார்புக்கூட்டுக்குள் இழுக்கப்பட்டான். அவன் தலைமுடிக்குள் விரல்களை விட்டுக் கோதிவிட்டவள், நெற்றி நனைய முத்தமிட்டாள். உறங்கிக்கொண்டிருந்த செல்லம்மா எதற்காகவோ சிணுங்கினாள். அவளுடைய சிறிய கண்களில் கோடி நட்சத்திரங்களைக் கண்டுகொண்டிருப்பாள். இருளில் கைகளால் துழாவி அவள் முகத்தைத் தடவிக்கொடுத்தாள் மலர். அதே கணம் முத்துராசின் பின்னந்தலையைக் கொத்தாகப் பற்றி, தன் நெஞ்சில் இன்னும் ஆழமாகப் புதைத்துக் கொண்டாள்.

நீர் வடிவிலான சிறிய நெறிஞ்சில் பூக்களைப்போல் அவளது மார்பில் பூத்திருந்த வியர்வையில் முத்துராசின் முகம் நனைந்தது. அதன் உப்புச்சுவையைப் பருகியவன், அந்த நீர் மலர்கள் அவளது உடம்பு முழுக்கப் பூத்திருந்ததை மெல்ல மெல்லத் தன் உதடுகளால் பறித்து எடுத்தான். களைத்து அவர்கள் உறங்கத் தொடங்கியபோது நிலவு உச்சிக்கு வந்திருந்தது.

எங்கோ தொலைவில் அக்கக்கா குருவிகள் ஒலியெழுப்பிக் கொண்டிருந்தன. மூக்கனின் உடம்பு சன்னதம் கொண்டதைப்போல் நடுங்கத் தொடங்கியது. யாரோ தட்டி எழுப்புவதைப்போல் ஒரு சிலிர்ப்பு. அனத்திக்கொண்டே எழுந்து உட்கார்ந்தபோது, ஊருக்குள் குதிரையின் குளம்படிச் சத்தம் கேட்பது போலிருந்தது. தன்னையறியாமல் அவரது வாய் ‘வீரா... வீரா... வீரா...’ என்று அரற்றியது. காதுகள் கூர்ந்து கேட்கும் விதத்தில் விடைத்தன. கட்டிலுக்குக் கீழே படுத்திருந்த கறுப்பு நாய் ஒரே ஒருமுறை குரைத்துவிட்டு ஒடுங்கிக் கொண்டது. தெருவில் படுத்திருந்த மற்ற நாய்களும் அதேபோலவே செய்தன. எந்தச் சத்தமும் இல்லை. குளம்படிச் சத்தம் மட்டும் கேட்கிறது.

மூக்கனின் கண்கள் அனிச்சையாக ஆகாயத்தைப் பார்க்கின்றன. மேகங்களற்ற முழுமையான நீலவானில் நட்சத்திரங்கள் இறைந்து கிடக்கின்றன. அத்தனை கோடி நட்சத்திரங்களுக்குள் அவர் கண்கள் எதையோ தேடுகின்றன. அவர் பார்க்க விரும்புவது வெள்ளை வெளேரென இருக்கும் ஒரு நட்சத்திரம். அதுதான் அவருடைய இரவு பயணங்களுக்கு இத்தனை ஆண்டுகள் துணையாக வந்தது. அந்த நட்சத்திரத்தைத்தான் தன்னுடைய அப்பா ராமன், தன் குழந்தைகளுக்கு அறிமுகப்படுத்தி, அதன் வெளிச்சத்தில் எப்படி இரவுகளைக் கடப்பது என்று சொல்லிக் கொடுத்திருந்தார். காலங்காலமாக அந்த நட்சத்திரம் காட்டிய பாதையில்தான் நம் முன்னோர்கள் பயணப்பட்டார்கள் என்று அவர்களிடம் கூறியிருந்தார் .

அதோ... அந்த நட்சத்திரம். மூக்கன் கண்டுபிடித்துவிட்டார். ஈசானி மூலையில் ஓரிடத்தில், அந்த நட்சத்திரம் ஒளிந்து கொண்டிருந்தது. அது இப்படித்தான் சில வருடங்களாக

அவரிடம் ஒளிந்து விளையாடுகிறது. ஏன்? அவருக்கும் அந்த நட்சத்திரத்துக்குமான உறவில் ஒரு விரிசல். அந்த விரிசலை மூக்கன்தான் ஏற்படுத்திக்கொண்டார். ஆம், அவரேதான் அதனிடமிருந்து பிரிந்து சென்றார். அது காட்டிய பாதைக்கு எதிரே சென்று துயருற்றார். வேண்டுமென்றுதான், விரும்பிதான் செய்தார். அப்படியொரு வருத்தம், அப்படியொரு மன விரிசல். தம்பி கொல்லப்பட்ட இரவில், அப்பாவின் உடம்பு புளிய மரத்தில் தொங்கிய இரவில், அம்மாவின் உயிர் சொல்லிக்கொள்ளாமல் பிரிந்த இரவில்... இப்படி எந்த இரவிலும் அந்த நட்சத்திரம் முன்கூட்டியே அறிவிக்கவில்லை. அதை நம்பித்தான் அந்த இரவுகளில் தொலைதூரம் போயிருந்தார். ஒரு சின்ன சமிக்ஞை... ஒரேயொரு சின்னக் கனவு, ஒரு நினைவூட்டும் சகுனம்... ஒன்றும் சொல்லவில்லை அந்த நட்சத்திரம். அவரை முற்றிலும் கைவிட்டு விட்டதைப்போல் அவர் உணரத் தொடங்கினார். அதற்குப் பிறகு அதன் ஒளியை மதிக்கவில்லை, அதன் ஒளியில் பயணித்ததில்லை. இருட்டு... இருட்டு... இருட்டு... அதற்குப் பிறகான எல்லா இரவுகளும் அவரைப் பொறுத்தவரை வெறும் பாதாள இருட்டுதான். ஆனால், அந்த நட்சத்திரம் அவர் கூடவே வந்துகொண்டிருந்தது. அவர் அதைக் கண்டுகொள்ளவே இல்லை.

இப்போது, வெகு காலத்துக்குப் பின்பு அதை மீண்டும் கண்டெடுத்துள்ளார். ஒரு கைத்தடியைப் பிடித்துக் கொள்வதுபோல் அதன் ஒளியைப் பிடித்துக்கொண்டு நடக்க வேண்டும்போல் இருந்தது. அந்த ஒளி ஒரு பாழடைந்த குடிசைக்கு முன் கொண்டுபோய் நிறுத்தியது. அது யாருடைய குடிசை? ஒரு பரிதாபத்துக்குரியவனின் குடிசை. ஒரு பாவப்பட்டவனுடைய குடிசை. ஒரு துரதிருஷ்டசாலியின் குடிசை.

அந்தக் குடிசை யாருக்கும் தேவைப்படவில்லை. அந்த துர்பாக்கியம் பிடித்த குடிசையை யாரும் விரும்பவில்லை. அப்படியே போட்டுவிட்டார்கள். பாழடைய விட்டுவிட்டார்கள். அதை நெருங்கிச் செல்லக்கூட அஞ்சியவர்கள் சொன்ன கதையால், இப்போது வாழும் தலைமுறைக்கும் பயம் போகவில்லை.

சுவர்கள் இடிந்து குவிந்துகிடந்தன. மழையிலும் வெயிலிலும் அதன் வாசமும் நிறமும் கரைந்து தொலைந்திருந்தன. கூரையில் இருந்த ஓலைகளும் மூங்கில்களும் அந்த மண்ணில் புதைந்திருந்தன. நிலவு வெளிச்சத்தில் தன் வீட்டுக்கு முன்பு, ஒரு புதைமேட்டுக்கு முன் நிற்பதுபோல் உணர்ந்தார் மூக்கன். ஒரு நாய்கூட குரைக்கவில்லை, ஒரு பறவையின் முனகல் இல்லை. அந்தக் குளம்படிச் சத்தம் எங்கே! அதுவும் இல்லை… ஓ… வீரன் ஊருக்கு வெளியே போய்விட்டான்.

மூக்கனின் நெஞ்சில் ஒரு பாறை ஏற்றப்பட்டிருந்தது. அது அழுத்தியது. அப்படியே மண்டியிட்டு உட்கார்ந்தார். அந்தப் பாழும் இடத்திலிருந்து 'குருக்…குருக்' என்று ஒரு சத்தம் கேட்டது. கரையான் தின்றதுபோக மீதமிருந்த மூங்கிலின் பாகங்களை வண்டுகள் குடைந்துகொண்டிருந்தன.

தெற்கு முகமாகத் திரும்பி, கைகளை யாசிப்பதற்காக விரிப்பதுபோல் விரித்து, அந்த முழு இரவும் கலங்கும்படி ஓலமிட்டு அழுதார் மூக்கன்.

"அக்கினி வீரா… ஆகாச வீரா… உக்கிர வீரா… ஊராளும் வீரா… இப்படி, என் கொலத்தைக் காக்காம போயிட்டியே… தொணை நிக்காம உட்டுட்டியே… என் வம்சமே போயிடுச்சே… என் வம்சமே போயிடுச்சே…"

ஊரில் ஒரு மறுகுரல் இல்லை. பதிலுக்கு நாய்கள் கூட ஓலமிடவில்லை. மூக்கனின் ஓலமும் கேவலும் யாருக்குமே கேட்கவில்லையா? எப்படிக் கேட்கும். அந்தக் குரலில் ஒலி இருந்தால்தானே கேட்கும். ஓலம் தொண்டையைத் தாண்டாவிட்டால் ஊருக்கு எப்படிக் கேட்கும்! மூக்கனின் ஊமை நெஞ்சிலிருந்து வெளியேறிய ஓலம், ஊரின் ஒரு காதையும் எட்டவில்லை.

ஆனால்,

சுடுகாட்டில், தலைச்சன் ஆண் பிள்ளையின் மண்டையோட்டைத் தேடிக்கொண்டிருந்த கோடங்கி அந்த ஓலத்தைக் கேட்டு ஊரைத் திரும்பிப் பார்த்தான்.

5

ஒரு மாதம் ஓடிவிட்டது. அதுவொரு வெறிச்சோடிய பகல்.

ஆலமரத்து நிழலில், ஊரின் வெறுமையைப் பார்த்தபடி கன்னத்தில் கைவைத்து உட்கார்ந்திருந்த மூக்கனை முருவம்மாள் கிழவி நெருங்கி வந்து உட்கார்ந்தாள். வாயில் காய்ந்த வெற்றிலையைப் போட்டு அதக்கிக்கொண்டே அவர் முகத்தை நோக்கினாள். மூக்கன், எதுவும் என் கவனத்தை எட்டவில்லை என்பவரைப்போல் ஊரின் அகாலத்தை வெறித்துக்கொண்டிருந்தார். சிவந்த எச்சிலை மரத்தின் வேர்க்கட்டையில் துப்பியவள், மூக்கனின் கண்களில் தெரிந்த விரக்தியைக் கண்ணுற்று பெருமூச்செறிந்தாள்.

அவளுக்கு, அவருடைய விரக்தியின் காரணம் புரிந்தது. வளமான ஊரின் நினைவுகள் அவளுக்குள்ளும் ததும்பிக்

கிடந்தன. முப்பது நாற்பது வருடத்திற்கு முன்பெல்லாம் ஊர் இப்படியா இருந்தது! பாலைவனம் போல் வெறிச்சோடிக் கிடக்கும் இந்த ஊர் அப்போது பசுமை போர்த்தியல்லவா கிடந்தது. கோடையைத் தவிர மற்ற பருவ காலங்களில், எங்கு திரும்பினாலும் பச்சைப் பசேலென்ற காட்சிகள். சுற்று வட்டார கிராமங்களில் ஏகபோகமாக கரும்பு விளைந்த ஊரல்லவா இது! வயல்களில் இருந்த கரும்பாலைகளிலிருந்து வெல்லப்பாகின் வாசனை வெளியேறி சுத்துப்பட்டில் உள்ள எட்டூருக்கும் செல்லும். கரும்புப் பால் குடிப்பதற்காக வெளியூர் சனங்கள் ஊருக்கு வரும்போது சொல்லும் கதைகளைக் கேட்க வேண்டுமே... அடடா... இனிக்க இனிக்கச் சொல்வார்கள்.

கரும்புப் பால் குடிப்பதற்காக, கிழக்கத்தி மக்கள் முந்திரிக் கொட்டைகளையும், மேற்கத்தி மக்கள் சக்கரைவள்ளிக் கிழங்குகளையும் பண்டமாற்றாக எடுத்து வருவார்கள். தெற்கிலிருந்து பனைவெல்லம் எடுத்து வருபவர்கள் ஒரு வார காலமாவது, கரும்புப் பால் குடிப்பதற்காகவே ஊரில் தங்கி வியாபாரம் பார்ப்பார்கள். வடக்கிலிருப்பவர்களுக்கு வெள்ளாற்றுப் பாசனம் இருந்ததால் அந்தப் பகுதியும் கரும்புக்குப் பேர் போனதாக இருந்தது. அவர்கள் இந்த ஊரைக் கண்டு ஆச்சரியப்பட்டார்கள். ஆற்றுப் பாசனமில்லாத ஊரில் எப்படி இவ்வளவு அமோகமான கரும்பு விளைச்சல் சாத்தியமாகிறது என்ற கேள்விக்கு, அவர்கள் விடை தெரியாமல் முழித்துக் கொண்டிருந்தார்கள். நீரின் தேவை அதிகம் கொண்ட ஒரு பயிர், ஆற்றுப்பாதையோ அல்லது மோட்டார் வசதியோ எதுவுமில்லாத ஊரில் எப்படி இவ்வாறு செழித்து வளர்கிறது என்ற வியப்பு அவர்களிடம் மறையவில்லை.

அகரம் சேவூர், கொடிக்களம், சன்னானூர் போன்ற ஆற்றோர கிராமங்களிலிருந்து, கரும்பும் ஆலையும், வெல்லப்பாகு வாசனையும் நிரம்பிய இந்த ஊரை, வேவு பார்க்க வந்து போனார்கள் என்றெல்லாம் கதை அடிபடும். கேட்கவே குதூகலமாக இருக்கும்.

யானைவாரி ஓடையைத் தவிர வேறொரு பெரிய

நீர்ப்பாதையில்லாத ஊரில் இந்தளவுக்குக் கரும்பு விளைவித்து, மற்ற ஊர்களை மூக்கில் விரலை வைக்க வைத்த மக்கள் இப்போது, காய்கறிக் கழிவுகள் அழுகி நாறும் நகரத்தில் மூட்டைத் தூக்கிகளாக மாறிவிட்டார்களே என்று புலம்பினாள் முருவம்மாள் கிழவி. அவளது பொக்கை வாயிலிருந்து வெளிப்பட்ட வார்த்தைகளைக் காதில் வாங்கிக் கொண்டாலும், காதில் விழாதவர் போலவே உட்கார்ந்திருந்த மூக்கனின் செயலில் கடுப்புற்று, ஒரு கட்டத்தில் முகத்துக்கு நேரே கேட்டு விட்டாள் கிழவி.

“இந்தாரு… என்ன மனுசன்யா நீ… நான் இம்மாம் கத்து கத்திக்கிட்டு கெடக்கேன்… நீ என்னமோ… எனக்காச்சு, என் சுன்னிக்காச்சுன்னா மாதிரி உக்காந்துருக்கவன்… ஒரு பொட்டச்சிக்குப் போயி ஏன் காது கொடுக்கணுமுன்னு நெனைக்கிறியோ..?”

தன் காலத்து மனுசி. என்னவோ இன்று இத்தனை மனக்குமுறலைக் கொட்டிக் கொண்டிருக்கிறாள். யாரிடம் சொல்லியிருப்பாள்? அல்லது யார்தான் அவள் மனதில் உள்ளதைக் கேட்டிருப்பார்கள்? பாறையில் பதுங்கிய தேரையாட்டம் அவள் மனதில் புதைந்து கிடந்தது அப்படியே கிடந்திருக்கும். ஒருவரும் இறக்கி வைத்திருக்க வாய்ப்பில்லை. இங்கு, யாருக்கு அதற்கெல்லாம் நேரமிருக்கிறது, மனமிருக்கிறது? மூக்கனுக்கு முருவம்மாவின் பேச்சில் எந்தவித உறுத்தலும் இல்லை. தான் கண்ட ஊரின் செழித்த கோலத்தை அவளும் பார்த்து வளர்ந்தவள். அவள் பேச்சுக்குப் பதில் சொல்லக்கூடாது என்றெல்லாம் நினைக்கவில்லை. என்ன பேசுவது என்று தெரியாமல்தான் மூக்கன் உட்கார்ந்திருந்தார்.

எங்கெங்கோ அலைந்து, சன்னியாச கோலம் பூண்டு, பிச்சைக்கார வாழ்க்கை வாழ்ந்து, பைத்தியமாகத் திரிந்த நாட்களிலெல்லாம் சொந்த ஊருக்கு ஒருநாள் போகமாட்டோமா, இந்தக் கட்டையை, பிறந்த ஊரில் ஒருநாள் கிடத்த மாட்டோமா என்ற சிந்தனை வரும். ‘இந்த உயிர் இத்தனை இழிவுகளையும் தாங்கிக்கொண்டு ஏன் கிடக்கிறது தெரியுமா?’ என்று

வாய்விட்டு ஆகாயம் நோக்கி கைவிரித்துக் கதறியிருக்கிறார் மூக்கன். அப்போதெல்லாம், ‘நீ என்னதான் நாடு நகரம்னு அலைஞ்சாலும், கடேசியா… ஒன் ஊருல போயிதான் ஒங்… கட்டை வேகும். நீ வேணாம்னு தூக்கிப் போட்டுட்டு வந்தாலும்… எதுவும் உட்டுப் போகாது ராசா… போ… போயி ஒம் மண்ணுல கெட… ஒன் சாமி காலடில போயி விழு… உப்புத்தண்ணியோ உசுருத்தண்ணியோ… ஒன் கடேசிக் காலத்துல ஒன் தொண்டைய அங்க போயி நனைச்சிக்க…’ என்ற அசரீரி கேட்கும். அந்தக் குரல்தான் தன்னை, ஊரை நோக்கிச் செலுத்தியது என்று அவருக்குத் தெரியும்.

சரி, நமக்கு அழைப்பு வந்துவிட்டது. நம்ம மண்ணில் போய் ஓரிடம் பிடித்துக்கொள்வோம் என்று இங்கு வந்தால், ஊரே பாழடைந்ததுபோல் கிடக்கிறது. காட்டில் ஒரு பச்சையில்லை; ஊரில் ஒரு ஈ காக்கா இல்லை. வெறிச்சோடிக் கிடக்கிறது ஊரும் காடும். கோயில், குளம், ஓடை, ஓடப்பு, வாய்க்கா, வரப்பு, தோப்பு, துரவு எல்லாம் தொலைந்து, ஊர் பொசுக்கென்று கிடக்கிறது. ‘என்னைத்தான் புடிச்சி ஆட்டுறியோன்னு பாத்தா… என் ஊரையுமில்லே புடிச்சி ஆட்டுறே…’ என்று விதியிடம் முறையிட்டார் மூக்கன்.

ஊர் எல்லையில் காலடி எடுத்து வைத்தபோதே மூக்கனுக்கு எல்லாம் விளங்கிவிட்டது. பிடுங்கிப் போட்ட பூண்டுச் செடியாட்டம் ஊர் வதங்கிப்போய்க் கிடந்ததை, எல்லையில் நின்றபோது, காலைப் பிடித்துத் தலைக்கு ஏறிய வெப்பத்திலேயே தெரிந்துகொண்டார். குலசாமியைக் கண்டபோது மொத்தமும் உறுதியாகிவிட்டது. வாழணும் என்ற ஆசைபோய், பிழைத்துக் கிடந்தாலே போதும் என்கிற நிலைக்கு ஊர் வந்துவிட்டது என்பதை ஊருக்குள் காலடி வைத்தபோதே உணர்ந்து கொண்டார்.

அந்தப் பெருமூச்சோடு அமர்ந்திருந்ததால், முருவம்மா கிழவியின் நொம்பலச் சொல் மண்டையில் உறைக்கவில்லை. கிழவி, ஒரு காய்ந்த வெத்தலையை மடித்து, புகையிலைக்கு சுருக்குப் பையைத் துழாவிய கணத்தில் அவளைப் பார்த்தார்

மூக்கன். சுருக்குப் பையில் நுழைந்த கை, உள்ளேயே தனக்குத் தேவையான புகையிலையை நகத்தால் நறுக்கிக்கொண்டிருந்தது. திட்டமான புகையிலையை எடுப்பதில் கவனம் குவிந்திருந்ததால் மூக்கன் பார்த்ததை, கிழவி அறியவில்லை. கிள்ளிய கீற்றை வாயில் வைக்கப் போனவள், கவனித்துவிட்டாள். ஒரு மின்னல் வெட்டைப்போல் மூக்கனின் கண்கள் அவளிடமிருந்து விலகின. அது விலகிய முறையை வைத்து, அப்போதுதான் அவர் கண்கள் தம்மிடமிருந்து விலகின என்று கிழவி உணர்ந்துகொண்டாள். மூக்கனின் இளமைக்காலத்தில் அவரை நினைத்து மருகிக் கிடந்த ஞாபகம் வந்து தனக்குள் சிரித்துக்கொண்டாள். நீண்டதாக உரிந்த ஒரு புளியம்பட்டையைப்போல் சுருங்கிய தன் வலது கையால் அவரது தாவாங்கொட்டையைப் பிடித்து நிமிர்த்தியவள் கேட்டாள்:

“இம்மா நாளா... எந்த தேசத்துலய்யா கெடந்தே... சோறு தண்ணிக்கெல்லாம் என்ன பண்ணுன...?”

அந்தக் கேள்விக்கு என்ன பதில் சொல்லலாம் என்று ஒரு நொடிகூட யோசிக்கவில்லை அவர்.

“ஓலச்சித்தான் தின்னேன்... வேறெந்த ஈனப்பொளப்புக்கும் போகல...”

கிழவியின் முகத்தில் கவலை தோய்ந்திருந்தது. ‘எப்படியெல்லாம் வாழ்ந்த ஆளு, உனக்கு ஏன் இப்படியொரு நிலைமை’ என்பதுபோல் அந்தச் சுருங்கிய முகத்தைப் பார்த்தாள். அந்த முகம் ஆயிரம் கதைகளை அவளுக்குச் சொல்வதுபோல் இருந்தது. அந்தக் கதைகளையெல்லாம் பொழுதுக்கும் உட்கார்ந்து கேட்க கிழவிக்கும் ஆசைதான். ஆனால், வாய்விட்டுச் சொல்ல முடியாதவராய் மூக்கன் இருந்தார்.

காற்றில் அனல் ஏறத் தொடங்கியபோது மூக்கனைக் கூட்டிப்போக முத்துராசு வந்து நின்றான். இடுப்பில் நிற்காத தன் பழைய மக்கிய சேலையை வாரிச் சுருட்டிக்கொண்டு போகும் முருவம்மா கிழவியையே பார்த்துக் கொண்டிருந்தவர், ஊரில் அலையும் அகாலத்துக்கு வயதானவர்களே சாட்சிகளாக

இருந்துகொண்டிருக்கிறார்கள் என்று நினைத்தார்.

உச்சியில் நழுவிய ஆல இலையொன்று ஒரு கிளையில் மோதி புரண்டு புரண்டு கீழே விழுந்துகொண்டிருந்தது.

6

ஏதற்காகவோ காத்திருந்து, அது வந்தவுடன் சொல்லிவிட்டுப் புறப்பட்டு விட்டதைப்போல், மூக்கனைப் பார்த்துப் பேசிய மறுநாள் மாலையில் முருவம்மா கிழவி இறந்து போனாள். முத்துராசு வந்து சொன்னான்.

“அப்பா... முருவம்மா கெய்வி இருக்குல்ல...”

“ம்...”

அவரிடமிருந்து திணறலான ஓர் ஒலி வந்தது.

“அது... தவறிடுச்சி...”

ஒரு புகையைப்போல் வந்து சூழ்ந்துகொண்ட மனக்கலக்கத்தை மறைத்தவராய் கேட்டார்.

“எப்போ...?”

பயமும், நெஞ்சுக்கூடு உடைந்து விட்டதைப்போல் ஒரு நடுக்கமும் வந்து

பீதியடைந்தவரைப்போல் அவர் முகம் இருண்டுபோகுமோ என்று நினைத்தவனுக்கு, அவரது அழுத்தமான முகம் ஏமாற்றத்தைக் கொடுத்தது. முத்துராசின் கண்களைப் பார்த்தார். நேற்று அவ்வளவு நேரம் உடனமர்ந்து வக்கனை பேசியவள் முழுதாய் இரண்டு நாள் ஓடவில்லை, அதற்குள் போய்விட்டாள் என்பதை அவரால் நம்ப முடியவில்லை. போவதற்கு முன் சொல்லிவிட்டுப் போகத்தான் வந்தாளோ! என்னிடம் சொல்ல என்ன சேதியோடு இருந்தாளோ... நான் பாவி... காது கொடுத்துக்கூட கேட்கவில்லை என்று நினைத்தார். சிந்தனையில் விழுந்த அவர் முகத்தைக் கண்டு, நாம் சொல்வதை நம்பவில்லையோ என்று நினைத்து, பக்கத்தில் அமர்ந்து, அவர் கையைப் பிடித்து, செய்தி உண்மையென்பதை ஓர் அழுத்தம் கொடுத்து நம்ப வைத்தான் முத்துராசு. காய்ந்து வறண்டுபோன அவரது கண்களில் கண்ணீருக்குப் பதில் பீளை தள்ளியது. தட்டுத்தடுமாறி எழுந்தவரை அவன் தடுக்கவில்லை. தனியாகப் போக விரும்பியவரைக் கைபிடித்து அழைத்துச் சென்றான். கிழவியின் இறப்புச் செய்தி அவரைக் கொஞ்சம் பலவீனப்படுத்தியிருந்தது.

தெற்கு பார்த்த வாசலைக் கொண்ட சிறிய குடிசைக்கு முன் ஒரு மரபெஞ்சில் கிழவியின் உடம்பு கிடத்தப்பட்டிருந்தது. புதிய சேலைகள் அவள் உடம்பின் மேலே போர்த்தப்பட்டிருந்தன. எப்போதும் கண்களில் பீளையோடு இருந்த முகத்தைக் கழுவி ஒரு மலரைப்போல் ஆக்கியிருந்தார்கள். அந்தச் சுருங்கிய முகத்திலிருந்த முதுமையின் சுவடுகள் எங்கோ ஓடி மறைந்து கொண்டுவிட்டதைப்போல் முகத்தில் ஒளி கூடியிருந்தது.

பறையடித்துக் கொண்டிருந்தவர்களில் ஒருவர், வலது கையால் தன் வலது காதை மூடி, இடது கையை எதிரே நீட்டிப் பாடிய, பாடலின் ஒவ்வொரு வரியின் கடைசி ஒலியும் 'ஹோய்...' என்று முடிந்தது. மற்ற கலைஞர்களும் அந்த 'ஹோய்'க்கு எசப்பாட்டாக 'ஹோய்' என்று குரலை ஒலிக்கவிட்டனர். அந்த ஒலிக்குப் பிறகு ஐந்து நிமிடம் தப்பட்டையை அதிர அதிர முழக்கினார்கள். குட்டையான, முற்றாத காய்களைக் கொண்ட

வாழை மரங்களைக் கட்டியிருந்த, நாலுக்கு நாலு அடி பந்தலில் சிறிதாய் அந்தி வெயில் ஒதுங்கியிருந்தது. மீதியிருந்த நிழலில் குழுமிய பெண்கள் ஒப்பாரி பாடிக்கொண்டிருந்தார்கள்.

எத்தனையோ நாதியற்றவர்களின் பிணத்துக்கு அருகில் உட்கார்ந்து பழகியிருந்த மூக்கனின் உடம்பு, முருவம்மா கிழவியின் உடம்பருகே நிற்க அஞ்சியது. யாரென்றும், எவரென்றும் தெரியாத, எந்த பந்தமுமற்ற ஆயிரம் பேரின் மரணங்களை ஏற்க முடிகிற நம்மால், தன் சொந்த மண்ணுக்குரிய ஒரே ஓர் உயிர் பிரிந்து போவதை ஏற்க முடியாது என்பது அவருக்குத் தெரியும். முருவம்மாவின் மலர்ந்த முகத்தைக் கவலை தோய பார்த்தார்.

நல்ல வாழ்வென்று சொல்ல முடியாது. ஆனால், அவளுக்கு நல்ல சாவு என்று முத்து சொன்னார். இந்த மண்ணில் பிறந்த யாருக்குத்தான் நல்ல வாழ்வு கிடைத்து விடுகிறது. அதெல்லாம் ஒரு பாக்கியம். அது எல்லோருக்கும் கிடைத்து விடுவதில்லை. சாவில் என்ன நல்லது கெட்டது இருக்கு. அது வாழ்வோடு சரி. சாவில் மிஞ்சுவது விட்டு விடுதலையாவது மட்டும்தான். இதுவரை அனுபவித்த எல்லா நல்லது கெட்டதுகளிலிருந்தும் விலகிப்போவது.

பிள்ளைகள், பேரப்பிள்ளைகள், உறவினர்கள் என்று முருவம்மா நிறைய மக்களைச் சேர்த்து வைத்திருந்தாள். இறந்துபோன நான்கு மணி நேரத்தில் அவள் வாழ்ந்த குடிசைக்கு முன் பந்தலிலும் வெளியேயும் எனக் கூட்டம் நிறைந்துவிட்டது. ஒப்பாரிப் பாடல்களைப் பாடிய பெண்கள் புதிதாக வருவோரையெல்லாம் அணைத்து அணைத்து அழுதுகொண்டிருந்தனர். பழுத்து உதிர்ந்த இலை காற்றில் வெறுமனே அசைவதுபோல் முருவம்மாவைப் பற்றிய கதைகளை ஒப்பாரியில் கலந்தார்கள் பெண்கள்.

ஒப்பாரி அடங்கும்போது கொட்டுச் சத்தமும், கொட்டுச் சத்தம் அடங்கும்போது ஒப்பாரியும் என இரண்டும் ஒரு முடிவெடுத்துச் செய்யப்படுபவைபோல் மாறி மாறி சுற்றுக்கு வந்துகொண்டிருந்தன. அப்படி இரண்டு செயல்களும் நடப்பதை

அங்கு கூடியிருந்தவர்கள் வெகுவாக ரசித்தனர். பறையடியை ஆண்களும், ஒப்பாரியைப் பெண்களும் அதிகம் விரும்பி காது கொடுத்துக் கேட்டுக் கொண்டிருந்தனர்.

பொழுது கிடுகிடுவென ஏறி இருள் சூழ ஆரம்பித்துவிட்டது. இழவு வீட்டில் கொஞ்சம் கொஞ்சமாக கூட்டம் குறையத் தொடங்கியது. அவ்வளவு நேரம் அங்கு உட்கார்ந்திருந்த முத்து, மூக்கனிடம் சொல்லிவிட்டுப் புறப்பட்டுவிட்டார். கொட்டுச் சத்தமும் ஒப்பாரியும் கூட நின்றுவிட்டது. முருவம்மாவின் உடம்பு இப்போது யாருடைய தொந்தரவும் இன்றி அமைதியாகக் கிடந்தது.

இரவு உணவுக்காக ஒவ்வொருவர் வீட்டு வாசலிலும் காத்துக் கிடந்த நாய்கள் பசியாறிக் கொண்டிருந்தன. குளிர்ந்த காற்றடிக்கத் தொடங்கியது. தனியே அமர்ந்திருந்த மூக்கனை முத்துராசு வந்து கூட்டிப் போனான். அவனுடன் போகும்போது முருவம்மாவின் கிடந்த கோலத்தை ஒருமுறை திரும்பிப் பார்த்துக்கொண்டார். நேற்று அவரிடம் பேசியிருந்துவிட்டு எழுந்து போனபோது காற்றில் ஆடிய அவளுடைய நைந்த சேலை, குடிசைக்கு இடதுபுறமாகக் கட்டப்பட்டிருந்த கொடிக்கயிற்றில் ஆலமர விழுதுபோல் தொங்கிக்கொண்டிருந்தது.

சூடாக வடித்த ரேசன் அரிசிச் சோற்றில் கத்திரிக்காய்க் குழம்பை ஊற்றி, மலர் கொடுத்தபோது, உண்ண மனமில்லாதவராய் அதை வாங்கி, அவர் ஒருவாய், தன்னைக் கண்ணெடுக்காமல் பார்த்த நாய்க்கு ஒருவாய் என்று பகிர்ந்து உண்டார் மூக்கன்.

ஒப்பாரியோ, கொட்டுச்சத்தமோ கேட்கிறதா என்று காது கொடுத்தவருக்கு, அப்படியொன்றும் கேட்கவில்லை என்பதை உணர்த்தியது ஊரில் நிலவிய பேரமைதி. மாலையால் மூடப்பட்ட கிழவியின் உடம்பை மீதமிருக்கும் இரவில் அவளுடைய மூதாதையர்கள் சூழ்ந்துகொண்டு அழுவார்கள். அந்த அழுகை யாருக்கும் கேட்காது. அது, முன்னோர்களின் துயரமான பாடலாக இருக்கும். நள்ளிரவில் விழித்திருக்கும் ஆந்தைகளுக்கும், வானில் போய்க்கொண்டிருக்கும் வலசைப் பறவைகளுக்கும், திடீர் திடீரெனக் குரலெழுப்பிக் கத்தும்

அக்கக்காக் குருவிகளுக்கும் கூட அந்தப் பாடல் கேட்காது.

படுத்துக்கொள்ளாமல் எதையோ விரக்தியாய்ப் பார்த்துக் கொண்டிருந்தவரை முத்துராசு கவனிக்கத் தவறவில்லை. மலரிடம், அவரின் நிலை குறித்துக் கவலைப்பட்டான். அவனுக்கு ஓர் உண்மை புலப்பட்டது. அவன், அவளிடம் சொன்னான்:

"அப்பா... ரொம்ப நாளைக்குத் தாங்க மாட்டாரு..."

மலர் பதற்றப்பட்டுவிட்டாள்.

"ஏன்யா... எத வச்சி சொல்ற...?"

"தனக்குன்னு இங்க யாருமே இல்லங்குற நெனப்பு அவருக்குள்ள இருக்கு. இன்னொண்ணு... இங்க அவரு வாழணும்கிறதுக்காக வரல... அதனால சொல்றன்..."

"நாமதான் இருக்கமே..."

"இல்லடி... நாம அவருக்கான ரத்த சொந்தம் இல்ல..."

"அப்போ... நாம யாராம்...?"

"நம்ம கொத்து வேற... அவுங்க கொத்து வேற... எங்கப்பன், மூக்கப்பனோட நெருங்கிய பழக்கமா இருந்ததால... என்னையவும்தான் புள்ளமாதிரி நெனைச்சதால, நாம ஊத்துன கஞ்சிய இம்மா நாலா குடிச்சாரு... வேற யாராவதுன்னா, ம்ஹூம்... தொட்டிருக்கவே மாட்டாரு..."

"நீயும் அவரும் வெவ்வேற கொத்தா... அதென்ன கொத்து?"

"ஒனக்கு ஒண்ணு தெரிமா... ரெண்டு வீதி மட்டும் இருக்குற நம்ம தெருவுல நாலஞ்சி கொத்து ஜனங்க இருக்கு..."

"நாலஞ்சி கொத்தா...! எல்லாருமே வேற வேறயா...?

"ஆமா... எல்லாருமே வேற வேறதான்..."

"ஒரே சாதிசனந்தானே...!"

"சாதி ஒண்ணுதான்... சனங்களும் ஒண்ணுதான்... ஆனா,

மண்ணு வேற... இந்த நாலு கொத்து சனங்களுக்கும் பூர்வீகம் வேற வேற... அவங்க மண்ணு வேற வேற... இங்க வந்து எல்லாரும் ஒன்னாமண்ணா கெடந்தாலும்... நல்லது கெட்டதுன்னா... கொத்துக்காரவங்கதான் மொதல்ல வந்து நிப்பாங்க. சடங்கு சாங்கியம் எல்லாத்துலேயும் அவங்கதான் கூட இருப்பாங்க... மத்தவங்கல்லாம் கூடமாடத்தான்...”

“அப்புறம்... எப்படி குடிசாமி மட்டும் எல்லாருக்கும் ஒன்னாருக்கு?”

“இந்த ஆளுங்கல்லாம் வெவ்வேறு தெசைல இருந்து இங்க வந்த பொறவு... அவங்கவங்க பூர்வீகத்துலருந்து கொண்டாந்த மண்ணு எல்லாத்தையும் இந்த மண்ணோட ஒண்ணா கொளப்பி... ஒரே சாமியா செஞ்சிருப்பாங்கன்னு நெனக்கிறேன்...”

“அதெப்படி... எல்லாரும் ஒரே நாள்லயா வந்திருப்பாங்க...?”

“நீ கேக்கறதும் சரிதான் புள்ளே... ஆனா... அது அப்படித்தானே இருக்கணும்...?”

“என்னெ கேட்டா... எனக்கு ஒரு மண்ணும் வெளங்கல... ஒனக்கே வெளங்காதப்போ நான் என்னத்த கண்டேன்...”

“காலங்காலமா சொல்றாங்கல்ல... அது நெசமாத்தான் இருக்கும்...”

“இந்த நாலு ஊட்டு சனக்களுக்குள்ள இவ்ளோ சங்கதி இருக்கா... எல்லாரும் தாயும் புள்ளைன்னும், அத்த மாமன்னும், கொத்தன் கொழுந்தன்னும், ஒப்படியா நாத்தனாருன்னும் பேசிக்கிட்டு கெடக்கோமே... அடக்கடவுளே...”

“இன்னும் எவ்வளவோ இருக்கு... பாக்கறதுக்கு ஒன்னா இருக்கிறதெல்லாம் நெசத்துல அப்படி இருக்கிறதில்ல... தெரிஞ்சிக்க...”

“அப்ப... நாம என்ன கொத்து... இந்த மூக்கப்பா எந்தக் கொத்து?”

“நாம தாண்டான் கொத்து... இதுல கூட நாந்தான் தாண்டான்

கொத்து... நீ ராசிக்காரன் கொத்து பாத்துக்கோ... மூக்கப்பா பாதிக்காரன் கொத்து..."

"ஆத்தாடீ... இம்மாங்கொத்தா...!"

"ஆமாடி... நாஞ்சொன்ன கொத்து மட்டுமில்லாம, இன்னும் இருக்கிற உலியன், கலியன் கொத்துக்காரங்க எல்லாருமே பங்காளி மொறை ஆளுங்க... ஒங்க கொத்து ஒறமொற கொத்து... எங்களுக்கெல்லாம் பொண்ணு பெத்து கொடுக்குற கொத்து..."

"ஓ... அதான பாத்தன்... என்னடா... இந்த ஊரு பயலுவ எல்லாமே எனக்கு மாமென் மொறைவுலாவே இருக்கானுவளேன்னு நெனச்சேன். இதான் விசயமா?"

"ம்...அதான் விசயம்..."

மலர், அலுத்துக்கொண்டாள். அவளை முத்தமிட்டு கொஞ்சி அணைத்தான் முத்துராசு. அந்தப் பிடியிலிருந்து திமிறுவதுபோல் பாவனை செய்து, இன்னும் இறுக்கிக்கொள்ளத் தோது செய்து கொடுத்தாள். அப்படியே புட்டம் தேய சறுக்கிக் கொண்டுபோய் அவன் மடியில் தலைவைத்துக் கொண்டவள் கேட்டாள்:

"அதென்ன... ஒங்களுக்கெல்லாம் உலியன், கலியன்னு பேரு இருக்கு, எங்களுக்கு மட்டும் ராசிக்காரன்னு இருக்கு...?"

"ஒருவேள... இந்த ஊருக்குப் பொண்ணு பெத்துக் குடுக்கிற ராசி ஒங்களுக்கு மட்டும் இருந்துச்சோ என்னவோ..."

முத்துராசின் கிண்டல் வார்த்தையால் சீண்டப்பட்டவள், அவன் தொடையில் அழுந்தக் கிள்ளினாள்.

"ஏன்... ஒங்க ஊட்டுல எல்லாம் பொம்பளைங்களே பொறக்கலையா...?"

உயிர்நிலைக்கும், உச்சிமண்டைக்கும் இடையில் ஒரு புலி ஓட்டம் ஓடிவிட்டு வந்தது அவள் கிள்ளிய வலி. பதிலுக்கு, அவள் காதைக் கவ்வி உள்ளே மடிந்திருக்கும் நரம்புகளில் மெல்லக் கடித்தான். அவள் கண்கள் அடுத்த கணம் சொருகிவிட்டன. அவள் காதுக்குள் ஊதிவிட்டான். உள்ளே சென்ற மூச்சுக்

காற்றுக்கு உடம்பின் அத்தனை நாடிகளும் தீப்பிடித்துக் கொண்டன.

முத்துராசின் தலை முழுக்கக் கோத்துக்கொண்ட வேர்வையைத் தன் விரல் நுழைத்து, கோதிவிட்டு ஆற்றியவள், முன்பு விட்ட இடத்திலிருந்து மீண்டும் கேட்டாள்.

“சாவுறதுக்குன்னே மாமென் வந்தாருங்குறியா...?”

“ஆமா...”

“என்னங்க... நீங்க இப்புடி சொல்றீங்க... ரொம்ப கஷ்டமால்ல இருக்கு...”

“அது நெசந்தான் புள்ள... அவரு போகப்போற நாளு அவருக்கு நல்லாவே தெரியும். அடிக்கடி அந்தக் கணக்கப் போட்டுப் பாக்குறாரு... நீ கவனிச்சியா இல்லையா?”

“நான் என்னத்த கவனிச்சேன்... அவரு நிம்மதியா இல்லன்னு மட்டும் தெரியுது. வேற என்னல்லாம் அவரு மனசுல ஓடுதுன்னு படிக்க முடியல. மத்தவங்க மனச படிக்கிறது எம்மாம் பெரிய விசயம்... அது, இந்தக் கூறுகெட்ட செறுக்கிக்குத் தெரியாது...”

“ஒண்ணும் தெரியாமலா அவரு மனசுல நிம்மதி இல்லன்னு சொல்ல முடியுது... இங்க எல்லாருமே... இன்னொரு மனச படிக்கத் தெரிஞ்சவங்கதான் புள்ள... என்ன ஒண்ணு... அதைப் படிக்கத்தான் அவங்களுக்கு நேரமில்ல...”

மலர், பெருமூச்செறிந்தாள். முத்துராசு எழுந்து வெளியே வந்து பார்த்தான். ஊரெங்கும் பட்டப்பகல் போல் இருந்தது. நல்ல நிலவு வெளிச்சம். பூவரசு இலைகளின் நடுவே திட்டுதிட்டாக இறைந்திருக்கும் நிழலில் மூக்கனின் உருவம் அசைவற்றிருப்பதைக் கண்டான். அவர் படுத்திருந்த நார்க்கட்டில் எந்தவித ஒலியுமின்றி இருப்பதை வைத்து அவர் இன்னும் உறங்கவில்லை என்பது முத்துராசுக்குத் தெரிந்தது.

ஊருக்கு நடுவே ஒரு சடலத்தை வைத்துக்கொண்டு எப்படி இந்த ஊர் அமைதியாக உறங்கிக் கொண்டிருக்கிறது என்றெல்லாம் அவர் யோசித்துக் கொண்டிருக்க மாட்டார். இதே ஊரில்,

இப்படி எத்தனையோ சடலங்களைப் பார்த்தவர் அவர். இறந்தவர்களின் கால்மாட்டிலேயே உறங்கும் மனிதர்களை அவருக்குத் தெரியும். இறப்பு வருவதை என்ன செய்ய முடியும்? அது, இயற்கையானது. ஆனால், அந்த இழப்பை உணர்வதும், அந்த உணர்வால் துன்பமுறுவதும், அந்தத் துன்பத்தால் நலிவுறுவதும் இயற்கையானதுதானா? இறப்பு உலகத்தியற்கை என்றால், இழப்பை உணர்வதும் அதேதானா?

இந்தக் கேள்விகள் எல்லாம் அவரிடம் இருக்கிறதா என்று தெரியவில்லை. ஆனால், அவர் இன்னும் உறங்கவில்லை. இனிமேலும் உறங்குவாரா என்றும் தெரியாது. நிலைகுத்திய அந்த விழிகளுக்கு மேலே இருக்கும் ஆகாயத்திடம் பேச ஆயிரம் வார்த்தைகள் இருக்கும். அந்த ஆகாயத்தில் நீந்தும் மேகங்களுக்கு நடுவே தன் தாயையும் தகப்பனையும் தம்பியையும் அந்தக் கண்கள் தேடிக்கொண்டிருக்கலாம். மேலே சிதறிக் கிடக்கும் கோடிக்கணக்கான நட்சத்திரங்களிலிருந்து, தன் முன்னோர்களைக் கண்டறிந்து, ‘என் குடும்பத்தை மீட்டுத் தாருங்கள்’ என்று அந்த விழிகள் இறைஞ்சிக்கொண்டிருக்கலாம்.

நிழலோடு நிழலாக மாறிக்கிடக்கும் அவரை, அமைதியாய்ப் பார்த்துவிட்டு உள்ளே போய் படுத்துக்கொண்டான் முத்துராசு. வெண்ணிற ஒளியின் கீழ் ஊர் அமைதியாக உறங்கிக் கொண்டிருந்தது.

7

எப்போது விடியும் என்று காத்திருந்தவரைப்போல், பொழுது விடிந்ததும் இழவு வீட்டில் போய் உட்கார்ந்து கொண்டார் மூக்கன். முருவம்மாவின் உடம்பு இப்போது பூமாலைகளால் மூடிக்கிடந்தது. முகமும் பாதங்களும் மட்டுமே வெளியே தெரிந்தன. நேற்று மாலைப்பொழுது வரை வெறிச்சோடிக் கிடந்த ஊர் இன்று இவ்வளவு மக்களோடு இருக்கிறதே என்று மூக்கன் வியப்போடு பார்த்தார். அத்தனையும் நேற்றுவரை காணக் கிடைக்காத புதிய முகங்கள். முருவம்மாள், தன் வாழ்நாளில் இவ்வளவு மக்களைச் சம்பாதித்து வைத்திருக்கிறாளா! என்ற வியப்பும் அவருடைய பார்வையில் தொனித்தது.

ஒருபுறம் கொட்டுக்காரர்கள் தம் பறைகளை அனலில் காய்ச்சிக்கொண்டிருந்தார்கள். மற்றொருபுறம் கிளாரினெட் செட்

அடிக்கும் குழுவினர் தம் கருவிகளை அதிர அதிர அடித்துக் கொண்டிருந்தார்கள். பறையொலியும், கிளாரினெட் செட் அடியும் சேர்ந்து ஒலித்தபோது புதிய வகை இசையை, இறப்புச் சடங்குக்கு ஊர் கண்டுபிடித்திருப்பதை அவர் உணர்ந்தார். ஊரின் பண்பாடு அப்படியொன்றும் முழுமையாக மாறிவிடவில்லை என்றபோதும், பண்பாட்டில் சில புதிய வரவுகள் சேர்ந்திருப்பதை அவர் கண்டுணர்ந்தார்.

காதுகள் செவிடாகும் அளவுக்கு வெடிகள் கொளுத்தப்பட்டன. வெடித்துச் சிதறிய வெடிகளும், அவற்றின் புகையும், அவற்றின் வாசனையும் அங்கிருந்தவர்களைக் கலவரப்படுத்தின. மூக்கன், எழுந்துபோய் ஆலமரத்து நிழலில் உட்கார்ந்து கொண்டார். ஆட்டபாட்டம் என முருவம்மாவின் இறப்பைக் கொண்டாடிக் கொண்டிருந்த ஐம்பதுக்கும் மேற்பட்ட இளம் மற்றும் நடுத்தர வயதினர் அவருடைய கவனத்தை ஈர்த்துக் கொண்டிருந்தனர்.

ஒரு மனிதனின் இறப்பில் கலந்துகொள்ளும் மனிதக் கூட்டமே அவன் வாழ்ந்த நாட்களின் வெகுமதியாகக் கருதப்படும். தனக்காக அழுது கண்ணீர் விட பெரிய மக்கள் திரளைப் பெற்றிருப்பவரின் வாழ்வே, அவர் ஓரளவுக்கேனும் தம் மண்ணில் வாழ்ந்து பார்த்துள்ளார் என்பதற்கான அடையாளம். அவரிடம் பிணக்கிருந்திருக்கலாம், பகை இருந்திருக்கலாம், முரண் இருந்திருக்கலாம், வெறுப்பும் கூட இருந்திருக்கலாம்... ஆனால், எல்லாவற்றையும் தாண்டி அவருக்காகக் கண்ணீர் விட முடிகிறதென்றால், கூடவே அன்பும் வளர்ந்திருக்கிறது என்று அர்த்தம். அந்த அன்பை முருவம்மா கிழவியால் சம்பாதிக்க முடிந்திருக்கிறது. எவ்வளவு கூட்டம், அழுகை, கண்ணீர், பாடல்...! வயதாக ஆக இந்தச் சம்பாத்தியம் ரொம்ப முக்கியமானது என்று அவள் உணர்ந்திருப்பாள் போலும். இளமைக் காலத்தில் தவறவிட்ட அன்பையும் நம்பிக்கையையும் முதுமைக் காலத்திலேனும் ஒருவர் பெற்றுவிட வேண்டும். அதன் பயனை மண்ணுலகை விட்டு மறையும் நாளில் அறுவடை செய்ய முடியும் என்பது அவளுக்குத் தெரிந்திருக்கிறது.

அவளது உடம்பு புதிய புதிய மாலைகளால்

மூடப்பட்டுக்கொண்டே இருந்தது. பறையடித்தவர்கள் ஓய்வுக்கு ஆலமரத்தில் வந்து உட்கார்ந்தபோது, முருவம்மாவின் உடம்பை நிமிர்த்தி உட்கார வைத்து, குடம் குடமாகத் தண்ணீர் ஊற்றிக் கழுவத் தொடங்கினார்கள். முகத்தில் மஞ்சளும் குங்குமமும் வைத்து மங்கலம் சேர்த்தனர். நனைந்த உடம்பெங்கும் அது வழிந்துகொண்டிருந்தது. புதுப்புடைவை கட்டி, தலைநிறைய பூ முடித்தனர், கைகளில் வளையல் இட்டனர், கழுத்தை சும்மா விடக்கூடாது என்று கறுப்புப் பாசி மணிகளையும், வெள்ளை முத்து மணிகளையும், கவரிங் செயினையும் போட்டுவிட்டார்கள். முருவம்மாவின் முதிர்ந்த, சுருங்கிய முகம் மங்கலம் சேர்க்கப்பட்டதும் அழகாகப் பொலிந்தது. முற்றிய கருவை நெற்றைப்போல், அவளுக்கு முன்னே போக ஆசைப்பட்டு, பின்னே போக நேர்ந்துவிட்ட கொடுந்துயரை எண்ணிக்கொண்டு, சீழும் மூத்திரமும் மலமும் நாறும் படுக்கையில் கிடக்கும் அவள் கணவர் அவளுக்கு அந்த வாய்ப்பை வழங்கியிருந்தார்.

சகலங்களையும் பார்த்து முடித்துவிட்டுப் போவது எத்தனை பெரிய வாழ்வு என்று நினைத்துக்கொண்டு, அத்தனை காட்சிகளையும் பார்த்துக்கொண்டு அமர்ந்திருந்த மூக்கனின் தோளில் முத்துவின் கைபட்டபோது அவருக்குக் கண்ணீர் துளிர்த்துக்கொண்டது. ஊரில் தெரிந்த வெறுமையைப் பார்த்து பயந்துபோய் இருந்தேன், இத்தனை மக்கள் கூடி முருவம்மாவை எடுத்துப்போட இருப்பது ஆறுதலாக இருக்கிறது என்றார். முத்து, அதை ஆமோதித்தார். அவர் சொன்னார்:

“இந்த மக்கா மனுசாளு எல்லாமே நம்மூருதான் மூக்கா. அதது பொளைக்க ஓடிப்போயி ஆளுக்கொரு சீமையா எறஞ்சிக் கெடக்குதுங்க... இங்க ஊரு... நாதியத்த சீவனாட்டம் கெடக்கு...”

“எல்லாமே நம்மூரு சீவனுங்களா?”

“ஏன் கேக்குற போ... எல்லாமே இந்த எறங்காட்டு சீவனுவதான்... ஊருல ஒண்ணுக்கும் அழிவசி இல்ல... வவுத்த வளக்கணுமேன்னு போனதுகதான்... இப்ப... சீமைய விட்டா

சோறு இல்லங்குறமாரி ஆயிப்போச்சி...”

“எந்தச் சீமை...?”

“சென்ன... திருச்சி... திருப்பூரு... கேரளான்னு... நாலா பக்கமும் ஓடிப்போச்சிங்க... தலைமொற தலைமொறயா இந்த மண்ணு நமக்குச் சோறு போட்டுது... இப்போ... இந்த மண்ணுல கெடந்தா... கொலபட்டினி கெடந்து சாவ வேண்டீதுதான்னு நெலம இருக்கு...ம்... என்னத்த சொல்ல...!”

“ஏன்யா... நாம இருந்தப்ப... நல்லாத்தானே இருந்துச்சி?”

“எங்க இருந்துச்சி மூக்கா? அப்பவே ஒன்னொண்ணா போயிடுச்சி. எல்லாம் கண்ணு முன்னாலியே கைவிட்டுப் போவுதுங்கிற வெவரம் தெரியாம நாம கெடந்துருக்கோம். சவுக்கையும் பருத்தியும் முத்துச்சோளமும் காட்டுக்கு வந்து சேந்தப்பியே எல்லாம் பூண்டியாவப் போவுதுன்னு நமக்கென்னத்த தெரியும்? நாம கண்டது நெசம் இல்ல... அத தெரிஞ்சிக்கிறதுக்குள்ள காலமும் ஓடிப்போச்சி, நம்ம பொழப்பும் கையை உட்டு ஓடிப்போச்சி...”

மூக்கன் விசனத்தில் ஆழ்ந்துபோனார்.

இடைப்பட்ட நேரத்தில், பச்சை மூங்கிலால் பாடை செய்து முடிக்கப்பட்டிருந்தது. நீண்ட தென்னையோலை ஒன்றை சடலத்தைப் படுக்கப்போடும் வகையில் பின்னிக்கொண்டிருந்த ஆள், ஒரு பீடியைப் பற்ற வைத்து வாயில் திணித்துக்கொண்டு ஓலையின் கடைசி இலையை முடிச்சிப் போட்டுவிட்டு, அதைத் தூக்கி ஓரம் வைத்தான். பாடையில் போர்த்தப்பட வேண்டிய வண்ணச் சேலைகளை, பாடைக்கு அருகில் வைத்துவிட்டு குடிமகன் ஒதுங்கி நின்றான். இரண்டு பேர் அவனுக்குத் துணையாக வந்தபோது, அவர்களை வைத்துக்கொண்டு பாடையின் மேல் பகுதியை அந்தத் துணியால் அலங்கரித்தான் அவன். தென்னையின் குருத்தோலையை வெட்டி தனித்தனி இலையாகப் பிரித்துப் பின்னலிட்டு பாடையின் பல இடங்களிலும் கட்டித் தொங்கவிட்டனர். கிழவியின் உடம்பை மூடிக்கிடந்த மாலைகளில் கொஞ்சம் அள்ளி

வந்து, பாடையின் நான்கு பக்கங்களிலும் தொங்கவிட்டனர் இளையோர். பாடை தயார்நிலைக்கு வந்து, அழகான ஒரு பச்சை வாகனம் போல் தோற்றமளித்தது. பறையொலியும், கிளாரினெட் செட் சத்தமும் ஊரையே அதிரவைக்க, முருவம்மா கிழவி பச்சையோலையில் கிடத்தப்பட்டாள். ஒரு தெருவே கொள்ளுமளவுக்கு நீண்ட சரவெடியைக் கொளுத்திவிட்டவன் அவளின் கடைசிப் பயணத்தினைத் தொடங்கிவைத்தான். பாடை, கிழவியின் வாசலைவிட்டு நகர்ந்து, அந்தத் தெருவில் திரும்பி, சுடுகாட்டுக்குச் செல்லும் பாதையில் புறப்பட்டபோது வெடிச்சத்தம், பறைச்சத்தம் எல்லாவற்றையும் தாண்டிய ஓலம் மூக்கனின் காதில் விழுந்தது.

சுடுகாட்டிலிருந்து தொடர்ந்து வெடிச்சத்தம் கேட்டுக் கொண்டிருந்தபோது, மூக்கனும் முத்தும் அந்த ஆலமர நிழலில் அப்படியே கையைத் தலைக்குக் கொடுத்து படுத்துக் கொண்டார்கள். அங்கிருந்த ஆரவாரம் மொத்தத்தையும் தன்னோடு முருவம்மா கிழவி எடுத்துக்கொண்டு போய்விட்டாளோ என்று எண்ணுமளவுக்கு அந்த இடம் பேரமைதியாகிப் போயிருந்தது.

யாருமற்ற ஊரின் வெறுமை கொடுமையானது என்பதை எண்ணி மூக்கனின் மனம் தவித்துக்கொண்டிருந்தது. ஆலமர நிழலுக்கும், அந்த மத்தியான வெயிலுக்கும் அவருக்கு அப்படியொரு தூக்கம் வந்தது. முத்துவிடம் கூட சீரான குறட்டைச் சத்தம் கேட்டுக்கொண்டிருந்தது. 'வாழ்க்கையில் இனி என்ன இருக்கிறது... சொந்தம் பந்தம் எல்லாம் சேர்ந்து தூக்கிக்கொண்டு போய் காடு சேர்ப்பதைத் தவிர' என்கிற ஆழ்ந்த விருப்பத்தைப் பேசிக்களைத்த இரண்டு முதிர்ந்த உடம்புகளிலும் மெல்ல கனவு நுழைந்தது.

தாயும் தந்தையும் தன் தலைமாட்டில் அமர்ந்திருக்க, தம்பி தன் கால்மாட்டில் அமர்ந்திருக்க, மூன்று பேரின் முகங்களையும் மாறி மாறிப் பார்த்துக் கொண்டிருந்த மூக்கனின் கண்களில் வெளிக்காட்சிகள் மெல்ல மறைந்து இருள் நிறைந்தது.

அத்தியாயம்–2

நாற்பதாண்டுகளுக்கு முன் – 1978

1

எல்லையற்ற கருணையும் கனிவும் கொண்ட கரிசக்காட்டில் காலை வெயிலின் மஞ்சள் வெளிச்சம் நிறையத் தொடங்கியபோது உடும்பன் தன் குடிசையின் முன் வெற்றுடம்போடு நின்று உடம்பை நெட்டி முறித்துக் கொண்டான். தோள் மூட்டுகளிலிருந்தும், பின்னிய கைவிரல்களிலிருந்தும் கல் நொறுங்குவதுபோல் சத்தம் எழுந்தது. புறந்தலையில் இடது கையை வைத்தும், தாவாங்கொட்டையில் வலது கையால் அழுத்தியும் தலையின் வலப்புறத்தை ஓர் ஒடி ஒடித்தான். வலது பக்கக் கழுத்திலிருந்து மரமரவென்று ஒலி எழுந்தது. அதேபோல் இடதுபுறமாகவும் செய்துவிட்டு தன் மீசையை உருவி மேலேற்றிக் கொண்டு கிழக்குத் திசையில்

பார்த்தான். மூக்கன், மலையன், முத்து மூவரும் அவனை நோக்கி வந்துகொண்டிருந்தனர். ஒவ்வொருவரின் கையிலும் ஒரு கைத்தடி இருந்தது. மூக்கனின் கறுப்பு நாயும் உடன் வந்தது.

இடப்புறத்தில், சாலையை ஒட்டியிருந்த வெற்றிடத்தில் மண்டிக்கிடந்த கரிவேலிப் புதர்களில் பன்றிகள் படுத்திருப்பதையும், வலப்புறத்தில் இருந்த சிறிய குடிசைகளையும் கடந்து சென்றவர்கள், வீடுகளின் சுவர்களில் வரையப்பட்டிருந்த அரசியல் கட்சிகளின் சின்னங்களைக் கவனிக்கத் தவறவில்லை. பெரும்பாலான வீடுகளில் இரட்டை இலைகளும், ஒருசில வீடுகளில் உதயசூரியனும், கைச் சின்னமும் வரையப்பட்டிருந்தன. சிறிய மண் சுவர்களில் சுண்ணாம்படித்து, அதன் மேலே வரையப்பட்டிருந்த அந்தச் சின்னங்கள், சாணித்தண்ணீர் பட்டதாலும், பன்றிகள் தன் முதுகை வைத்துத் தேய்த்ததாலும் மங்கிப்போயிருந்தன.

பழமையேறிய கூரைகளில் காலை வெயில் படர்ந்திருந்தது. சூரிய ஒளி நகர்ந்து மேலேறி உச்சிக்கு வரும்போதெல்லாம் இந்தக் கூரைகளில் வேயப்பட்டிருக்கும் கருப்பஞ்சருகுகள் வெயிலின் காட்டத்தோடு சண்டை போடும். வெயிலுக்கும் சருகுக்கும் நடக்கும் அந்தச் சண்டைகளில் இதுவரை ஒருபோதும் வெயில் வென்றதில்லை. கூரைகள் வெயிலின் காலை ஒடித்துத் திருப்பியனுப்பும்.

“வெயிலு ஏறிக்கிட்டே இருக்கு... சீக்கிரம் வாங்கடா...”

உடும்பன் குரல் கொடுத்தான்.

மூக்கனும் மலையனும் முத்துவும் ‘டேய் இருடா... வந்துட்டோம்...’ என்பதுபோல் அவனை நோக்கிக் கைகளை உயர்த்தினார்கள்.

கறுப்பு நாய் ஓடிய புளியமரத்துக் கொல்லையின் ஓரத்திலிருந்த ஒழுங்கையில் அந்த நால்வரின் கால்களும் இறங்கியபோது பால் கள்ளிகளால் எழுப்பப்பட்டிருந்த ஆளுயர வேலிகள் முறுக்கேறிக் கொண்டன. முறிந்து விழுந்திருந்த புளியங்குச்சிகள் அவர்களின் கால்களில் அழுந்தி ஒடியும் சத்தம் கேட்டு புதர்களில் இருந்து

அணில்களும், காட்டெலிகளும், உடும்புகளும், தவிட்டுக் குருவிகளும் இடம்மாறி ஓடின.

உடும்பன் விசிலடித்து உற்சாகமாய், காட்டை வேட்டைக்கு ஆயத்தப்படுத்தினான். காட்டில் கானலின் சிறிய அலைகள் உருவாகத் தொடங்கியிருந்தன. அறுவடை முடிந்த, காய்ந்த நிலப்பரப்பெங்கும் பயங்கர நிசப்தம் நிலவியது. வேலிகளும், ஒவ்வொரு கொல்லையிலும் நிற்கும் வெள்ளி, வேம்பு, வேலம் முதலான மரங்களும் அந்த முற்பகல் வெயிலுக்கு ஒளிர்ந்து கொண்டிருந்தன.

அடியோடு அறுக்காமல் பாதி வரைக்கும் விடப்பட்டிருந்த சோளத்தட்டைகள் நின்றிருந்த கொல்லையின் தெற்கு நோக்கிய நீண்ட வேலியின் முகப்பில் நின்ற உடும்பன், தன் வேட்டைத் தடியை இறுகப் பற்றி வேலியின் அடிப்பகுதியில் செலுத்தி ‘உசுக் உசுக்’ என்று ஒலியெழுப்பி உசுப்பத் தொடங்கினான். மேற்கே, அவனோடு மூக்கனும், கிழக்கே, முத்துவும் மலையனும் வேட்டைத்தடிகளால் வேலிகளை உசுப்ப, காட்டில் ஆரவாரம் தொடங்கியது. அந்த ஆளுயர வேலி சற்று நேரத்தில், நீண்ட உறக்கத்திலிருந்து கண்விழித்துக்கொண்ட மலைப்பாம்பைப் போல் சீறத் தொடங்கியது. வேலியின் உள்புறங்களில் உயிர்கள் கலவரத்துடன் ஓடும் சத்தம் கேட்டது.

‘ஏய்... அங்க குத்துடா... ஏய்... இங்க குத்துடா... அதோ... அங்கே ஓடுது... இதோ... இங்கே ஓடுது...’ என்ற அவர்களின் குரல்களும், குரல்களற்று ஓடும் உயிர்களின் தப்பித்துவிட வேண்டும் என்பதற்கான ஓட்டமும், வெயிலென்ற ஒன்று உக்கிரமாகி உச்சியேறிக்கொண்டிருக்கிறது என்பதையே மறக்கச் செய்தன.

மூக்கனின் கறுப்பு நாய், அடர்த்தியான வேலிக்குள் புகுந்து ஓடமுடியாததால், உள்ளே சலனத்தை ஏற்படுத்தும் உயிர்களின் இருப்பை உணர்ந்து, இங்கும் அங்கும் ஓடியும் பாய்ந்தும் குரைத்துக்கொண்டிருந்தது.

பொழுது மதியத்தை நெருங்கியபோது அவர்களின் கையில் இருபதுக்கும் மேற்பட்ட அணில்களும், இரண்டு

உடும்புகளும், ஐந்தாறு காட்டெலிகளும் கைவசமாகியிருந்தன. ஒன்றையும் உயிருடன் பிடிக்க முடியாததால் அனைத்தும் கொல்லப்பட்டிருந்தன.

ஓர் உசிலை மரத்தின் நிழலில் அமர்ந்து அவர்கள் இளைப்பாறத் தொடங்கியபோது காட்டில் அமைதி திரும்பியது. கறுப்பு நாய் விலா எலும்பு புடைக்க மூச்சிரைத்துக்கொண்டு படுத்திருந்தபோது, அதன் நாவிலிருந்து வழிந்த நீர், அந்த வெப்பத் தரையில் ஏற்படுத்திய சிறிய பள்ளத்தை நோக்கி எறும்புகள் நெருங்கி வந்தன.

உடும்பன் தன் கையிலிருந்த அணில்களைக் கீழே வைத்துவிட்டு, தன் டவுசர் பாக்கெட்டிலிருந்து பீடியை எடுத்துப் பற்றவைத்துக் கொண்டான். அவனுடன் சேர்ந்து எல்லோரும் புகைபிடித்தனர். காட்டில் அடிக்கிற வெயிலில் அவர்கள் ஊதிவிடுகிற புகையும் கலந்து அங்கு வெப்பத்தின் மணம் அதிகரித்தது.

இறந்த உடும்புகளைத் தரையில் கிடத்தி, “ஏய்... உடும்பா... ஒன் சொந்தக்காரனுங்கள பாத்தியா... வாயப் பொளந்துகிட்டு கெடக்கானுவோ...” என்று கிண்டல் செய்தான் மலையன். காட்டெலிகளின் பரிதாபகரமான முகத்தை பாவனை செய்து காட்டி, “ஒன் சொந்தக்காரனுவளப் பாரு... மூஞ்சி சுருங்கிப் போயி கெடக்கானுவோ...” என்று பதிலுக்கு கேலி செய்தான் உடும்பன். மூக்கனும் முத்துவும் சிரித்தார்கள். ‘என்னா வெயிலடிக்குது... இவனுங்க இப்படி சிரிக்கிறானுவளே...’ என்பதுபோல், கொட்டாவி விட்டபடி அவர்களைப் பார்த்தது நாய்.

“ஏய்... வெயிலு உச்சிக்கு ஏறிப்போச்சி... வந்த வேகத்துல திரும்பி... உசுப்பிக்கிட்டே போனோம்னா இந்தளவுக்கு இன்னும் கொஞ்சம் தேறிடும்... அதோ... அந்த அடப்பு இருக்கு பாருங்க... அதுல ஓட்டுவோம்...”

உடும்பன் தன் கைலியை அவிழ்த்து உதறிக் கட்டிக்கொண்டே சொன்னதை, அவர்கள் ஆமோதித்தனர்.

வடக்கு நோக்கிய அந்த நீண்ட வேலி கொஞ்ச தூரம் பால்

கள்ளியாலும், அதற்கடுத்த தூரம் முழுவதும் கிளுவையும், கள்ளியும் சேர்ந்தாற்போலும் இருந்தது. வேலியின் சில இடங்களில் ஆறுமுகங்கள்ளிகளும் உயர்ந்திருந்தன. முன்பு உசுப்பிய வேலியை விட இந்த வேலி அகன்றும் அடர்த்தியாகவும் இருந்தது. இவற்றுள் கனத்த வேட்டை நிச்சயம் என்று உறுதி கூறினான் மலையன். முயல்கள் கூட பதுங்கியிருக்கும் என்றான் முத்து. வேலி அடர்ந்திருப்பதால் காடைகளும், கவுதாரிகளும் முட்டையிட்டிருக்கும் என்றான் மூக்கன். எப்படியோ... செழித்த வேட்டை உறுதியானால் சரி என்றான் உடும்பன். எல்லாவற்றுக்கும் நான் தயார் என்பதுபோல் அவர்களுடன் நடந்தது கறுப்பு நாய்.

அவர்கள் நினைத்தது பொய்க்கவில்லை. அந்தக் காட்டிலிருந்த மொத்த அணில்களும் எலிகளும் அந்த வேலியில்தான் பதுங்கியிருக்குமோ என்று நினைக்குமளவுக்கு, வேட்டைத் தடியால் குத்தக் குத்த அவை தெறித்து ஓடின. துரத்தித் துரத்தி அடிப்பதற்கு இவர்களின் கால்களுக்குத்தான் தெம்பு குறைவாக இருந்தது. அடர்த்தி அதிகமாக இருந்த ஓரிடத்தை மூக்கன் உசுப்பியபோது ஒரு கனத்த முயல் பொசுக்கென்று வெளியேறி அந்தக் கரட்டில் ஓடியது. வேலியை விட்டு விட்டு, பனிரெண்டு கால்களும் அந்த முயலைத் துரத்திக்கொண்டு ஓடின. நாயின் நான்கு கால்களும் வளைத்து வளைத்து, மடக்கியடித்து முயலைச் சோர்வுற வைத்தன. கடைசியில் மூக்கனின் வேட்டைத்தடி பாய்ந்து முயல் மண்ணில் விழுந்தது. முயல் ஒன்று கிடைத்த பிறகு ஒரு நிறைவான வேட்டை அமைந்துவிட்டதைப்போல் அவர்கள் குதூகலித்தனர்.

அவர்கள் திரும்பியபோது, பரபரப்பு அடங்கி, வேலி கனத்த அமைதியில் இருந்தது. வேலிக்குள் வேட்டைத்தடி நுழைந்தபோது அதில் இயங்கிக்கொண்டிருந்த உயிர்கள் மீண்டும் கலவரமடைந்தன.

இப்போது, கிழக்குப் பக்கமாக உடும்பனும் முத்தும் உசுப்ப, மேற்கே மூக்கனும் மலையனும் உசுப்பிக்கொண்டு வந்தனர். வேலி புடைத்திருந்த ஓரிடத்தில், கீரிப்பிள்ளை ஒன்று

நழுவுவதுபோல் இருப்பதைக் கவனித்த மூக்கன், அதைக் கொஞ்ச தூரத்தில் பின்னே வந்த மலையனிடம் சைகை காட்டி, மெதுவான குரலில் சொன்னான்.

“ஏய்... மலையா... கீரி...”

“எங்க...?”

குரல் வெளியே வராமல் நைசாகக் கேட்டுக்கொண்டே ஓடிவந்தான் மலையன்.

மூக்கன் காட்டிவிட்ட இடத்தில் ஒரு கனத்த கீரி நழுவிக் கொண்டிருந்தது. எப்படியும் ஒரு கிலோ தேறும் என்று சொன்னான் மலையன். வேலி, புதர் போலிருந்ததால் கீரி பயமில்லாமல் உள்ளே நழுவிக்கொண்டிருந்தது. அது இன்னும் அவர்களை அறியவில்லை.

எப்படியாவது இதைப் பிடித்துவிட வேண்டும் என்ற துடிப்பு மலையனிடமிருந்தது. நான் இதை ஒண்டியாகவே பிடித்து விடுவேன் என்றான் மூக்கன். மலையன், “சரி, புடிச்சுக் காட்டு, பாப்போம்” என்று சொல்லிவிட்டு சற்றுத் தள்ளிச்சென்று, வேலியின் மேல்பகுதியில் ஓடிக்கொண்டிருந்த அணிலொன்றை விரட்டிக்கொண்டு ஓடினான்.

மூக்கன் கீரியைப் பின்தொடர்ந்தான். வேலிக்குள் அது போவதை அவனால் கண்டுணர்ந்து பின்தொடர முடிந்தது. தன் வேட்டைத் தடியை தயார் நிலையில் பிடித்துக்கொண்டு, கீரியின் மேல் பாய்ச்சுவதற்குக் காத்திருந்தான். அது அவனது இருப்பை அறிந்திருக்காததால், பயவுணர்வின்றி நகர்ந்து கொண்டிருந்தது. ஒவ்வொரு அடியாக, மெல்ல எடுத்து வைத்துப் பின்தொடர்ந்த மூக்கனை ஒருகட்டத்தில், ஒரு கள்ளியின் இடைவெளி வழியே பார்த்த கீரி, கவனம் பெற்று வேகமெடுக்க நினைக்கையில் மூக்கனின் வேட்டைத்தடி வேலியில் பாய்ந்தது. மூக்கனால் நன்கு உணர முடிந்தது. தடி பாய்ந்ததும் எழுந்த ‘உய்’ என்ற ஒரு மெல்லிய குரலும், தடி அழுந்தியிருந்த இடத்தில் வெளிப்பட்ட மென்மையும் அவனை உற்சாகப்படுத்தின. அவனால் உறுதியாகக் கூறமுடியும், அவன் வேட்டைத்தடி,

கீரியின் மேல் பாய்ந்து, அதை அழுத்திக் கொண்டிருக்கிறது என்பதை. அவன் மலையனை உற்சாக மனநிலையில் கூவி அழைத்தான்.

“மலையா… புடிச்சிட்டேன்…”

உற்சாக மிகுதியால் மலையன், உடும்பனுக்கும் முத்துவுக்கும் கேட்கும் விதத்தில், “ஏய்… மூக்கன் ஒரு கீரிய புடிச்சிட்டான்…” என்றான்.

மூக்கன், தன் வேட்டைத் தடியைக் கவனமாக வலது கையால் அழுத்திக்கொண்டே, மெல்ல வளைந்து, இடது கையால் வேலியை விலக்கிப் பார்த்தான். அவனது வேட்டைத்தடி சரியாக கீரியின் அடிவயிற்றை அழுத்திக் கொண்டிருந்தது. ‘ங்கொய்யால மாட்டினியா’ என்பதுபோல் அவன் கீரியை உற்றுப் பார்த்தான். அப்போது… அது, தன் இரண்டு கைகளையும் மேலே தூக்கி, வணங்குவதுபோல் கைகளை வைத்துக்கொண்டு அவனைப் பார்த்தது. அதன் கண்களில் தெரிந்த மிரட்சியை விடவும், அதன் கைகள் வணங்கியபடி இருந்தது அவனை ஏதோ செய்துவிட்டது. அவனையறியாமல் அவன் வேட்டைத்தடி இளகிக்கொண்டது.

“எங்கடா… எங்க…?” என்று ஆர்வமிகுதியாகக் கேட்டுக்கொண்டே ஓடிவந்த மலையன், வேலிக்குள்ளிருந்து மூக்கன் வெளியே இழுத்த வேட்டைத் தடியைப் பார்த்தான். வேலிக்குள்ளேயே கொன்றுவிட்டானோ என்று நினைத்து, கிளுவை முள்ளை விலக்கிவிட்டுப் பார்த்தான். அங்கே ஒன்றுமே இல்லை.

“எங்கடா…?”

“அது என்ன பாத்துக் கையெடுத்துக் கும்புட்டிச்சிடா… அதான் உட்டுட்டேன்…”

“போடாங்க…” என்று ஒரு கெட்ட வார்த்தை சொல்லி மூக்கனைத் திட்டிவிட்டு மலையன் தனக்குள் சிரித்துக் கொண்டான்.

“அப்பா…டேய்… முடிலடா…” என்று நையாண்டி செய்துவிட்டு, அதைச் சொல்வதற்கு உடும்பனும் முத்துவும் நின்றிருந்த

இடத்துக்கு ஓடினான் மலையன்.

மூக்கன், அந்த வேலிக்குள், கீரியின் முகத்தைத் தேடிப் பார்த்தான்.

2

கறி அரியும்போது மூக்கனின் செயலை, மலையன் சொல்லிச் சொல்லிச் சிரித்தான். மலையனும் மூக்கனும் பக்கத்துப் பக்கத்து வீடு என்பதால், மூக்கனின் அம்மா அஞ்சலமும், மலையனின் அம்மா காத்தாயியும் வாசலில் உட்கார்ந்து கறி அரிந்துகொண்டிருந்தனர். மலையன் மூக்கனோடு வந்து உட்கார்ந்துகொண்டு, காட்டில் அன்று நடந்த அந்த மனிதநேயமிக்க மூக்கனின் நடத்தையைப் பெருமையாகவும், அதே சமயம் கிண்டலாகவும் சொல்லிக்கொண்டிருந்தான். பெருமிதம் கொண்டவளாக அஞ்சலம், தன் மென்மையான குரலால் சொன்னாள்:

''லேய்... அவென் எந்தளவுக்கு மொரடனோ... அந்தளவுக்கு இளகிய மனசுள்ளவன்டா...”

“பெரிம்மோ... அது எனக்குந் தெரியும்...”

“அப்பறம் என்னத்துக்கு இப்படி உருண்டு பொரண்டு சிரிக்கிறவன்?”

“ஐயோ... பெரிம்மா... அவென் அப்படிச் சொன்னப்ப, நீ பாத்திருக்கணுமே... பாத்திருந்தா... நீயும் என்னமாரித்தான் சிரிச்சிட்டுக் கெடப்ப...”

அஞ்சலமும் காத்தாயியும் கறி அரிவதை நிறுத்திவிட்டு மலையனின் கொழுத்த உடம்பு குலுங்குவதைப் பார்த்துச் சிரித்துக்கொண்டனர். மலையன் மூக்கனின் தோளைத் தட்டிச் சிரித்தான்.

மூக்கனுக்கு பங்காகக் கிடைத்த உடும்புக் கறியும், முயல் கறியும், அணில் கறியும், எலிக்கறியும் தனித்தனியாக அரிந்து எடுக்கப்பட்டுக்கொண்டிருந்தன. மலையனின் அம்மா அரிந்தெடுத்த கறித்துண்டுகளைத் தனித்தனியே பாத்திரத்தில் போட்டு அலசிக்கொண்டு வீட்டுக்குள் சென்று மசாலா அரைக்கத் தொடங்கினாள்.

முயல் கறியைச் சாந்து பிரட்டலாகவும், உடும்புக்கறியைக் குழம்பாகவும், அணில் கறியையும் எலிக்கறியையும் மொறுமொறுப்பாக எண்ணெயில் வறுத்தும் எடுக்க வேண்டும் என்ற திட்டத்தோடு அதற்குரிய மசாலாக்களை அரைத்தெடுத்த அஞ்சலம், வாசலிலேயே அடுப்பை மூட்டி, சமைக்கத் தொடங்கினாள். கிராமத்துக் கைமணத்துக்கு இணையாக இந்த உலகில் எதுவுமே இல்லை என்று துணிந்து சொல்லிவிடலாம். அப்படி கமகமவென்று வாசமடித்தது. ஊரையே வளைத்து விடும்படி கறிக்குழம்பு வாசம் காற்றில் கலந்தடித்தது. பகல் முற்றிலும் வடிந்து இரவின் நிறமும் குணமும் வெளிப்படத் தொடங்கியபோது சமையலில் இறங்கிய அஞ்சலம், அடுத்த அரை மணி நேரத்தில் ஊரின் வயிற்றில் பசியைத் தூண்டிவிடும் உணவைச் சமைத்து முடித்திருந்தாள். மூக்கனும் மலையனும் அதற்குள் ஏரிக்கரைக்குச் செல்வது, முத்துவையும் உடும்பனையும் பார்ப்பது, முறைக்காரப் பெண்களை கண்ணோரம் கண்டு களிப்பது போன்ற செயல்களை முடித்துக்கொண்டு வீடு திரும்பியிருந்தனர். மலையனின் தகப்பன் உக்கிலி உடும்புக் கறியை வாசலில் அமர்ந்து கடித்துக்கொண்டிருந்தார். அவர் ஊற்றிக்கொண்டு வந்திருந்த பட்டைச் சாராயத்துக்கும்

உடும்புக்கறிக்கும் தோதாக இருந்தது போலும், மனுசனின் வாயில் உடும்பின் மெல்லிய எலும்புகள் நறநறவென்று அரைந்துக்கொண்டிருந்தன.

மூக்கனின் அப்பா ராமன், உக்கிலி உணவுண்ணும் அழகை வாசலில் அமர்ந்து ரசித்துக் கொண்டிருந்தார். வாசலெங்கும் நீர் தெளித்து குளுமையாக்கி வைத்திருந்தாள் அஞ்சலம். அதில் விரிக்கப்பட்டிருந்த கோரைப்பாயில் அப்பாவின் அருகில் போய் உட்கார்ந்துகொண்ட மூக்கன், உக்கிலியின் உடல் மொழியைக் கண்டு சிரித்தான். போதையேறிய அவர் உடம்பு, எலும்பைக் கடிக்கும்போது வளைந்து நெளிந்து விதவிதமாக ஆட்டமாடியது. உற்சாகமாக அவர் பாடவும் செய்தார். மலையன் இதைப் பொருட்படுத்தாமல், அவர் எப்போதும் அப்படித்தான் என்பதுபோல் நினைத்தவன், வீட்டுக்குள் சென்று கறியுணவை ஒரு கை பார்க்கத் தொடங்கினான். அவனுடைய பெருத்த ஏப்பத்தைக் கேட்ட மூக்கனுக்குப் பசி தூண்டப்பட்டது.

ஒரு தட்டு நிறைய இருந்த வரகரிசிச் சோறில், மண் சட்டியில் வைத்த உடும்புக்கறிக் குழம்பை ஊற்றி, தட்டின் ஓர் ஓரமாக, சாந்து போல பிரட்டிய முயல் கறியை வைத்து, வறுத்தெடுத்த அணில் கறியை இன்னொரு சின்னத் தட்டில் வைத்து மூக்கனுக்கும் கணவனுக்கும் முன்பு வைத்தாள் அஞ்சலம்.

ராமன் அவள் முகத்தைப் பார்த்தார். 'நீயும் போய்ச் சாப்பிடு' என்று அந்தப் பார்வைக்குப் பொருள். அவள் அமைதியாக அவரைப் பார்த்துக்கொண்டு அமர்ந்திருந்தாள். அதற்கு, 'தனது இளைய மகன் அழகர் வந்துவிடட்டும், அவனுக்கும் சோறு கொடுத்துவிட்டு நான் சாப்பிட்டுக் கொள்கிறேன்' என்று பொருள். ராமனுக்கு அந்தப் பார்வையின் பொருள் புரியும். அவர் அமைதியாகச் சாப்பிடத் தொடங்கினார். மூக்கனின் தட்டில் ஏதோ கறியின் அளவு குறைந்திருப்பதுபோல் கருதி, தன் தட்டிலிருந்து கறியை எடுத்து வைத்தார். அஞ்சலம் அவரைக் கண்கொண்டு முறைத்தாள். 'என் பிள்ளைக்கு, நான் என்ன அப்படியா குறைவா வச்சிடுவேன்' என்று அந்த முறைப்புக்குப் பொருள். அவர் நிமிர்ந்து பார்க்காமல், அவள் முறைப்பதை

உணர்ந்தவராய்ச் சிரித்தார். ஆனால், அவருக்கு வைத்ததை விடவும் அவனுக்கு அதிகமாகவே கறியை வைத்திருந்தாள் அஞ்சலம். மூக்கனுக்கு இந்த அன்பு நாடகம் மொத்தமும் அத்துப்படி. அவன் ஒன்றும் சொல்லாமல், வாய்க்குள் சிரித்தபடி அவர் வைத்ததையும் சேர்த்துச் சாப்பிட்டான்.

அழகர் வீட்டுக்கு வரும்போது ஊர் கொஞ்சம் கொஞ்சமாக அடங்கிக்கொண்டிருந்தது. எட்டு மணிக்கெல்லாம் உணவை உண்டு முடித்து அடங்கிவிடுகிற ஊரின் பழக்கத்துக்கு நாய்கள் கூட பழகியிருந்தன. அவற்றின் குரல்கள் கூட அடங்கிப்போயிருந்தன.

வீட்டில், எண்ணெய் விளக்கின் ஒளியில் அமர்ந்து, அழகருக்குச் சோறு பரிமாறிக்கொண்டிருந்தாள் அஞ்சலம். அழகர், எப்போதும் வீட்டில் அமர்ந்தே சாப்பிடும் பழக்கம் உள்ளவனாக இருந்ததால் அப்படிச் செய்தாள். அவன் சாப்பிடும்போது அவளும் அவனுடன் சாப்பிட்டு முடித்துக்கொண்டாள். தன் கனவனுடனோ, தன் மூத்த மகனுடனோ அவள் பெரும்பாலும் சேர்ந்து அமர்ந்து சாப்பிட்டதில்லை. இளையவனான அழகருடன் மட்டுமே அமர்ந்து சாப்பிடுவாள். இல்லையேல், தனியாகச் சாப்பிடுவாள். ராமனோ, மூக்கனோ ஒருபோதும் இதில் குறைப்பட்டுக்கொண்டதில்லை. ராமனுக்கு அதன் முழுப் பொருளும் விளங்கும். அழகரின் சிறுவயதிலிருந்தே அவனுக்கு ஊட்டிவிட்டு, அவனுடன் சேர்ந்தமர்ந்து சாப்பிட்டுப் பழகியிருந்த அவள், அந்தப் பழக்கத்தைக் கடைசி வரை கைவிட மாட்டாள் என்று அவர் நன்கறிவார்.

சத்தமில்லாமல் ஒரு சருகு இறங்குவதுபோல் ஊரில் அமைதி இறங்கிக்கொண்டிருந்தது. உறக்கம் கைகூடாதவர்கள் ஒன்று சேர்ந்து, வாசலில் அமர்ந்து, மிக மெல்லிய குரலில் கதை பேசிக்கொண்டனர். நிலவு வெளிச்சம் ஊருக்கு ஒரு வெண்ணிற சித்திரத்தை வழங்கியிருந்தது.

சாப்பிட்ட கையை மோந்துகொண்டே மூக்கனோடு வந்து பாயில் அமர்ந்துகொண்ட மலையன், ராமனை ஏதேனும் கதை சொல்லுமாறு கேட்டுக்கொண்டான்.

“பெரீப்பா… ஏதாவது ஒரு கத சொல்லேன்… கேப்போம்…”

சட்டென தனக்குள்ளிருக்கும் கதைசொல்லியை இழுத்து வெளியே விட்டுவிட நினைக்கும் மலையனை, தோளைத் தொட்டு அருகே அணைத்துக் கொண்டவர், தன் மனதில் இருக்கும் கதைகள் ஒவ்வொன்றாக வெளியேறும் முகமாக கண்களை மூடி அமர்ந்திருந்தார். மலையன், அவர் முகத்தையே சிறு குழந்தையைப்போல் உற்றுப் பார்த்துக் கொண்டிருந்தான். சாப்பிட்டு முடித்த அழகர், வீட்டிற்கு வெளியே, இடது புறத்தில் கிடந்த கயிற்றுக் கட்டிலில் போய் உட்கார்ந்து கொண்டான். மூக்கன் மலையனைப் பார்த்து, 'இதே வேலையாய்ப் போச்சு உனக்கு' என்பதுபோல் முறைத்தான்.

போதை வடிந்தும் வடியாமலும், வாசலில் கிடந்த கோரைப்பாயில், கால் மேல் கால் போட்டுக்கொண்டு எம்ஜிஆர் பாடலொன்றைப் பாடிக்கொண்டிருந்த உக்கிலி, பாடலை நிறுத்திவிட்டு, படுத்திருந்த நிலையிலேயே ஒருக்களித்துக்கொண்டு ராமனை, ஒரு கதை சொல்லச் சொன்னார்.

"அண்ணே... புள்ளிவோ கேக்குதுல்ல... ஒரு கதை சொல்லேன்..."

உக்கிலியின் கரகரப்பான குரல், கதை கேட்கும் ஆர்வத்தை வெளிப்படுத்திவிட்டு மீண்டும் பாடத்தொடங்கியது.

"கொடுத்ததெல்லாம் கொடுத்தான் அவன்

யாருக்காகக் கொடுத்தான்...

ஒருத்தருக்கா கொடுத்தான் இல்லை

ஊருக்காகக் கொடுத்தான்..."

உக்கிலியின் குரலில் அந்தப் பாடலின் மொத்த ஜீவனும் அழிந்து போய்விடுமோ என்று மூக்கன் அஞ்சினான். போதையால் சிதறியிருந்த உக்கிலியின் குரல் அப்படித்தான் இருந்தது. அதைப் பொறுக்க மாட்டாத மலையன் மீண்டும் ராமனிடம் கதை சொல்ல வேண்டினான்.

"பெரீப்பா... ஒரு கதை சொல்லு... இல்லேன்னா எங்கப்பன் பாடுறத கேட்டு ஊருல இருக்க நாயெல்லாம் ஓடிவந்து நம்மல கடிச்சி வச்சிடும்..."

ராமன் சிரித்துக் கொண்டார்.

"என்ன கதைடா சொல்றது... ஒண்ணும் யோசனைக்கு வல்ல..."

"ஏதாச்சும் சொல்லு பெரீப்பா..."

ராமன், பாயில் மல்லாக்கப் படுத்துக்கொண்டு வானத்தைப் பார்த்துக்கொண்டே இருந்தார். வானெங்கும் ஏராளமான நட்சத்திரங்கள் கொட்டிக் கிடந்தன. அதனூடே நகரும் மேகங்களையும், மிதக்கும் நிலவையும் பார்த்துக் கொண்டிருந்தவர், ஒரு நாடோடியின் கதையைச் சொல்லத் தொடங்கினார்.

3

விடியற்காலை நான்கு மணிக்கு தாண்டவராயனின் சைக்கிள் பெல் சத்தம் கேட்டது. வாசலில் நின்றுகொண்டு ஒருமுறை மட்டுமே பெல்லை அடித்தான். பெல் சத்தம் கேட்டு எழுந்து உட்கார்ந்த அழகர், இருட்டில் துழாவி, அம்மிக்கல்லுக்கும் பத்தாயத்துக்கும் நடுவிலிருந்த சிறிய சந்தில் வைக்கப்பட்டிருந்த எண்ணெய் விளக்கை எடுத்து, தனக்கு முன்னே வைத்து தீப்பெட்டியை உரசிப் பற்ற வைத்தான். அவன் விரல்களிலிருந்து ஒரு தட்டான் பூச்சி விடுபடுவதைப்போல் சிறிய தீ எழுந்தது. திரியின் கறுத்த நுனிப்பகுதியில் தீயின் கொழுந்தை மாற்றிவிட்டவன், சுவரோரமாக சுருண்டிருந்த அம்மாவையும், வாசலில் தலைவைத்துப் படுத்திருந்த அப்பாவையும் பார்த்தான். வீட்டில் சிறிய ஒளி தோன்றியதைக் கண்களைப் பிரிக்காமல் உணர்ந்த அஞ்சலம், "அழகரு..." என்று அழைத்தவாறு எழுந்து உட்கார்ந்தாள். ராமன், ஒருமுறை செருமிவிட்டு அமைதியாக

மீண்டும் குறட்டைவிட்டார். அழகர், தன் சட்டையை எடுத்துப் போட்டுக்கொண்டு அம்மா முன் உட்கார்ந்தான். சற்றுத் தள்ளிவைக்கப்பட்டிருந்த பிரிமணையை அருகே இழுத்து, அதில் வைக்கப்பட்டிருந்த பானையை மூடியிருந்த துணியை மெல்ல அவிழ்த்தாள். ஈயக்குண்டானில் தண்ணீர் எடுத்து கை அலம்பி வெளியே ஊற்றிவிட்டு வந்தவள், அந்தக் குண்டானில், இரண்டு கவளம் சோளக்கூழ் உருண்டையை எடுத்துப்போட்டுக் கரைத்தாள். உயிர் நண்டுகள் வெறும் பாத்திரத்தில் ஊர்ந்திடும்போது எழும் சத்தத்தைப்போல் அவள் கூழ் கரைக்கும்போது ஒரு சத்தம் எழுந்தது. கரைத்து உப்பிட்டு மீண்டும் கரைத்து விரல்களால் சேந்தி வாயிலிட்டுச் சுவை சோதித்தவள், எல்லாம் சரியாக இருக்கிறது என்பதற்கான ஒரு தலையசைப்புக்குப் பிறகு அவனிடம் நகர்த்தி வைத்தாள். கூழ் அவனது வாயில் ஊற்றப்பட்டு, தொண்டைக்குள் இறங்குவது, அந்த அமைதியான சூழலில் தெளிவாகக் கேட்டது. அழகர், அந்த விடிகாலைப் பொழுதிலேயே வயிறு குளிர்ந்தவனாய் எழுந்து வெளியே வந்தபோது, அமைதியாக நின்றிருந்த தாண்டவராயன், ஒன்றும் பேசிக்கொள்ளாமல் சைக்கிளைத் தள்ளிக்கொண்டு நடந்தான். அவனோடு புறப்பட்டுப் போகும் அழகரின் காலடியோசையை, வாசற்படியில் தலைவைத்துப் படுத்திருந்த ராமனின் காதுகள், ஓசை தேய்ந்து மறையும் வரை கூர்ந்து கேட்டு எண்ணிக்கொண்டிருந்தன. அவன் உருவம் மறையும்வரை பார்த்துக்கொண்டிருந்த அஞ்சலம், அழகர், அந்தத் தெருவிலிருந்து திரும்பியபோது விளக்கின் திரியில் கைவைத்தாள்.

விடிகாலை ஐந்து மணிக்கெல்லாம் தாண்டவராயனும் அழகரும் கடைக்கு வந்துவிட்டார்கள். வரும் வழியிலேயே தன் தோட்டத்துக்குப் போய், அன்று அடிக்க இருந்த மாடுகளை ஓட்டிக்கொண்டான் தாண்டவராயன். சனிக்கிழமை என்பதால் எப்படியும் இரண்டு மாடுகள் ஓடிவிடும் என்று யூகித்து, இரண்டு மாடுகள் மட்டுமே ஓட்டிக் கொண்டார்கள். நாளை ஞாயிற்றுக் கிழமைக்குத் தேவையான இரண்டு மாடுகள் தொழுவத்தில் கட்டப்பட்டிருந்தன.

அழகர், மாட்டைப் பிடித்துக்கொள்ள, தாண்டவராயன்தான் அதன் பொட்டில் அடிப்பான். அப்படி மாடு அடிக்கும் நாட்களில், சரியாக அந்த நேரத்தில், ஒரு சரக்கு ரயில் அவ்வழியாகப் போகும். ஒவ்வொரு முறையும் குறிப்பாக அந்த நேரத்தில்தான் மாட்டை அடிக்கத் தொடங்குவார்கள். ரயிலின் சத்தத்தோடு மாட்டின் கதறலும் கலந்துவிட்டால், மாடு 'மா' என்று அடிவயிற்றிலிருந்து கத்தும் பயங்கரக் கதறலிலிருந்து, 'ஐயோ பாவமே' என்று கழிவிரக்கம் கொள்ளும் மனதைக் காப்பாற்றிவிடலாம் என்று அழகர், அந்தத் திட்டத்தை தாண்டவராயனிடம் சொல்லியிருந்தான். தாண்டவராயன் சிரித்துக்கொண்டே அந்தத் திட்டத்துக்கு ஒத்துக்கொண்டான். அதனாலேயே, ஒவ்வொருமுறை மாடடிக்கும்போதும் ஒரு கதறலுக்குப் பிறகு அதைக் கதறவிட மாட்டான் தாண்டவராயன். ஒரே அடி. மாடு ஒரு செடியைப்போல் துவண்டு கீழே விழும்.

லாந்தர் விளக்கின் மஞ்சள் வெளிச்சத்தில், மாட்டைக் கொன்ற எண்ணம் மறையும்வரை, ஒரு பீடியை எடுத்துப் பற்றவைத்து, புகையை இருளில் கசியவிட்டான் தாண்டவராயன். தானும் ஒரு பீடியைக் கொளுத்திப் புகைத்துக்கொண்டே, லாந்தர் வெளிச்சத்தில் கறியைத் தொங்கவிடும் கொக்கிகளை மூங்கில் வாரையில் மாட்டிவிட்டான் அழகர். கோணிப்பையால் மூடியிருக்கும் கறி வெட்டும் பலகைகளைத் துடைத்து வைத்துவிட்டு, வீட்டிலிருந்து கொண்டு வந்திருந்த துணி மடிப்பிலிருந்து கத்தியை எடுத்து அந்தக் கட்டைகளின் மேல் வைத்த தாண்டவராயன் அழகரின் தோளைத் தொட்டான். அந்த அழுத்தமான தொடுதலுக்கு, பளபளவென்று விடியும்போது கறி வேறு, எலும்பு வேறு, குடல் வேறு, குந்தானி வேறு என்று தனித்தனியாகப் பிரிக்கப்பட வேண்டும் என்று பொருள்.

"அழகரு... நேரம் போய்க்கிட்டே இருக்கு, வேலைய ஆரம்பி..."

பீடியின் அடிப்பகுதிக்கும் சற்று முன்பு கனிந்துகொண்டிருக்கும் கங்கினை ஒரு தூணில் அழுத்தி அணைத்துவிட்டு, இறந்த மாட்டுக்கு முன்பு உட்கார்ந்த அழகர், அதன் கழுத்துச் சதையைத் தீண்டாமல் தோலைக் கிழித்து, ஒரு ஆளைப் படுக்கப் போட்டு

சட்டையைக் கழற்றுவதுபோல் அதன் தோலை நீக்கினான். தோல் நீங்கிய மாட்டின் உடம்பு ஒரு பனிப்பாறையைப்போல் அவன் முன்னே கிடந்தது. பனிக்கட்டியை உடைத்தால் ரத்தம் பெருகும் என்பதை முதன் முதலில் அழகர் இங்குதான் கண்டு கொண்டான்.

ஆண்மை பெருகும், பால் சுரக்கும், காமம் விருத்தியாகும், சோகை, உடல் மெலிவு, ஈரல் நோய் போன்று இன்னும் பல நோய்கள் தீரும் என்றெல்லாம் மாட்டுக்கறி உண்பவர்களின் எண்ணிக்கை முன்பை விட இப்போது அதிகரித்திருந்தது. கிராமத்தில் போட்டால் வாங்கிச் செல்ல தயக்கம் காட்டும் நிறைய பேர் பக்கத்திலிருக்கும் நகரத்தின் வெளிப்புறத்தில் கடையைப் போட்டவுடன் வாங்கிச் செல்கிறார்கள் என்பதை அறிந்த தாண்டவராயன், ஊரிலிருந்து தொழிலை நகரத்துக்கு மாற்றிக்கொண்டு வந்தபோது, ஏற்கெனவே அங்கே இரண்டு கடைகள் இருந்தன. அந்த இரண்டு கடைகளின் முதலாளிகளும் முஸ்லிம்களாக இருந்தார்கள். அவர்களின் தொழில் பாதிக்கக் கூடாது என்பதற்காக அங்கிருந்து அரை மைல் தாண்டி தன் கடையைப் போட்டான் தாண்டவராயன். ஆரம்பத்தில் ஒரு நாளைக்கு ஒன்றென்று சனி ஞாயிறுகளில் இரண்டு மாடுகள் மட்டுமே அடித்துக் கொண்டிருந்தவன், இப்போது கொஞ்ச நாட்களாகத்தான் ஐந்தாறு மாடுகள் கிட்டே அடிக்கிறான்.

ஏழு மணிக்குள்ளாக, கிட்டத்தட்ட எல்லா கறிகளையும் விற்று முடித்திருந்தான் தாண்டவராயன். ஒரேயொரு கொக்கியில் மட்டும் கொஞ்சமாய் தொடைக்கறி தொங்கிக் கொண்டிருந்தது. மிச்சமிருந்த எலும்புகளை வீட்டுக்கு எடுத்துச் செல்வதற்காகப் பொடியாக நொசுக்கிக் கொண்டிருந்தான் அழகர். குருதி ஊறிய வெட்டுக்கட்டையின் ஈரத்தைக் கத்தியால் வழித்து விட்டுக்கொண்டிருந்த அவனிடம், போட்டியாக வந்துவிட்டதாக நினைத்து முசல்மான்கள் தன் மீது காழ்ப்புணர்வோடு இருக்கிறார்களா என்று தெரிந்துகொள்ள வேண்டும்போல் இருக்கிறது என்று சொல்லிக்கொண்டிருந்தான் தாண்டவராயன். அவன் அப்படிச் சொல்லிக்கொண்டிருந்தபோது, ஏதோ அசரீரி

கேட்டவரைப்போல் ராவுத்தர் பாய் அவனுடைய கடைக்கு வந்தார். “வாங்க பாய்” என்று அவரை மரியாதையாக வரவேற்று, கறி வெட்டும் மரக்கட்டையைத் துடைத்து எடுத்துப்போட்டு அதில் உட்கார வைத்தான் தாண்டவராயன்.

கறுப்புக்கோடு போட்ட வெள்ளை லுங்கியும், கதர்ச் சட்டையும் போட்டு, ஆறடி உயரத்துக்கு ஆஜானுபாகுவாக இருந்தார் ராவுத்தர் பாய். நல்ல சிவப்பு நிறம். காதுகள் கொஞ்சம் பெரிதாக இருந்தன. தலைமுடி மட்டுமின்றி, தாடை மீசையும் முழுக்க நரைத்துவிட்டிருந்தது. அறுபது வயதிருக்கலாம் என்று அழகர் மதிப்பிட்டான். உடம்பு கட்டுக் குலையாமல் இருந்தது. நல்ல இறுகிய கனமான உடம்பு. சுற்றிலும் குருதித் திட்டுகள் இருந்த அந்தச் சின்ன கொட்டகையில் உட்கார்ந்துகொண்டு கழுத்தை வளைத்து பின்பக்கமாகப் பார்த்து, உரித்துப் போட்டிருந்த மாட்டுத்தோலைப் பார்த்தார். அது இன்னும் மடித்து வைக்கப்படாமல் விரித்தே கிடந்தது.

எட்டுமணி ரயில் இன்னும் கொஞ்ச நேரத்தில் இந்தப் பகுதியைக் கடந்து போகும் என்று அவருக்குத் தெரியும். எட்டு மணிக்குள் தங்கள் வியாபாரத்தை முடித்துவிட்டிருந்த ராயனை, புருவத்தை மேலேற்றிக்கொண்டு பார்த்தார் பாய். அவருடைய முகத்தில் ஒரு பெருமிதம் குடியேறியிருப்பதாக தாண்டவராயனுக்குத் தோன்றியது. சின்ன வயது பையன்கள், வேலையைச் சுத்தமாகச் செய்திருக்கிறார்கள் என்ற பெருமிதம் அது. அவர் முதன்முதலில் கறிக்கடை போடும்போது அவருக்கும் கிட்டத்தட்ட இந்த வயதுதான் இருக்கும். அந்த நாட்கள் ஞாபகத்துக்கு வந்தவரைப்போல் ராயனைப் பார்த்தார். அவன் பணிந்தவாறு நின்றிருந்தான். அவருடைய கண்களில் ஒரு மெல்லிய சிரிப்பு வரையப்பட்டிருந்தது.

மூங்கில் வாரையில் தொங்கவிட்டிருந்த மாட்டின் தொடைக்கறியை ஆராய்வதுபோல் பார்த்தவர், அதனைத் தன் விரல்களால் தொட்டு அழுத்திப் பார்த்துவிட்டுக் கேட்டார்:

“ராயா... மாடு எங்கேர்ந்துடா புடிச்சிட்டு வர்றே?”

“திட்டக்குடி தொழுதூர் பக்கத்திலேருந்துங்க பாய்.”

“அம்மாந்தூரமா போற?”

“ஆமா பாய். நானும் அழகரும், வாரம் ஒருக்கா அங்க போய்டுவோம். நல்லா நாட்டு மாடுங்க ஏராளமா அங்க கெடைக்குது. நம்ம பூமி மாரி காஞ்சிக்கெடக்காம, அந்த பூமி எப்பவுமே நனஞ்சிக் கெடக்குல்ல. மாடுங்க நல்லா குளுமையா கறிப்பிடிப்போடு இருக்கு பாய்.”

இத்தனை ஆண்டுகளாய் மாடு போடுகிறேன். எனக்கு இந்த யோசனை வரவில்லை. இந்தச் சுற்று வட்டாரங்களிலேயே மாடுகள் வாங்கிக் கொள்கிறேன், உங்களுக்கு எப்படித் தோன்றியது என்பதுபோல் அவர்களை ஆச்சரியத்தோடு பார்த்த ராவுத்தர்,

“அடேங்கப்பா... இவ்ளோ வெவரம் தெரிஞ்சி வச்சிருக்க. சபாஷ்டா ராயா சபாஷ்...” என்று அவனைப் பாராட்டினார்.

அந்தப் பாராட்டு அவருக்கும் மகிழ்ச்சியைக் கூட்டியிருந்தது. தாண்டவராயனும் அழகரும் அந்தக் கனிந்த முகத்தை ரசித்து மகிழ்ந்துகொண்டிருந்தனர்.

எட்டு மணி ரயில் அந்த வழியே கடந்து போனபோது ராவுத்தர் தன் வெள்ளைத் தொப்பியை எடுத்து மறுபடியும் தலையில் போட்டுக்கொண்டு எழுந்தார். கொக்கியில் தொங்கிய ஆடுசதையின் கருஞ்சிவப்பு நிறம் அவரது மனதைக் கவர்ந்து இழுத்திருக்க வேண்டும், அதை, ஒரு பெண்ணைக் காமுறுவது போல் ஆழ்ந்து நோக்கினார்.

“சரிடா... நான் வரேன்...”

“சரிங்க பாய்...”

வெளியே வந்தவர் ஒருகணம் நின்று,

“ராயா... அருமையான தொழிலு... நல்லா செய்யி...உட்டுடாத...”

“சரிங்க பாய்...”

ஒரு மகனை வாழ்த்துவதைப்போல் தன்னை வாழ்த்திவிட்டுச் சென்ற ராவுத்தர் பாயை, போகவிட்டுப் பார்த்துக்கொண்டிருந்த ராயன், வெள்ளை லுங்கியும், கதர்ச் சட்டையும் போட்டுக்கொண்டு தன் தாய் போவதுபோல் இருக்கிறது என்று அழகரிடம் சொன்னான்.

கொக்கியில் தொங்கிய மீதமான ஆடுசதையை இருவரின் வீட்டுக்காகவும் கட்டையில் வைத்து அழகர் கொத்தத் தொடங்கியபோது, ஒரு பீடியைக் கொளுத்திப் புகைத்துக்கொண்டே கடை வாசலில் வந்து நின்றான் சின்னமருது. ஆள், கறுப்பாக, நாலரை அடி உயரத்தில், ஒரு பனங்கட்டைக்கு கை கால் முளைத்ததுபோல் இருந்தான். பற்களில் புகையிலைக் காவி படிந்திருந்தது. கொஞ்ச நேரத்துக்கு முன்னமே வந்துவிட்டிருப்பான் போல என்று அழகருக்குச் தோன்றியது. பாய் இருந்ததால், அவர் போகும் வரை எங்கேயோ அருகில் உட்கார்ந்திருந்துவிட்டு, அவர் எழுந்து போனவுடன் வந்திருக்கிறான். அவனது நடமாட்டம் தெரியும்போதெல்லாம் தாண்டவராயன் அவனைக் குறித்துச் சொல்லும் செய்திகள் அழகருக்கு நினைவுக்கு வந்தன.

அவன் எதற்காக வந்திருக்கிறான் என்று தெரிந்திருந்தும், எதுவுமே தெரியாதவனைப்போல் நடித்து, தோலை மடித்துச் சுருட்டிக்கொண்டே அவனிடம் பேச்சுக் கொடுத்தான் ராயன்.

“என்ன மருது... இந்தப் பக்கம்...?”

“கறி வாங்கலாம்னுதான் வந்தன்... நீதான் அதுக்குள்ள கடையைக் காலி பன்னிட்டியே...”

“சீக்கிரம் ஓடிப்போச்சி மருது... அதான்... முடிச்சிட்டுக் கெளம்பிட்டேன்...”

ஒரு முள்ளை ஒடித்து கடைவாய்ப் பல்லில் குத்திக்கொண்டே, அழகரை ஓரப்பார்வையாகப் பார்த்துக்கொண்டே ராயனிடம் கண்காட்டினான் மருது. ராயனுக்கு அந்தக் கண் காட்டுதலில் உள்ள பொருள் விளங்கும். அழகர் எதையும் கவனிக்காதவனைப்போல் கறியை நொசுக்குவதில் கவனம்

செலுத்துவதாகக் காட்டிக்கொண்டான். மருது, ராயனின் காதுகளை நெருங்கி, தான் வந்ததற்கான காரணத்தை மெதுவாகச் சொன்னான். அவன் சொல்வதை மறுத்துப் பேசாமல், 'பார்க்கலாம்' என்ற ஒரு வார்த்தையில் முடித்துக்கொண்டான் ராயன்.

மாடுகளைத் திருடி இந்த மாதிரி கறிக்கடை போட்டிருப்பவர்களிடம், கிடைத்த விலைக்குத் தள்ளிவிட்டுக் கொண்டிருக்கிறான் என்பதும், அவனிடமிருந்து திருட்டு மாடுகளை வாங்கி கறிக்கடை நடத்தும் ஆட்களைப் பற்றியும் ராயன் முன்னமேயே நன்கு அறிந்திருந்தான். அதனால், மேம்போக்கான வார்த்தையால் மருதுவின் எண்ணத்துக்குப் பதிலிறுத்துக்கொண்டிருந்தான். அழகர், எதையும் கண்டு கொள்ளாததை நோட்டமிட்ட மருது, ராயனிடம் "யாரு... ஓங்க ஆளா..." என்றான். அவன் 'ஓங்க ஆளு' என்று எந்தத் தொனியில் கேட்கிறான் என்பது ராயனுக்குத் தெரியும். "ஆமாம்..." என்றான். மருதுவின் கண்கள் கொக்கியில் தொங்கிய கறியில் மேய்ந்துவிட்டு, அழகரை நோக்கின. அங்கிருந்து கிளம்புவதற்கு முன் ராயனிடம் மீண்டும் சொன்னான்:

"சரி...யோசனை பண்ணிச் சொல்லு... ஒண்ணு ரெண்டு உருப்படிதான் இருக்கு... அழிஞ்ச வெல... நல்ல லாவம்... பாத்து யோசனை பன்ணிச் சொல்லு..."

ராயன், சீக்கிரம் பதில் சொல்லியனுப்புகிறேன் என்னும் விதத்தில் தலையாட்டினான்.

மருது, அங்கிருந்து வெளியேறி, வடக்குப்புறமாக இருந்த கரிவேலிக் காட்டுக்குள் நுழைந்து, உள்ளே திட்டாக சுருங்கியிருக்கும் நீர்நிலையை நோக்கிப் போகும் வரை, அவனையே பார்த்துக்கொண்டிருந்த அழகர், ராயனிடம் அவனைக் குறித்து விசாரித்தான்.

"இவென் யாரு ராயா...? பாத்தா களவாணிப்பய மாதிரியே இருக்கான்..."

"மாதிரியெல்லாம் இல்ல... களவாணிப் பயலேதான்... அதுவும்

மாடு களவாணிப்பய...”

“எந்தூருக்காரன்...?”

“கிளியப்பட்டு பய... பெரிய ஆரளைக் கள்ளன்னு நெனப்பு... ஒடம்பு வளையாத மூதேவி...”

“ஒடம்ப பாத்தாலே தெரிது. என்ன சொல்லிட்டு போறான்... திருட்டு மாட்டுக்கு வெல சொல்லிட்டுப் போறானாக்கும்...”

“ஆமா...”

பிறகு, சின்னமருதைக் குறித்து, ரெண்டு மூணு அசிங்கமான வார்த்தைகளைச் சொன்னான் ராயன். ராயனின் வாயிலிருந்து வந்து விழும் கெட்ட வார்த்தைகளைக் கேட்டு அழகர் சிரித்துக்கொண்டான்.

4

அழகரை புதுஏரி கலுங்குகிட்டேயே மறித்துக்கொண்டாள் சகுந்தலா. ஆளுயர வயற்புற்களால் மூடிக்கிடந்த புதுஏரியின் தெற்கு மூலைக்கு அவனை நெட்டித்தள்ளிக்கொண்டு போனவள், அங்கிருந்த ஒரு வெட்டுப்பள்ளத்தில் அவனை இறக்கி, தானும் இறங்கிக் கொண்டாள். சுற்றிலும் ஓங்கி வளர்ந்த புற்களின் நிழலும், அருகே இருந்த கருவேல மரத்தின் நிழலும் விழுந்து அந்த வெட்டுப்பள்ளம் குளுமையாகக் கிடந்தது. கருவேல முட்களைப் பொறுக்கிக் கரைமீது வீசிவிட்டு அழகரின் உடம்பிலிருந்து அடித்த மாட்டுக் குருதி வாசனைக்கு மூக்கு சுருங்கியவள், “குளிச்சிட்டு வந்தா என்ன லூசு...” என்று முறைத்தாள். அவன், அவளின் வெண்ணிற கண் பாவைகளைப் பார்த்துக்கொண்டே, “ஏன்... ஒரே நாத்தமா இருக்கா...” என்றான்.

ஏதோவொரு கெட்ட வார்த்தையை வாய்க்குள் முனகுபவளைப்போல் பாவனை செய்துகொண்டு, மீண்டும் மூக்கைச் சுருக்கிக்கொண்டு, "ஆமா..." என்று கண்ணசைத்தாள். அப்போது அவளிடமிருந்து ஒரு வெள்ளந்தியான சிரிப்பும் வந்தது. அந்த நாற்றம் குறித்து அவளுக்கு நன்கு தெரியும். அவன் அந்த நாற்றத்துக்குள் புழங்குபவன் என்று தெரிந்துதான் விரும்புகிறாள்.

அழகர், மாட்டு ரத்தம் தெறித்த தன் சட்டையைக் கழற்றி, ஒரு பந்துபோல் சுருட்டி பின்னால் வைத்துக்கொண்டான். அவனது நெஞ்சில் செழித்து வளர்ந்திருந்த கருகருவென்ற முடியின் அடர்த்தியில் விரலை நுழைத்து, தன் நகத்தால் எதையோ எழுதிக் கொண்டிருந்தாள் சகுந்தலா. அழகர், அவள் முதுகில் ஒட்டியிருந்த வேல மரத்தின் சிறிய இலைகளைத் தன் வலது கையால் எடுத்து இடது கையில் வைத்துக்கொண்டே கேட்டான்:

"நா... எப்போ போவேன்... எப்போ வருவேன்னு பாத்துக்கிட்டே இருப்பியா...?"

தன் சிவந்த வாயை, மெல்லத் திறந்து, நுனி நாவினை மெதுவாக நீட்டி, கீழ் அண்ணத்திலிருந்து மேலண்ணத்துக்குச் சுழற்றி ஏற்றியவள், வாயைக் குவித்து உள்ளிழுத்துக் கொண்டாள்.

"ஆமா... பொழுதினிக்கும் ஒன்ன நோட்டம் போடுறதுதான் என் வேல... ஆளப்பாரு..."

"பின்னே... இந்த வேகா வெயில்ல... எவளாவது இந்த அத்துவானக் காட்டுல ஒருத்தன வழிமறிப்பாளா...?"

"நான் மறிப்பேன்..." என்று மூக்கைச் சுருக்கி சிரித்தவளை மூக்கிலேயே கிள்ளினான் அழகர்.

"ஆ... அம்மா..." என்று சிணுங்கலாகக் கத்தினாள்.

வயற்புறக்களுக்குள் புகுந்து ஓடி, புதுஏரியின் கரைமேல் வட்டமடித்தது அந்தச் செல்லச் சிணுங்கல். யாருக்காவது கேட்டிருக்குமா? அந்த அத்துவானத்தில் யாருமே இல்லை

என்பது சகுந்தலாவுக்குத் தெரியும். தன்னோடு விறகு வெட்ட வந்த கனகவள்ளியை சற்று தூரத்திலேயே வேலங்காட்டில் விட்டுவிட்டு வந்திருந்தாள்.

அழகர், சரிந்து அவள் மடியில் தலைவைத்துக் கொண்டான். வேர்வைக்கு படிந்துபோய்க் கிடந்த முடிகளை வகிடெடுத்துக் கோதிவிட்டவள், ஏதோ நினைத்தவளாய், “ஆமா... ஒங்க அப்பா கதைல்லாம் சொல்வாராமே... ஒனக்கும் சொல்லத் தெரியுமா?” என்று கேட்டாள். அப்போது அவள் முகத்தில் ஓர் ஆர்வம் மேலிட்டது. தனியாகக் கூடிக்களிக்க வேண்டிய நேரத்தில் எவளாவது இப்படி சின்னக் குழந்தைகள் பேசுவதைப் பேசுவாளா? அழகர், தனக்குள் சிரித்துக் கொண்டான். சகுந்தலாவுக்கு அது புரிந்து, அவன் நெஞ்சுக்கூட்டில் ஒரு குத்து குத்தினாள். ஒரு துள்ளு துள்ளி விழுந்தவன், நெஞ்சை அழுத்திக்கொண்டு வலிப்பதுபோல் பாவித்துக் கொண்டான். அது பொய் நடிப்பு. திரும்பவும் ஒரு குத்து விட்டாள். மீண்டும் பொய் பாவனை செய்து அவள் மார்புகளுக்குள் முகத்தைப் புதைத்தான். இந்த விளையாட்டுக்குத்தான் அவள் அப்படி அடிகோலினாள் என்று அவனுக்குத் தெரியும். இப்படிச் சீண்டினால்தான் அவன் இந்தக் கோரைப்புற்களுக்குள் முயல் பிடிக்க இறங்குவான் என்று அவளுக்கும் தெரியும்.

வெட்டுப் பள்ளத்தைச் சுற்றிலும் காவலுக்கு ஆள் நிறுத்தியதுபோல் நிற்கும் உயர்ந்த புற்களை வளைத்து ஒரு கூண்டுபோல் கட்டி வைத்தால், இந்தக் காடும், மேலே செல்லும் மேகங்களும், பறவைகளும், ஆகாயமும் நம்மைப் பார்க்காது என்று, அவன் மடியில் படுத்துக்கொண்டு சகுந்தலா சொன்னாள். அதற்கென்ன, உடனே செய்து விடுகிறேன் என்று ஒரே பாய்ச்சலில் அந்த வேலையில் இறங்கினான் அழகர். இந்தக் காட்டின் பாதைகளையும், புல் பூண்டுகளையும், ஏரிகளையும், கோரைகளையும், செடிகொடிகளையும், மரங்களையும் அறிந்து வைத்திருப்பவனுக்கு அதுவொரு சிரமமான வேலையில்லை. அடுத்த ஐந்து நிமிடத்தில் நாலா பக்கமும் நின்ற ஓங்கிய புற்களை, பள்ளத்துக்குள் நின்றபடியே வளைத்து, அதன்

சோலைகளோடு சேர்த்து ஒரு மெல்லிய, உறுதியான பச்சைக் காட்டுக்கொடியால் பிணைத்துக் கட்டினான். இப்போது அந்தப் பள்ளம் ஒடுக்கமான ஒரு சிறிய வீடுபோல் மாறியிருந்தது. நின்றுகொண்டு சோலைகளை முடிந்து கொண்டிருந்தவனின் தொடைச்சதையில் வழிந்த வேர்வையை, அப்படியே கால்களை இறுக்கக் கட்டிக்கொண்டு முகத்தில் தேய்த்துக்கொள்ள வேண்டும்போல் இருந்தது சகுந்தலாவுக்கு. சட்டென ஒரு காட்டுவாசியைப்போல் மாறிவிட்டிருந்த அழகரை, அவள் வாயைப் பிளந்துகொண்டு பார்த்தாள். மரங்களின் மேலே அமைக்கும் பரணை விடவும், இந்தப் பள்ளத்தில் அமைக்கும் கூண்டு அழகானதாக இருக்கிறது என்று சொன்னாள்.

வளைத்துக் கட்டப்பட்ட கோரைப்புற்களின் வழியே லேசான வெளிச்சம் மட்டுமே உள்ளே நுழைந்திருந்தது. மற்றபடி இரவு நேரத்தில் இருப்பது போலவே இருந்தது. அந்தச் சிறிய வெளிச்சத்தை, கூடலுக்கு சாட்சியாக ஏற்றி வைத்த சிறிய மெழுகு வெளிச்சமாக அவள் கருதினாள். அழகர் அவள் மார்பில் புதைந்து கிடந்தான். சட்டையில்லாத அவனுடைய கட்டான உடம்பு பரபரவென வேர்த்துக்கொட்டத் தொடங்கியது. மழையில் நனைந்தவளைப்போல் அவளுடைய முகத்திலும் ஈரம் பொங்கியது. வெளியே புற்களுக்குள் முயல் ஓடுவதையும், காடைகள் ஓடுவதையும் கூட தெளிவாகக் கேட்க முடிந்தது. இரண்டு பேரிடமிருந்தும் மூச்சுக்காற்றைத் தவிர ஒரு சொல்லும் வெளியே வரவில்லை. மொத்தச் சருகலமும் துடிக்கத் தொடங்கியது. பள்ளத்தின் தரைப்பரப்பில் அவளது கால்கள் தடித்த கோடுகளாகவும், அவனது கால்கள் பனங்காய் விழுந்து கிடந்தால் ஏற்படும் குழிகளைப் போலவும் தடங்களை உண்டாக்கின.

பள்ளத்தை நோக்கி ஒரு பாம்பு ஊர்ந்து வருவதுபோல் சத்தம் கேட்டதை அவர்கள் உணர்ந்தபோது, மார்பில் கிடந்தவனைத் திருப்பி தரையில் கிடத்தி, அந்தக் கறுப்பு முகம் முழுக்க முத்தமிட்டு ஈரப்படுத்தினாள் சகுந்தலா. கொஞ்ச நேரத்துக்கு முன்பு அவள் கண்களில் அலைந்துகொண்டிருந்த பாவை

அமைதியடைந்திருந்ததை அவன் பார்த்தான். அந்தப் பள்ளத்தின் மெல்லிய இருளில், அவன் மேல் வீசிய ரத்த வாடையும், அவள் மேல் கமழ்ந்த தாழம்பூ மணமும் கலந்து, ஒரு புதுவித மயக்கும் வாசனை எழுந்தது. இந்த வாசனைக்கு பாம்பு இறங்குவது உறுதி என்று அவன் சொன்னான். "ஐயோ..." என்று அவள் பயந்து அவனோடு ஒடுங்கினாள். அவள் முதுகுப் பக்கம் கொக்கிகளை மாட்டிவிட்டுக்கொண்டே, "பயப்படாத... வந்தா நான் பாத்துக்குறேன்" என்று கள்ளச் சிரிப்பு சிரித்தான். செல்லமாக அவன் நெஞ்சில் ஒரு குத்து குத்தினாள்.

"இப்பச் சொல்லு..."

"என்ன சொல்ல...?"

"அதான்... ஒங்க அப்பா கதை சொல்லுவாராமே... ஒனக்கும் சொல்ல வருமா...?"

"ஏய்... அதை ஏன் இப்ப கேக்குறவ...?"

"ச்சும்மா... சொல்லேன்..."

"எனக்கெல்லாம் சொல்ல வராது..."

"ஐயே... அப்பனுக்குத் தெரிஞ்சது புள்ளைக்கித் தெரிலங்கிற..."

"ஆளப்பார்டா... நானும் சொல்லுவேன்..."

"ஐ... அப்படியா... எங்க... ஒரு கதை சொல்லு கேப்போம்..."

"காதல் கதை ஒண்ணு இருக்கு... சொல்லட்டுமா?"

"காதல் கதையா...." என்ற கிண்டல் தொனிக்குப் பின், கீழ் பற்களால் மேல் பற்களைக் கடித்துக்கொண்டே, அவன் மூக்கில் கிள்ளியவள், அந்தக் கதையைக் கேட்பதற்காக அவன் மடியில் தாராளமாக முதுகை வைத்துப் படுத்துக்கொண்டாள். கலைந்து முடியப்பட்ட ஈரத்தலை அவன் நெஞ்சின் மீது இருந்தது.

வாய்க்குள் ஊறிய எச்சிலை, குவிந்த உதடுகளால் ஒரு துளியாகத் திரட்டி அவளது இதழ்களுக்குள் இறக்கியவன், அந்தக் காதல் கதையைச் சொல்லத் தொடங்கினான். சற்றே

சிறிய ஊரில், சற்றே சிறிய பெரும்பொழுதொன்றில், சற்றே சிறிய பார்வைகளால் விளைந்த அந்தக் காதல் கதையை 'உம்' கொட்டிக்கொண்டே இருந்தவள், அவனது பின்னங்கழுத்தைத் தன் கைகளால் வளைத்து அடிவயிற்றின் சூட்டில் அழுத்தி அவன் முதுகின் மேல் முகத்தைப் புதைத்துக் கொண்டாள்.

வெயில், உச்சிக்கு ஏறிக்கொண்டிருந்தது.

5

ஒவ்வொருவர் தோள்களிலும் மம்பட்டி தொங்கிக் கொண்டிருக்க, மூக்கன், உடும்பன், முத்து, மலையன் நால்வரும் வேலை முடிந்து வீட்டுக்குத் திரும்பிக்கொண்டிருந்தார்கள். வேலைக்குச் சென்றிருந்த நிலத்திலேயே கிணறு இருந்தபடியால், அதிலேயே குளித்து முடித்து திரும்பிக் கொண்டிருந்தவர்களின் சட்டை அணியாத கறுத்த உடம்பில் உச்சி வெயில் பளபளத்துக் கொண்டிருந்தது. அவர்களின் உறுதியான முதுகுகள் கறுப்பு வழுக்குப் பாறைகளைப்போல் ஒளிவிட்டன. காலை ஏழு மணி முதல் மாலை நான்கு மணி வரைக்குமாக கூலி பேசி முடித்து ஆட்களைக் கொண்டு சென்ற மூக்கன், கையோடு கூலியை வாங்கிக் கொடுத்திருந்தான். நான்கு பேரிடமும் தனித்தனியாக, சுளையாக மூன்று ரூபாய்கள் இருந்தன.

யானைவாரி ஓடையைக் கடந்தபோது உடும்பனின் வாயில் எச்சில் ஊறத்

தொடங்கியது. மண்டையில் வெயில் இறங்குவதை உடனே தடுத்து நிறுத்த வேண்டுமெனில், தற்போது நாம் போகும் பாதையைச் சற்று தெற்குப் பக்கமாக வளைத்துத் திருப்பிவிட்டால் போதும் என்று அவன் மலையனிடம் சொன்னான். மலையனுக்கும் அதுதான் சரியென்று பட்டது. தெக்காட்டிலிருந்து பனங்கள்ளு மணம் வீசிக் கொண்டிருந்ததை அவனுடைய மூக்கும் மோப்பம் பிடித்துவிட்டது. மூக்கனுக்கும் முத்துக்கும் தெரிந்துபோய்விட்டது... கூலிப்பணத்தில் ஒரு ரூபாய் காலி. அடித்துக்கொண்டிருக்கும் வெயிலுக்கு உடம்பை குளிர்வித்தால் தேவலாம் என்று அவர்களுக்கும் பட்டது. நான்கு பேரும், புதுஏரிக்குத் திரும்பும் பாதையில் நடையைக் கட்டினார்கள்.

தென்னாட்டிலிருந்து வந்து காட்டிலிருந்த மொத்தப் பனை மரங்களையும் குத்தகைக்கு எடுத்திருந்த வேலு நாடாருக்கு, இவர்கள் நன்கு பழக்கமாகியிருந்தார்கள். இவர்களைக் கண்டுவிட்டால் ஆளுக்கொரு கலயத்தைக் கொண்டுவந்து வைத்துவிடுவான் அவன். மரத்திலிருந்து இறக்கி, நுரையையும், வண்டுகளையும் நீக்காமல் அப்படியே ஈரத்துணி போட்டு மூடி வைத்திருந்து, கள்ளின் சுவை குன்றாது வைத்திருக்கும் வேலு நாடாரின் அந்தப் பக்குவத்துக்கு நான்கு பேரின் நாக்கும் அடிமையாகிக் கிடந்தன. ஒவ்வோராண்டும் கள்ளிறக்கும் மாதங்களில் தன் குடும்பத்தோடு வந்து, தெற்கே எசனேரி மடுவிலிருக்கும் வைத்திக் மொல்லையிலிருக்கும் மூன்று பனையில் தொடங்கி, வடக்கே வீரமுத்தையா கோயிலுக்கு கிழக்காலே இருக்கும் சீரங்கத்தாயி நிலத்திலிருக்கும் இருபது பனைகள் வரைக்குமான, ஒரே வரிசையில் அமைந்த முன்னூருக்கும் மேற்பட்ட பனைகளை, நிலத்துக்காரர்களிடம் பேசி குத்தகை எடுத்துவிடுவான் வேலு.

அவனுக்கு முப்பது வயதுக்கு மேலிருக்கலாம் என்று மூக்கன் யூகித்திருந்தான். பேச்சுக் கொடுத்தபோது கிட்டத்தட்ட இவர்களின் வயதோடு ஒத்துப்போகும் வயதில் இருந்தான் வேலு. ஆனால், மரமேறி மரமேறி காய்ப்பேறியிருந்த கை

கால்களும், வெயிலில் கிடந்து கறுப்பேறியிருந்த உடம்பின் வாகும் நாலைந்து வயது கூட்டிக் காட்டியிருந்தது. இவர்களும் அவனைப்போல் வெயிலில்தான் அலைந்து திரிகிறார்கள் என்றாலும், காளைப்பருவத்திற்கு எந்தத் தீங்கும் நேராமல் பசுமையாக இருந்தார்கள்.

காட்டில் முயல் குட்டிகளுக்குப் பின்னே ஓடுவதும், பனை மரங்களில் ஏறுவதும் ஒரே வேலையில்லை. ஒரு தேரையைப்போல் லாகவமாக மரமேற வேண்டும். மரத்தை பாதங்களால் இறுக்கிப் பிடித்து, வயிறோ, நெஞ்சோ மரத்தில் ஒட்டாமல், நாலே பாய்ச்சலில் மரத்தின் பாளைப் பகுதியைத் தொடவேண்டும். நெஞ்சோ, வயிறோ தேய்ந்து உராய்ந்து விட்டால், தோல் அறுந்து கிழிந்து ரத்தம் ஊறத் தொடங்கிவிடும். கசியும் குருதியை நிறுத்திவிடலாம். ஆனால், அதில் ஏற்படும் எரிச்சலை தாங்கிக்கொள்ளவே முடியாது. எப்படி, காட்டில் முயல் துரத்துவதில் குதிகால்களுக்கு முக்கியப் பங்கிருக்கிறதோ, அதேபோல், ஒரு சொட்டுக் கள்ளை கண்டறிய மரமேறுவதற்கு, தொடைப்பகுதியின் பங்கு அதிகம். தொடைகளில் வலுவில்லாதவன் கள்ளுப்பானைக்கு அழிம்பாக முடிவான். பனையின் அடிப்பகுதியிலிருந்து பாளைப்பகுதி வரைக்கும், பாதங்களுக்கு அழுத்தம் கொடுத்து வலு கூட்டும் தொடை, பாளையைச் சீவுவது முதல், பானையைக் கட்டி, அதன் புட்டத்தில் சுண்ணாம்பு தடவிவிடுவது வரை இறுக்கம் தளராது உறுதி பேணவேண்டும் என்பான் வேலு.

காலில் கவட்டை கட்டிக்கொண்டு ஏறினால் இந்தச் சிரமமெல்லாம் இருக்காதே என்று யாராவது சொன்னால், அதில் தனக்கு விருப்பம் ஏற்படவில்லை என்பான். பனையேறுவதும் பெண்ணோடு கூடுவதும் கிட்டத்தட்ட ஒன்று; மொத்த உடம்பிலும் ஒரு வலி உண்டாகும் பார்; அந்த வலிக்கு நிகரான இன்பம் இல்லை. கவட்டை கட்டிக்கொண்டு ஏறுபவன் அந்த அனுபவத்தைப் பெறமுடியாது என்பான். அதேபோல், காளை வயதிலேயே இப்படி நேக்காக வாழப் பழகிவிட்டால் பிற்காலத்தில் உடம்பு எதற்கும் ஒத்துழைக்காது என்பது அவனது

நம்பிக்கையாக இருந்தது. எவ்வளவுக்கு எவ்வளவு உடம்பைப் பழக்கி வைரம் பாய்ச்சுகிறோமோ அவ்வளவுக்கு அவ்வளவு நீண்ட காலம் அது தாக்குப் பிடிக்கும் என்ற தன் முன்னோர் கூற்றுக்கு மதிப்பளிப்பவனாகவும் அவன் இருந்தான்.

அவனுடன், மரமேறுவதற்குத் துணையாக அவன் அண்ணன் சின்னத்தம்பியும், சமைத்துக் கொடுப்பதற்காக அண்ணியும், ஒரு கிழவரும் வந்திருந்தார்கள். கிழவர், வேலுவின் தகப்பனாராக இருப்பாரோ என்று சந்தேகித்துக் கேட்டபோது, அவர் தன்னுடைய தாய்வழி தாத்தா என்று சொன்னான் வேலு. கிழவருக்கு எழுபது வயதுக்கு மேலிருக்கும் என்று பட்டது. வேலுவின் அண்ணன் நாற்பது வயதைத் தொட்டவனாக இருந்தான். உடம்பை இரும்புபோல் வைத்திருந்தான். நல்ல உயரமான, காட்டுக்கொடி போன்ற உடம்பு அவனுக்கு. தண்டவாளத்தை நெருக்கிப் போட்டால் எப்படியிருக்குமோ அப்படியிருந்தது அவனுடைய உறுதியான முதுகு. சின்னத்தம்பியின் மனைவி மெலிந்து, சதைப்பிடிப்பில்லாமல், ஒரு கண்ணியமான தோற்றத்தில் இருந்தாள். முப்பத்தைந்து வயதிருக்கலாம் என்றபோதும் சின்னத்தம்பியை விடவும் வயது முதிர்ந்தவளைப்போல் காணப்பட்டாள். வேலுவைப்போல் சின்னத்தம்பியிடம் பழக முடியவில்லை. அவன், யாரிடமும் பழக விரும்பாதவனாகவே இருந்தான். அளவோடு மட்டுமே பேசினான். பெரும்பாலும் அவனுடைய பணி கள்ளு இறக்குவதும், அதைக் கொண்டுபோய் பத்திரப்படுத்துவதாகவும் மட்டுமே இருந்தது.

காட்டில், பனையோலைகளைக் கொண்டு அவர்கள் அமைத்திருந்த மூன்று சிறிய குடிசைகளுக்குள், ஒரு குடிசையில் கட்டில் போட்டு கிழவர் படுத்திருக்க, மற்றொரு குடிசையில் கள்ளு பானைகளை இறக்கிக் கொண்டுபோய் பாதுகாத்து வைப்பது சின்னத்தம்பியின் வேலை. இன்னொரு குடிசையின் முகப்பில் அடுப்பு மூட்டி சமைத்து எடுத்து உள்ளே கொண்டுபோய் வைத்துவிட்டு சின்னத்தம்பியின் மனைவி அந்த அத்துவானத்தையே வெறித்துப் பார்த்துக்கொண்டு

அமர்ந்திருப்பாள். வேலு எப்போதும் மரங்களூடாகவே நடந்து கொண்டிருப்பான். ஒவ்வொரு குடிசையினுள்ளும் ஒரு கயிற்றுக் கட்டில் கிடந்தது. அவர்கள் யாரும் இரவுகளில் தரையில் படுப்பதில்லை. காட்டில் பாம்புகளும், விஷப்பூச்சிகளும் அதிகம் நடமாடிக் கொண்டிருக்கும் என்பதால், கள்ளிறக்கும் பருவ காலங்களில் எப்போதும் அவர்கள் கட்டிலில் படுக்கும் பழக்கமுடையவர்களாகவே இருந்தார்கள்.

மூக்கன், வேலுவைப் பற்றிப் பேசிக்கொண்டு வந்தபோது, புது ஏரியின் கிழக்குப் பக்க கரையிறக்கத்தில் அழகர் குளித்துக் கொண்டிருப்பது தெரிந்தது. பரந்துபட்ட காட்டு ஏரியாக இருந்ததால், கோடைக்காற்றுக்கு நீர் சுண்டிக்கொண்டே வந்து கிழக்காலே இருந்த பெரிய பள்ளப் பகுதியில் தேங்கியிருந்தது. ஊரின் நடுவிலிருக்கும் குளத்தின் அளவுக்கு இருந்த அந்தப் பள்ளப்பகுதியின் நீரில் எப்போதும் விடாப்பிடியாகப் பிடித்துக் கிடக்கும் பச்சைப் பாசிகளைக் கைகளால் நீக்கி, குளிப்பதற்குத் தோதாக வழியமைத்து, இடுப்பளவு நீரில் நின்று, நனைந்த துண்டால் முதுகில் உருட்டிக் கொண்டிருந்தான் அழகர்.

உடும்பன் விசிலடித்து கூப்பிட்டான். பாசிகள் மூடியிருந்ததால் அலைகளின் ஓசை இல்லாமல் நீர் அமைதியாக இருந்தது. விசில் சத்தம் கேட்ட திசையைக் கவனித்த அழகர், மூக்கனும் அவன் நண்பர்களும் குழுமூரான் குட்டைக்கு எதிரில், கிட்ணாரத்தான் வயலில் இறங்கி, பூண்டுச் செடிகளை மிதித்துக்கொண்டு போவது தெரிந்தது. விசில் சத்தம் போவதுபோல், குரல் போய்ச் சேராது என்பதால், பதிலுக்கு அவனும் விசில் கொடுத்தான்.

'வரியா...' என்று பொருள் தரும்படி விசிலை ஒலிக்கவிட்டான் உடும்பன். 'இல்ல, நான் குளிச்சிட்டு வீட்டுக்குக் கிளம்புறேன்' என்பதுபோல் பதிலுக்கு ஒலித்தது அழகரின் விசில். விசிலால் பேசிக்கொள்வது ஒரு வித்தியாசமான அனுபவம்.

முத்துவின் காதல் கதை விசிலால் தொடங்கி விசிலால்தான் ஓடிக்கொண்டிருக்கிறது என்பதை அங்கிருப்பவர்கள் நன்கறிவார்கள். சொக்கலிங்கத்தின் மகள் குந்தானிக்கும் முத்துக்கும் காதலுண்டாவதற்கு விசில்தான் தொடக்கமாக

அமைந்தது. குந்தானியின் உண்மையான பெயர் ராஜலெட்சுமி, சிறுபிள்ளையில் குண்டாக தளுக் பொலுக் என்று இருந்ததால் அந்தப் பட்டப்பெயர். இப்போது அவள் கொடிவள்ளியாட்டம் இருக்கிறாள்.

ஒருநாள் முத்து, குந்தானி என்று பொருள் கொள்ளும் விதத்தில் அவளை விசிலடித்துக் கூப்பிட, விறகு வெட்டப் போனவள் அவன் மீது வெட்டரிவாளை வீசிவிட்டாள். சுதாரித்து விலகிக்கொண்ட முத்து அவளிடம் வம்புக்குப் போய்விட்டான்.

"ஏய்... நாம்பாட்டுக்கு விசிலடிச்சா... நீ எதுக்குக் கத்திய உட்டு கடாசுற... இந்நேரம் கால்ல பட்டிருந்தா என்னாவுறது..."

"ம்... என்னாவும்... கால வகுந்திருக்கும்..."

"ஆளபாத்தியா... ஏய்... ஒனக்கு ரொம்ப அதப்புதான்..."

"யாருக்கு அதப்பு... எனக்கா...? நெசத்துல... கத்திய ஒங் கழுத்துக்கு வீசிருக்கணும்... உட்டுட்டேன்..."

"என்னடி இது வம்பா போச்சி... நான் என்ன பண்ணேன்..."

"இந்தாரு... வாடிப்போடின்ன... நெசமாவே கத்தி பேசும்... சொல்லிட்டேன்..."

"இந்தா புள்ள... நான் எங்க வாடிப்போடின்னேன்...?"

"இதான்... இப்ப சொன்னியே... அதுக்குள்ள இல்லேங்குற..."

"ஓ... நீ அம்மாம் வெவரமா..."

"என்ன... ஓ...இளிப்பப் பாரு... மூஞ்சி..."

முத்துக்கு அவள் வாய், மூக்கு, கண்கள் எல்லாம் போன போக்கைக் கண்டு சிரிப்பு வந்துவிட்டது. ராஜலெட்சுமியின் முகத்தைப் பார்த்து, ஒன்றும் தெரியாதவனைப்போல் கேட்டான்.

"நாம் பாட்டுக்கு விசிலடிச்சேன்... நீ பாட்டுக்கு போவ வேண்டிதான... கொடுவாள உட்டுக் கடாசி. இப்படி வம்புக்கு நிக்கிறியே... எப்படா வம்பு இழுக்கலாம்னு காத்துக்கிட்டே

இருந்தியா...?"

"ஆமா...பெரிய இவுரு... இவுரு கூட மல்லுக்கு நிக்க காத்துக்கிட்டு இருக்காங்க..."

"அப்புறம் எதுக்கு இந்த வம்பு... ஒனக்கும் எனக்கும் ஏதாவது தீராத பாஞ்சாயத்து இருக்கா...?"

ராஜலெட்சுமியின் கண்கள் மேல் நோக்கி நிமிர்ந்து முத்துவின் கண்களைப் பார்த்தன. ஏன், நமக்குள் ஒரு முடிக்கப்படாத பஞ்சாயத்து இருப்பது உனக்குத் தெரியாதா? என்பதுபோல் இருந்தது அந்தப் பார்வை. இருவரும் ஒருவரை ஒருவர் கவனிக்கத் தொடங்கி ஆறுமாதம் ஆகிவிட்டது. அவள் எங்கெல்லாம் செல்கிறாளோ அங்கெல்லாம் ஏதொவொரு பொருந்தாத சூழலில் நின்றுகொண்டு, விசிலால் பாட்டுப் பாடிக்கொண்டு நின்றிருக்கும் முத்துவை அவளுக்கும் பிடித்திருந்தது. அவன் இருக்கும் இடங்களில், அவன் புழங்கும் வெளிகளில் அவளும் அவ்வப்போது அனிச்சையாக வெளிப்படுவதை அவனும் உணர்ந்திருந்தான். அதுவொரு கள்ள ஆட்டமாகத் தொடர்ந்தது.

அந்தக் கள்ள ஆட்டத்திற்கு முடிவுகட்டியது அந்த விசில்.

"எதுக்கு இப்ப என்ன குந்தானின்னு சொன்ன...?"

"ஏய்... நான் எப்ப சொன்னேன்..."

"ஹேங்... விசிலடிச்சியே எதுக்கு...?"

"விசிலுதான அடிச்சேன்... குந்தானின்னு எப்ப சொன்னேன்..."

"அந்த விசில்ல என் பேரத்தான சொன்ன..."

"எது... குந்தானின்னா...?"

"ஆமா..."

தன்னைக் குந்தானியென்று அவளே ஏற்றுக்கொண்டதை நினைத்து முத்துக்கு வாய்கொள்ளாத சிரிப்பு வந்துவிட்டது. 'உய்கூகு' என்பதுபோல் அந்த விசில் ஒலி இருந்ததை வைத்து 'குந்தானி' என்று நாம் சொன்னதை அவள் கண்டுபிடித்துவிட்டாள் என்பதை நினைத்ததும் முத்து தன் நுனிமூக்கைச் சொறிந்துகொண்டே, 'போச்சுடா... சரியாய்

மாட்டிக்கிட்டேன்' என்பதுபோல் அவளை வெறித்தான். தனக்கருகில் கீழே புழுதியில் கிடந்த வெட்டரிவாளைக் குனிந்து எடுத்து, அவளிடம் நீட்டியவன், கனத்த அவள் மார்புகளையே பார்த்துக்கொண்டிருந்தான்.

"இந்த மூஞ்சி, கண்ணு, மூக்கு, காதெல்லாம் ஒன் கண்ணுக்குப் படவே படாதா... கொரங்கு..." என்று அரிவாளை அவன் முகத்துக்கு நேரே ஓங்கிக் காட்டியவள், "இனிமே... என்ன குந்தானின்னு சொல்லு... இந்த அருவால... எங்க வீசுறேன்னு பாரு..." என்று கண்டித்துக் கூறும் பாவனையில் சொல்லிவிட்டு அங்கிருந்து திரும்பி நடந்தாள்.

முத்து, அவளைக் கொஞ்சம் முன்னே விட்டு பின்னே, மெல்ல விசிலடித்தான்.

"உய்கூகு..."

ராஜலெட்சுமி சட்டென நின்றாள். கழுத்தை மட்டும் திருப்பி ஒரு கோபப் பார்வையைப் பார்த்தாள். அதில் ஒரு சொட்டுக்கூட கோபம் இல்லை என்பதை முத்து கண்டான். அவளுக்கு, தன் கண்களை மூடி, நெஞ்சுக்குழியிலிருந்து பொங்கி வந்த பெருமூச்சை, அந்த இடத்தில் விட்டுவிட்டுப் போகவேண்டும்போல் இருந்தது. பெருமூச்சின்போது அவள் கனத்த முலைகள் இரண்டும் வீங்கிப் பிதுங்கின. அந்த மூச்சின் வெப்பத்தை காற்று முத்துவிடம் சேர்த்தது. தனக்குள் சிரித்துக்கொண்டே ராஜலெட்சுமி போகிறாள் என்பது அவனுக்குத் தெரியும். அவளுக்காகக் காத்திருந்த அவள் தோழிகள் விறகு வெட்டும் இடத்தில் இவன் உயரத்தைச் சொல்லிச் சொல்லி அவளைக் கிண்டலடிப்பார்கள். "லைட்டு மரம்" என்பது இவனுக்கு அவள்கள் வைத்த பட்டப்பெயர் என்பதை முத்து அறியான்.

அவள் போன பிறகு, மண்ணில் பதிந்த அவள் கால் தடங்களை ஊதி ஊதி சமன்படுத்தினான் முத்து. அந்தச் சிறு புழுதியின் மணத்தை அவளுடைய உடம்பிலிருந்து அவன் மோந்து பார்ப்பதற்கு ஒரு புதிய குறிப்பு மொழியை விசிலில் உருவாக்கினான்.

உகுகூய்... உகுகூய்... உகுகூய்தான் அந்தக் குறிப்பு மொழி. அடியேய்... கிளியேய்... குயிலேய்தான் அதற்குப் பொருள். இந்த ஒலியை, காட்டிலிருந்த ஒரு பறவையிடமிருந்து கற்று வந்திருந்தான் முத்து. அந்தப் பறவை சிறியதாக, வெண்ணிற தொண்டைப் பகுதியையும், கறுப்பு நிற இறகுகளையும் கொண்டதாக இருந்தது. அலகில் லேசான சாம்பல் வண்ணம். வால் பகுதியில் அடர் கறுப்பு. சிவப்பு நிறத்தில் ஒரு குண்டுமணி அளவுக்கு கொண்டை கொண்ட அந்தப் பறவை, உகுகூய்... உகுகூய் என்று இரண்டு முறை மட்டுமே ஒலியெழுப்பியது. முத்து அதில் ஒன்றைக் கூட்டி மூன்றாக்கிக் கொண்டான். இப்படி மூன்றுமுறை அந்த ஒலி எழுப்பப்பட்டால்தான் அது அவனது இரவுக்குறிக்கான அழைப்பு. ஒன்றோ, இரண்டோ கேட்டால் அவள் எழுந்து வெளியே வரமாட்டாள்.

இப்போது அவர்களின் இரவுக்குறி அந்தக் குறிப்பு மொழியின் உதவியால் மகிழ்ச்சியாகப் போய்க்கொண்டிருக்கிறது.

"ஓந்தம்பி...இந்த நேரத்துல... ஏன்... இந்தக் காட்டு ஏரில குளிச்சிட்டு இருக்கான்... தெரிமாடா..." என்ற மலையன், அழகரின் நடத்தையில் சிறிய சந்தேகம் இருப்பதாகச் சொன்னான்.

"ஏய்... அவென் இந்த வழியாத்தானெ போவ வர இருக்கான்... அப்புறம் இங்க குளிக்காம வேற எங்க குளிப்பான்..."

"நல்ல அண்ணன்டா... நீ."

"ஏய்... உட்றா... சின்னப் பையென்... அவெனப் போயி நோண்டிக்கிட்டு" என்று குறுக்கே புகுந்து அந்தப் பேச்சை நிறுத்தினான் உடும்பன். மலையனின் முதுகில் ஒரு அடிவிட்டு, அங்கிருந்து அவர்களைப் பனங்காட்டுக்கு உசுப்பினான் முத்து.

அழகர், ஏரியிலிருந்து கரையேறியபோது மூக்கனும் அவன் நண்பர்களும் பனங்காட்டின் அருகே சென்றிருந்தார்கள். கரையில் நின்றபடியே வடக்கே இருந்த கருவேலங்காட்டைப் பார்த்தான். வெளியெங்கும் நிரம்பியிருந்த கானலின் அலையில் சகுந்தலாவின் பிம்பம் அலைவதுபோல் இருந்தது.

6

கதிரவன் மறையத் தொடங்கிய பொழுதிலிருந்தே, வாசலில் தண்ணீர் தெளிக்கத் தொடங்கியிருந்தாள் அஞ்சலம். ஒவ்வொரு நாளும் அவர்கள் கூட்டாக இணைந்து அமர்ந்து சாப்பிடும் அளவுக்கான இடத்தை மட்டும் புழுதி போகக் கூட்டிப் பெருக்கி அந்தக் குறிப்பிட்ட இடத்தை மட்டும் தண்ணீரால் தணித்துக் கொண்டிருப்பாள். மூக்கன் வீட்டுக்கு வந்த அந்த நேரத்திலும் வாசலில் நீர் தெளித்துக்கொண்டுதான் இருந்தாள் அவள். இன்னும் தரையிலிருந்து முழுதாக வெப்பம் அகன்றிருக்கவில்லை என்பது அவளது எண்ணம். ஒவ்வொருமுறை தண்ணீர் தெளிக்கும்போதும் தன் பாதங்களில் ஏறும் வெப்பம் எந்தளவுக்குத் தணிந்திருக்கிறது என்பதை உற்றறிந்து கொண்டேயிருந்தாள். பாதத்தில் குளுமை பரவும் வரை அவள் நீர் தெளிப்பதை நிறுத்தப்போவதில்லை. மூக்கன் தன் காலணிகளை ஓர் ஓரமாக

விட்டுவிட்டு, நீர் தெளிக்கப்பட்டிருந்த அந்தக் குறிப்பிட்ட இடத்தில் வெறும் பாதத்துடன் நடந்து பார்த்தான். ஈரம் பாவிய அந்தச் சிறிய இடம் ஒரு பெரிய தாமரை இலையின் பின்பாகத்தைப்போல் தணிந்து, குளிர்ந்து போயிருந்தது. ஆனால், அம்மாவுக்கு இன்னும் திருப்தி ஏற்படவில்லை, அதில் இன்னும் லேசான வெப்பம் இருக்கிறது என்று கருதியவளைப்போல் நீர் தெளித்துக்கொண்டிருந்தாள். அப்பா, இதைக் கவனித்துக் கேட்கும் ஒவ்வொருமுறையும், “சின்னவனுக்கு சூட்டு ஒடம்பு, அதுக்கு இந்த வெப்பத்தரை ஒத்துக்காது” என்று சொல்வாள்.

இப்போது தரை நன்றாகக் குளிர்ந்து தணிந்துவிட்டது. ஆனால், அம்மாவுக்குத் திருப்தி போதவில்லை. அவள் தரையிலிருந்து ஆவி கிளம்புகிறதா என்று பார்த்துக்கொண்டு நின்றாள். மூக்கனுக்கு சிரிப்பு வந்தது.

“அம்மா... போதும்... தரைக்கு ஜன்னி வந்துடப் போவுது...”

“இல்லடா... இன்னும் சூடு கெடந்துகிட்டேதான் இருக்கு...”

“ஐயோ...அது எப்பவோ போச்சு... நல்லா கால வச்சிப்பாரு...”

“இல்லடா... இன்னும் ஆவி அடிக்கிற மாதிரியே இருக்கு பாரு...”

“அதெல்லாம் ஒன்னுமில்ல... நல்லா பச்சத்தண்ணி மாதிரி ஆகிக்கெடக்கு...”

“இங்கிட்டு வா... நானு நின்னுப் பாக்குறென்...”

என்னமோ அவள் நின்றிருந்த இடம் வெப்பத்தில் தகிப்பது போலவும், அவன் நின்றிருந்த இடம் மட்டும் குளிர்ந்து கிடப்பது போலவும் கருதிக்கொண்டு மூக்கனை நகர்ந்துபோகச் சொல்லிவிட்டு அந்த இடத்தில் போய் நின்று பார்த்தாள். அது சில்லென்றிருந்தது.

“ஆமா... இங்க மட்டும் குளுந்தாப்பல இருக்கு... தண்ணி நெறயா பட்டிருக்கும் போல.”

மூக்கன், அவள் நின்றிருந்த இடத்தில் போய் நின்று பார்த்தான். அதுவும் குளிர்ந்து போய்தான் இருந்தது.

இரவு உணவை வாசலில் அமர்ந்து சாப்பிடுவது அழகருக்குப் பிடிக்கும் என்பதாலும், அவன், நிலவையும் நட்சத்திரங்களையும் பார்த்துக்கொண்டே சாப்பிடும் பழக்கம் உள்ளவன் என்பதாலும், ஒவ்வொரு நாளும் வாசலைத் தண்ணீரால் குளுமைப்படுத்தி வைத்திருப்பது அம்மாவின் வழக்கம். நிலவு வெளிச்சத்தில் அவள் ஊற்றி வைக்கும் கம்மங்கூழை, புளியில் ஊறவைத்த சம்பா மிளகாயைக் கடித்துக்கொண்டு அவன் உண்ணும் அழகை, சிறுவயது முதலே ரசித்துப் பழகியவள் என்பதால், அம்மா அந்த தினசரி முறையைத் தவறாமல் கடைப்பிடிப்பாள். மண்ணின் வாசனை கிளர்ந்திருக்கும் வாசலில், ஒரு கோரைப்பாயை விரித்து, அதில் அமர்ந்து, அம்மாவின் கைகள் மண் பானைக்குள் அளம்பும் ஒலியைக் கண்களை மூடிக்கொண்டு லயித்துக் கேட்கும் அந்தப் பழக்கம் அவன் தந்தையினுடையது என்பதை அம்மா நன்கறிவாள். தன் கணவனின் பழக்கம் தன் மகனுக்கும் இருப்பது அவளுக்கு வியப்பைக் கொடுத்த அளவுக்கு மகிழ்ச்சியையும் கொடுத்தது. அவள் பெற்றெடுத்த இரண்டு மகன்களில் சிறியவனான அழகர் தன் கணவனைப் போலவும், பெரியவன் மூக்கன் தன் அண்ணனைப் போலவும் என்பாள் அவள்.

ஈரம் காய்ந்து, உட்காரும் பதத்துக்கு வந்திருந்த வாசலில் கோரைப்பாயை எடுத்து வந்து போட்டாள் அம்மா. புற்கள் சாயம்போய் பழமையடைந்த அந்தப் பாயின் மையத்தில் உட்கார்ந்த மூக்கன், பாயின் நான்கு மூலைகளையும் கைகளால் சமன்படுத்திவிட்டான். வடக்குப் பார்த்து அமர்ந்திருந்தவனின் இடப்பக்க முகத்தில் நிலவு வெளிச்சம் விழுந்திருந்தது. அந்த வெளிச்சம் அவன் இடது கண் முழுக்க இறங்கியிருந்ததைப்போல் அந்தக் கண் ஒளி நிரம்பியிருந்தது.

முகம் முழுக்க முடி முளைத்துவிட்டதைப்போல் கருகருவென்று தாடியோடு அமர்ந்திருக்கும் தன் மகனை, இன்றுதான் ஈன்று கையில் ஏந்தியவளைப்போல் பார்த்துக்கொண்டு அமர்ந்திருந்தாள் அம்மா. அவன் விரும்பி ரசிக்கும் நட்சத்திரங்கள் வானில் ஒளிர்ந்து கொண்டிருந்தன. நிலவு முழுமையடைய

இன்னும் ஒரு வாரமாகும். கன்னத்தில் கைவைத்து ஏதோ சிந்தனையில் இருப்பவனைப்போல் அமர்ந்திருந்தான் மூக்கன். சோற்றுப் பானையை அவன் முன்னால் வைத்துக்கொண்டு அவனையே வெறித்துக்கொண்டிருந்த அம்மாவின் தளர்ந்த முகத்தைக் கவனித்தவன், தன் தந்தையைக் குறித்து கேட்டான்.

“அப்பா எங்கம்மா…?“

மண்பானையைத் திறந்து வைத்து, மணக்க விட்டிருந்த கம்மங்கூழின் நுரையில் நிலவைப் பார்த்துவிட்டு அவள் சொன்னாள்:

‘‘ஒப்பன் ஊருக்குப் போயிருக்கு… நாளைக்குப் பொழுதோடத்தான் வரும்னு நெனைக்கிறேன்…”

“எங்க… கதை சொல்றதுக்கா போயிருக்காப்ல?”

“ம்…”

“எந்த ஊருக்காம்?”

“சன்னானூருக்குன்னு நெனைக்கேன்.”

“எப்ப போனாரு?”

“சாயந்திரம் வாக்குல ரெண்டாளுவ வந்தாவ… அறுவட முடிஞ்சிடுச்சாம்… அம்மனுக்கு ஒருநா திருநாவாம்… ராப்பூரா கதை சொல்லணும்னு சொன்னாவ… அம்மன் கதைல்ல… ஒப்பனுக்கு இனிக்கும்… வரேன்னு கெளம்பிப் போயிருச்சி…”

கதையென்றால் ஆயிரம் வேலையாக இருந்தாலும் தூக்கிப் போட்டுவிட்டு போய்விடுகிற கதைப் பைத்தியமாக அப்பா இருந்தார். கதை சொல்வதாக இருந்தாலும் சரி, கதை கேட்பதாக இருந்தாலும் சரி, அப்படியொரு சூழல் அமைந்துவிட்டால் அவர் உலகம் சட்டெனப் புதிதாகி விடும். ஆர்வம் கொண்ட அவர் முகம் அப்போது பார்க்க ஒரு குழந்தையினுடையது போல மாறிவிடும்.

அந்த வட்டாரத்தில் அறியப்பட்ட கதைசொல்லியாக அவர் இருந்தார். பிறப்பு, இறப்பு, விதைப்பு, அறுவடை, கோயில்

விழா எதுவாக இருந்தாலும் அவரது கதைப்பாடலுக்கு அங்கு இடம் உண்டு. ஒவ்வொரு சூழலுக்கும் அவரிடம் பாட்டு இருந்தது, கதைகள் இருந்தன. தன் கதைக்களம் எதுவென்று அறிந்துகொண்டு, அதற்கான கதைகளை உருவாக்கிப் பாடும்போது மக்கள் மெய்மறந்து கேட்பார்கள். எங்கிருந்து இந்த ஆளுக்கு இவ்வளவு கதைகளும் பாடல்களும் கிடைத்தன, படிப்பறிவில்லாத ஆளாச்சே, இதெல்லாம் எப்படி என்று அவர்கள் வியக்கும்போதெல்லாம், அவர் காலத்து ஆட்கள் சொல்வார்களாம்-

"தெய்வாம்சம்... எல்லோருக்கும் இது கெடைச்சிடாது. அந்தாளு... கடவுளோட புள்ள..."

அம்மாவுக்கு இதில் ஒரு பெருமை உண்டு. தான் ஒரு கடவுளோட புள்ளைக்கு பொஞ்சாதி என்கிற சுகம் அவள் முகத்தில் எப்போதும் இருக்கும்.

சோறு உண்ணும் நேரம் போய்க்கொண்டே இருந்தது. பானையில் கையை விட்டு, கூழை கரைக்கத் தொடங்கினாள் அம்மா. தாண்டவராயனோடு மாடு வாங்க போயிருக்கும் அழகர் விடியற்காலையில்தான் வருவான் என்று அம்மா சொன்னபோது, சோற்று மணம் பானைக்குள்ளிருந்து பொங்கி மேலேறி வந்தது. அழகர், காலையில்தான் வருவான் என்று தெரிந்தும் அவனுக்காக வாசலைக் குளுமையாக்கும் பழக்கத்தை அவள் கைவிடாதது பற்றி மூக்கன் வியப்பு கொண்டான்.

ஒரு ஈயக் குண்டான் நிறைய கூழைக் கரைத்து, அதில் ஒரு தம்ளரைப் போட்டுக் கொடுத்தாள் அம்மா. கிடந்த கோலத்தில், வரம்பு வெளியே பளபளவென்று மினுங்குமாறு கூழில் மூழ்கிக் கிடந்தது அந்த சில்வர் தம்ளர். கூழ் வெதுவெதுப்பான சூட்டோடு இருந்தது. அது நீச்சத்தண்ணியின் இளஞ்சூடு. சாராய ஊறலுக்கு இருக்கும் சூட்டில் துளியளவு நீராகாரத்துக்குள்ளும் இருக்கிறது. கையை விட்டு சோறைக் கரைக்க வேண்டியிராமல் அம்மாவே நன்கு குழைத்துக் கரைத்து வைத்திருந்தாள். தம்ளரின், வெளியே தெரிந்த வெண்ணிற வரம்பை இரண்டு விரல்களால் பிடித்து எடுத்து, கூழை

மொண்டுக் குடித்தான் மூக்கன். நாக்கில் பட்டதும் கண்கள் வழியாகவும், காதுகள் வழியாகவும், மூக்கின் வழியாகவும் அதன் மணம் வெளியேறுவதுபோல் இருந்தது.

குடிலின் உள்ளே ஏதோ வேலையாக இருந்த அம்மாவின் முகம், லாந்தர் விளக்கின் ஒளியில் மிளிர்ந்து தெரிந்தது. கூழுக்காக அண்ணாந்து கொள்ளும் ஒவ்வொரு முறையும் நிலவும் நட்சத்திரங்களும் பாத்திரத்தின் குடங்கு வழியே வாய்க்குள் இறங்கி உடம்பில் கலந்து கொண்டிருப்பதாக மூக்கன் நினைத்தான். வயிறு நிறைந்துவிட்டது. அதில் ஒரு குளிர்ச்சி பரவியது. நிலவும் நட்சத்திரங்களும் கூடுதல் ஒளியோடு ஒளிர்ந்தன. அம்மா கூழ் குடித்திருப்பாளா? அவள் பசியாறியிருப்பாளா? மூக்கன் அம்மாவைப் பார்த்தான். மெல்லிய மஞ்சள் ஒளியில் ஒரு சித்திரத்தைப்போல் வீட்டுக்குள் அமர்ந்திருந்தாள் அவள்.

"அம்மா..."

மூக்கனின் குரல் கேட்ட மாத்திரத்தில் அம்மா எழுந்து வெளியே வந்தாள்.

"என்னப்பா... குடிச்சிட்டியா... இன்னும் கொஞ்சம் கரைக்கட்டுமா?"

"போதும்மா... நீ குடிச்சியா?"

"ம்...குடிக்கணும்..."

"நான் வேணும்னா கரைக்கட்டுமா?"

"வேணாம்யா... நான் குடிச்சிக்கிறேன். குடிச்சிட்டு நீ படு"

"ம்... நான் படுத்துக்குறேம்மா... மொதல்ல நீ கஞ்சி குடி..."

மெல்லிய இருளும் ஒளியும் கலந்த வெளிச்சத்துக்கு மத்தியில் உட்கார்ந்துகொண்டு அம்மா தன் வயிற்றுக்கான பருக்கைகளைக் கரைக்கத் தொடங்கியபோது மூக்கன் அப்படியே கோரைப்பாயிலேயே உறங்கிப் போயிருந்தான்.

அவனுடைய கனவில், நிலா வெளிச்சம் ஒரு பாறை மீது குவிந்திருக்க, அதில் அமர்ந்துகொண்டு தனக்கு முன்னாலிருக்கும் நூற்றுக்கணக்கான மனிதர்களுக்கு அப்பா கதை சொல்லிக்கொண்டிருந்தார். அப்போது அவரது உடம்பு வெண்ணிற ஒளியால் மின்னுவதுபோல் இருந்தது.

தெய்வாம்சம்... தெய்வாம்சம் என்ற குரல் தூக்கத்தில் அவனுக்குக் கேட்டபடியே இருந்தது.

7

நடு இரவில் ஊரின் அமைதியைக் கெடுத்தபடி நாய்கள் குரைத்துக்கொண்டு ஓடின. தெருவே அதிரும்படி கால்கள் பிடறியில் அடிக்க ஓடும் சத்தம் கேட்டது. நாய்கள் விடாமல் வளைத்து வளைத்துத் துரத்துவதை வைத்து ‘அது ஊராகாலி மாடுகள்’ என்று தமக்குள் சொல்லிக்கொண்டார் சின்னப்புள்ள நாட்டார். நாய்களின் குரைப்பொலியும், தடதடவென்று ஓடும் கால்களின் ஓட்டமும் அவரை எழுப்பியிருந்தன. லாந்தர் விளக்கைப் பற்றவைத்துக்கொண்டு அவர் வாசலுக்கு வந்தபோது உடம்பு இளைத்த இரண்டு மாடுகள் தெருவில் ஓடிக்கொண்டிருந்தன. நாய்கள் குரைத்து விரட்டிக்கொண்டிருந்தன. கடும் உறக்கத்தில் உடம்பு மூழ்கியிருக்கும் நேரம் என்பதால் பல வீடுகளில் எந்தவிதமான விழிப்புக்கான அறிகுறியும் இல்லை. சில வீடுகளில் மட்டும் விளக்கு கொளுத்தப்பட்டு, கதவு திறக்காமல்

குரல்கள் உள்ளேயே கேட்டன. குடிசாமி தன் குதிரையில் ஊரை வளம் வந்து கொண்டிருக்கிறார் என்று நினைத்துக்கொண்டு அவர்களும் முடங்கிவிட்டது போலிருந்தது. நாட்டார், தெருவில் இறங்கி ஓடிக்கொண்டிருக்கும் மாடுகளையும், அவற்றுக்குப் பின்னே துரத்திக்கொண்டே ஓடும் நாய்களையும் பார்த்தார். இதை இப்படியே விட்டுவிட்டால், இரவு முழுக்க தெருத்தெருவாக இந்த மாடுகள் ஓடுவதும், நாய்கள் துரத்துவதும் தொடரும் என்று அவருக்குத் தெரியும். ம்... என்ன செய்யலாம்! அவருக்கு ஒரு யோசனை ஓடியது. அவரால் ஒன்றும் செய்ய முடியாது. செய்யக்கூடிய வயது இல்லை. யாரை எழுப்பலாம் என்று யோசித்தார். ஊரில் நிறைந்திருந்த இருளில் அவரது குரல் யாருக்குக் கேட்கக்கூடும்! தலையைச் சொறிந்துகொண்டு வானத்தில் தெரிந்த நட்சத்திரங்களைப் பார்த்தவருக்கு இப்போது சரியாக நேரம் என்னவாக இருக்கும் என்று யூகிக்க முடிந்தது. “மணி ஒண்ணத் தாண்டிடுச்சி...” என்ற குரல் அவரது மனதுக்குள் ஒலித்தது.

தெருவுக்கு நாற்பது வீடுகள் என இரண்டு தெருக்கள் மட்டுமே கொண்ட அந்த எண்பது தலைக்கட்டு வீடுகளுக்குள் ஒருவருடைய காதுக்கும் இந்த மாடுகளின் குளம்படிச் சத்தம் கேட்டிருக்காதா? கேட்டிருக்கும். யாரும் எழுந்து வெளியே வரவில்லை. இப்படி குளம்படிச் சத்தம் கேட்பதும், நாய்கள் துரத்திக்கொண்டே ஓடி குரைப்பதும் ஊருக்கு எப்போதும் கேட்பதுதான். அதனால் அவர்கள் வெளியே எழுந்து வருவதில்லை. குடிசாமியின் மீது ஒரு பயம். குதிரைக்கு எதிரே அகப்பட்டுக்கொள்ளக் கூடாது என்கிற பயம். என்ன செய்வதென்று தெரியாமல் நீண்டிருந்த அந்தத் தெருவையே பார்த்துக்கொண்டிருந்த அவருடைய அழுக்கடைந்த வெள்ளை உருமா, ‘போய் படுத்துக்கொள் கிழவா’ என்று சொல்வதுபோல் காற்றில் அசைந்துகொண்டிருந்தது.

பொழுது விடிந்தபோது மாரியம்மன் கோயில் வாசலில் இரண்டு காளை மாடுகள் படுத்திருப்பதைப் பார்த்தவர்கள், ‘அட... இதுங்கதானா ராத்திரிப் பூரா தெருவுல ஓரியடிச்சது’ என்று பேசிக்கொண்டார்கள். தங்கவேலும், வேம்பனும்

நாட்டாருக்கு செய்தியனுப்பிவிட்டு மாடுகளின் லட்சணங்கள் குறித்து உயர்வான கருத்துக்களை கூறிக்கொண்டிருந்தார்கள். இளைத்திருந்தாலும், தரமான உடலமைப்பும் கொம்புகளும் முகவெட்டும் குளம்படிகளும் அவர்களை வியக்க வைத்தன. இதுபோன்ற மாடுகள் சுற்று வட்டாரத்தில் யாரிடம் இருக்கின்றன என்று தங்கவேலு யோசித்துக்கொண்டிருந்தார். வேம்பனுக்கும் தெரிந்திருக்கவில்லை. குறு விவசாயிகளிடம் இத்தகைய மாடுகள் இருக்க வாய்ப்பே இல்லை. இருந்தால், நிலக்கிழார்களிடம்தான் இப்படியான மாடுகள் இருக்கும் என்று கலியண்ணன் சொன்னார். அவருக்கு மாடுகளின் இலக்கணம் தெரிந்திருப்பதுபோல், எந்தெந்த இலக்கணம் எங்கெங்கு பொருந்தும் என்பதும் தெரியும்.

தம்மை ஒரு வேடிக்கை பொருட்களைப்போல் பார்த்துக் கொண்டிருக்கும் ஊரை, கிஞ்சித்தும் பொருட்படுத்தாமல், இரவு முழுக்க ஓடிய களைப்பில் அசைபோட்டுக் கொண்டிருந்தன மாடுகள். கனமான யோசனையோடு முகவாயைத் தடவிக்கொண்டிருந்த கலியண்ணன், சற்றும் தயக்கமில்லாமல், ‘இதுங்க...கிளியப்பட்டு பெரிய கொண்டக்காரர் மாடுங்களாத்தான் இருக்கணும்’ என்றார்.

அவர், இந்த வட்டாரத்தில் மிகப்பெரிய நிலக்கிழார். காடுகளைப் பார்ப்பதற்கும், ஆடுமாடுகள் மேய்ப்பதற்கும், வீட்டு வேலைகள் செய்வதற்கும் என ஏராளமான பண்ணைக்காரர்களைக் கொண்டவர். இப்படி தன் மாடுகளைத் தொலைந்து போக விடுவாரா? இது அவருடைய மாடுகளாக இருக்க வாய்ப்பே இல்லை. இவைகள் வேறெங்கோ தொலை தூரத்திலிருந்து வழிதவறி வந்துவிட்டிருக்கின்றன. மாடுகளுக்கு உரிமையானவர்கள் இந்நேரம் ஊர் ஊராகத் தேடி அலைந்து கொண்டிருப்பார்கள். அவர்கள் வரும் மட்டும் இவற்றைப் பட்டியில் கட்டி வைத்துத் தீனி போடுங்கள் என்று தங்கவேலு சொன்னார். ஊரில் பலரும் அவருடைய கருத்தை ஆமோதித்தார்கள்.

தலையில் கட்டிய சிவப்பு நிற முண்டாசை தூரத்தில்

பார்த்தவர்கள், சின்னப்புள்ள நாட்டார் வருகிறார் என்று சொன்னார்கள். கோயில் வாசலில் தணிந்த பனிப்பாறைகளைப்போல் படுத்திருந்த அந்த இரண்டு வெண்ணிற காளைகளையும் பார்த்த நாட்டார், அதிலிருந்த தெய்வாம்சத்தை உணர்ந்து கண்களில் ஒற்றிக்கொண்டார். ஒவ்வொரு முகத்திலும் அப்படியொரு தெய்வாம்சம். 'நீங்கதானா ராத்திரி பூரா ஊரச்சுத்தி ஓரியடிச்சது' என்று சொல்லிக்கொண்டே, வேடிக்கை பார்த்தவர்களில் யாரையோ அழைத்து, தன் கைகளை அகல விரித்துக் காட்டி, வைக்கோல் அள்ளிக்கொண்டு வந்து அவைகளுக்கு போடச் சொன்னார். இவ்வளவு நேரம் இந்த யோசனை தங்களுக்கு வரவில்லையே என்று வேம்பனிடம் தங்கவேலு சொன்னார். அவரும், 'ஆமாம் ஆமாம்' என்பதுபோல் தலையாட்டினார். நாட்டார் சொன்னவுடன் பக்கத்திலிருந்த போர்ப்பட்டியிலிருந்து தன் கைகளுக்குள் எவ்வளவு அடங்குமோ அவ்வளவு வைக்கோலை அள்ளிக்கொண்டு வந்து போட்டான் கலியண்ணன். மாடுகள் வைக்கோலை மென்று அரைக்கும் சத்தத்தை ஊரே ரசித்துப் பார்த்தது.

பருத்த மூங்கிலின் அடிபாகத்தை அளவாக வெட்டி, அனலில் சுட்டு வளைத்ததுபோல் நெகுநெகுவென்று அந்த மாடுகளின் கொம்புகள் மின்னிக்கொண்டிருந்தன. வழிதவறி வரும் மாடுகளைக் கட்டி வைத்திருந்து, அவற்றின் உரிமையாளர்கள் கண்டறிந்து வரும் வரைக்கும் தங்களது மாடுகளைப்போல் கவனித்துக்கொள்ளும் ஒரு முறைமை அந்தச் சுற்று வட்டாரத்தில் உண்டு. அதன்படி மாடுகளைப் பராமரிப்பதென்று முடிவாயிற்று. அம்மன் கோயிலுக்கு அருகிலேயே அதற்கான பட்டி இருந்தது. கலியண்ணனும் வேம்பனும் அருகே நெருங்கி மாடுகளின் நெற்றியைத் தொட்டு மூக்கணாங்கயிற்றில் விரல்களை நுழைத்து இறுக்கிப் பிடித்து எழுப்பியதும், ஏதோ தனக்கு உரிமையானவர்களின் கைகள் தொட்டதைப்போல் மிக அண்மையுணர்வுடன் எழுந்து கொண்டன மாடுகள். ஒவ்வொன்றாகக் கொண்டுபோய் பட்டியில் கட்டிவிட்டு திரும்பியவர்களிடம் நாட்டார் அறிவுறுத்தினார்:

“லேய்... ஊராமூட்டு மாடுங்க, நம்ப ஊர நம்பி வந்திருச்சிங்க, நம்ப மாடு கன்னுங்கள பாத்துக்குறமாரி நல்லா பாத்துக்குங்க... உரிமையாளுங்க வந்தாங்கன்னா... என்ன ஏதுன்னு கேட்டு விசாரிச்சி அனுப்பி வைங்க... பத்தரம்...பத்தரம்...”

மாடு விசயத்தை மூக்கனுக்கு மலையன்தான் சொன்னான். மலையனை அழைத்துக்கொண்டு மூக்கன் அங்கு போனபோது, இரண்டு மாடுகளும் சுவரோரமாக இருந்த வேப்ப மரத்தில் கட்டப்பட்டிருந்தன. அவற்றின் வாளிப்பான திமில்களை வெளியே நின்றே பார்த்தான். முக லட்சணமான மாடுகள் இரண்டும் அவனை ஒருகணம் பார்த்துவிட்டு மீண்டும் அசைபோடத் தொடங்கின. தங்கவேலு நாட்டார், மூக்கனை அழைத்து, பொறுப்பை அவனிடம் ஒப்படைத்தார்.

“இனிமே... இதுங்க நம்ம பொறுப்பு...” என்று அவன் மலையனிடம் சொன்னபோது, மாடுகளின் கொம்புகள் இளம் வெயிலில் பளபளத்தன.

8

"வஞ்சினாரத்து அத்தே..."

குரலில் கெலிப்பும் ஒரு துள்ளலும் இருக்குமாறு, அஞ்சலத்தை, கொஞ்சலான மொழியில் அழைத்துக்கொண்டே குடிசைக்குள் வந்தாள் பூவாத்தா.

நல்ல எள் நிறத்தில், வைரம் புடிச்ச கருவேலங்கட்டையைப்போல் வாட்டசாட்டமான உடம்பும், பதினேழு வயசுக்கு மீறிய நெஞ்சு கனமும், ரெண்டு கைப்பிடி அளவு கனத்த கூந்தலும், மலையாட்டுக்கு இருப்பதுபோல் மயக்கும் கண்களும், துடிப்பான பேச்சும், வெள்ளந்தியான பழக்கமும் கொண்டவளாக இருக்கும் பூவாத்தாவை அஞ்சலத்துக்கு நிரம்ப பிடிக்கும். கொஞ்சம் பல் எடுப்பாக இருந்தாலும் பார்க்க அழகாகத்தான் இருக்கிறாள் என்பது அவள் எண்ணம்.

தன்னைவிட நாலு விரற்கடை உயரமாக இருக்கும் பூவாத்தாளை அஞ்சலம்

மூக்கனுக்கென்று நினைத்து வைத்திருந்தாள். அவனுக்குத் தோதாக உடம்பு, உயரம், நிறம், கனம் எல்லாமே பொருந்திக் கிடந்தாள் பூவாத்தா. வடக்குச் சுவரையொட்டி நின்ற, சிறிய பத்தாயத்துக்கு ஓரமாக, அதில் உரசிக்கொண்டு நின்றவளை, ஏற இறங்க, மொத்த உடம்பையும் அளவெடுப்பதுபோல் ஒரு பார்வை பார்த்துவிட்டு, ஒரு சிரிப்பு சிரித்தாள் அஞ்சலம். அந்தச் சிரிப்பு எதற்காக என்று பூவாத்தாள் அறிவாள். ஏதோவொரு பொருளை வழக்கம் பெற வருவதுபோல் அல்லது கொடுக்க வருவதுபோல் வந்து மூக்கனைப் பார்த்துவிட்டு அல்லது மூக்கனைக் குறித்துத் தெரிந்துகொண்டு செல்லும் பூவாத்தாளின் கள்ளத்தனத்தைத் தெரிந்து வைத்திருப்பதால் வந்த சிரிப்பு அது. எல்லாம் தெரிந்தும், எதுவும் தெரியாதவள்போல் அஞ்சலம் நடித்துக்கொள்வாள். இது பூவாத்தாளுக்கும் தெரியும். மூக்கனிடம் இருக்கும் அம்மக்குறவன் புத்தி அவன் அம்மாவுடையதுதான் என்று அவள் அறிவாள். ‘ஆத்தா, புள்ள ரெண்டும் அம்மக்கள்ளம் புடிச்சதுங்க’ என்று மனசுக்குள் சொல்லிக்கொள்வாள்.

“என்னடி கூத்து இது... காலங்காத்தாலயே எம் மருமொவளுக்கு என் நெனப்பு எடுத்துக்கிச்சி போலிருக்கு...”

“அப்பறம்... அத்த நெனப்பு எடுக்காதா பின்னே... பொழுது எப்படா விடியும், அத்தைய எப்படா பாப்போம்னு ராத்திரி முழுக்க படக்கு படக்கு நெஞ்சி அடிக்கிட்டே கெடந்துச்சி... அதான் விடிஞ்சதும் பொசுக்குன்னு வந்துட்டேன்...”

“அடியே... என் அண்ணனுக்குப் பொறந்த அரைக்கீரை... என்னைய பாக்கவா ஒன் நெஞ்சி படக்கு படக்குன்னு அடிச்சிக்கிச்சி... நம்பிட்டேன்டி ஆத்தா...”

“கருப்பன் மொவளுக்கு சந்தேகம் போவுதா பாரு... அப்பன் புத்தி அப்படியே இருக்கு... நான் ஒன்னிய பாக்கத்தான் வந்தேங்குறன், நம்புறியா பாரு...”

பூவாத்தாளின் பேச்சில் ஒரு செல்லச் சிணுங்கள்; ஒரு குழைவு; உதடு பிதுங்கிக்கொள்ளும் சின்ன வெகுளி; விழிகளை புருவத்துக்கு

ஏற்றி அஞ்சலத்தையே வெறித்துக்கொண்டிருந்தாள். அஞ்சலம், மண் பானையில் இருந்த குளிர்ந்த நீரில் சூடான கேழ்வரகு உருண்டைகளை மொண்டுவிட்டுக்கொண்டே அவளது தோரணையை ஓரக்கண்ணால் பார்த்தாள். ஆடு தன் உடம்பைத் தேய்த்துக் கொள்வதுபோல், பத்தாயத்தைத் தன் பின்பக்கத்தால் உரசிக்கொண்டே நின்றிருந்தவள், கேழ்வரகு உருண்டைகள் நீரில் மூழ்குவதைப் பார்த்துக்கொண்டும், நீரில் பூத்து வரும் நுரைகளை ரசித்துக்கொண்டும் இருந்தாள். அகப்பையால் கேழ்வரகு உருண்டைகளை மொண்டு, பானையின் குடங்கு வரை நிரப்பிய அஞ்சலம், வெதுவெதுப்பான நீரில் கையை விட்டு, உடைத்த அரைமூடி தேங்காய் வடிவில் மொண்டு விட்ட கூழ் கட்டிகளை நீருக்குள்ளேயே மெழுகி, வழுவழுப்பான முழு உருண்டைகளாக மாற்றிக்கொண்டிருந்தாள். ஒவ்வொரு உருண்டையும் பனங்காயைப்போல் மாறிக்கொண்டிருக்கும் அந்தப் பானையின் குடங்கிலிருந்து, ஒரு மெல்லிய அலையின் சத்தம் கேட்டது. ஒரு குயவன் மண்ணைக் குழைத்து பானை செய்வதுபோல் கூழுருண்டையைப் பக்குவம் செய்து கொண்டிருந்த அஞ்சலம், காலுக்குக் கீழே வேர் முளைத்துவிட்டதைப்போல், வந்த நேரத்திலிருந்து அதே இடத்தில் நின்றிருந்த பூவாத்தாளின், தரையை நிமிண்டும் கால் விரல்களைப் பார்த்து புன்னகைத்துக்கொண்டாள். 'பிடிவாதக்காரனுக்கு பொறந்துதில்ல, அப்படித்தான் இருக்கும்...' என்று தனக்கு மட்டும் கேட்கும்படி மெதுவாகச் சொல்லிக்கொண்டாள். அஞ்சலத்தின் வாய் முணுமுணுப்பது தெரிந்து போனதும் பூவாத்தாள், தன் பாவாடை மலர்ந்து விரிய, அப்படியே மண்டியிட்டு, அவள் முன் உட்கார்ந்துகொண்டாள். உட்கார்ந்தவள், அஞ்சலத்தின் முகவாயைத் தன் கையால் நிமிர்த்தி, முகத்துக்கு நேராகக் கொண்டுவந்தாள். அஞ்சலத்தின் முகத்தைக் கையில் ஏந்தியதும் உண்டான குளிர்ச்சியை அப்படியே கண்களில் ஒத்தி, தன்மேல் பரவவிட வேண்டும்போல் இருந்தது. அந்த முதிர்ந்த கண்களில் தெரிந்த சின்ன ஊற்று நீரில் தன்னை நனைத்துக்கொண்டாள். அப்படியே சற்றுநேரம் குறுகுறுவென்று பார்த்துக் கொண்டிருந்தவள் கேட்டாள்:

“நானும் இதுக்குள்ள வந்துடுறேன்… என்னையும் உள்ள வச்சிக் காப்பாத்திறியா அத்த…”

“அடி பாதகத்தி… ஏன்டி இப்பிடி கேட்டுப்புட்ட… ஒனக்குன்னு வேற சருகலமா எடுக்கப் போறென்… என் வவுத்துல கெடந்ததோட உசுர, ஒன் வவுத்துல பாக்கலாம்னுதானெ இந்த உசுர வச்சிக்கிட்டு கெடக்கேன்…”

அஞ்சலத்தின் அந்த வார்த்தைகளுக்கு சிரித்துக்கொண்டாள் பூவாத்தாள். மனசுக்கு நிறைவளித்தாள் அத்தை. பழம் கனிந்துதான் கிடக்கிறது. கொம்பைத்தான் இனி உலுக்க வேண்டும் என்று நினைத்து ரசித்தாள். சரி, அத்தைக்காரியிடம் கொஞ்சம் வம்பிழுப்போம் என்று தோன்றியது.

“அப்பறம் என்னத்துக்கு வாய்க்குள்ளவே முணுமுணுங்குற… காலங்காத்தால ஏன் இந்த சனியன் வந்து தொந்தரவு பன்னுதுன்னு நெனைக்கிறாமாரி…” என்றாள்.

பூவாத்தா அப்படி கேட்டதும் அஞ்சலத்துக்கு அவளை நாலு அறை விட வேண்டும்போல் இருந்தது. ‘அப்பன் புத்தி அப்படியே இருக்குது. எதுலேயும் பொறுமை கிடையாது; ஒரு நிதானம் கிடையாது; ஒரு சூதானம் கிடையாது; செவுட்டு மூதி, கண்ணு காதுக்கெல்லாம் வெளக்கெண்ணெய விடாம வேப்பெண்ணெய விட்டுருப்பா போலிருக்கு அவ ஆத்தாக்காரி’ என்று வாய்க்குள் பொரிந்து தள்ளினாள்.

அஞ்சலத்தின் முகம் போன போக்கைப் பார்த்து பூவாத்தாளுக்கு சிரிப்பு தாளவில்லை. வெளியே தெரியாமல் மறைத்துக்கொண்டாள். விளையாட்டைத் தொடர்ந்தாள். இன்னும் கொஞ்சம் குழைவும் கொஞ்சலும் குறைபாடும் சேர்த்துக்கொண்டாள்.

“அப்பறம் திரும்பவும் முணுமுணுங்கிற… என்னைய கண்டமேனிக்கி பாட்டுவுட்டு கட்டுறியா…”

“ஏய்… கேனச்சிறுக்கி… மூக்கன் வரட்டும் சீக்கிரம் மூக்குணாங்கயிறு கட்டி, பொன ஓட்டச் சொல்றென்…”

பூவாத்தாளுக்கு வாய்கொள்ளாத சிரிப்பு வந்து, அப்படியே சம்மணமிட்டு அமர்ந்து அத்தையின் குளிர்ந்த கைகளைப் பிடித்துக்கொண்டாள்.

“அத்தே… ச்சும்மா வெளாடினேன்… என் செல்லம் இல்ல… என் செல்ல அத்த இல்ல…”

அத்தையின் அந்தச் சிறிய கோபத்தை சட்டென தணித்துவிட்டாள்.

“சிறுக்கி மொவளெ…”

தணிந்த சொல்லுக்குப் பிறகு, அஞ்சலம் அவள் கன்னத்தில் கம்மங்கூழை எடுத்துப் பூசிவிட்டாள். பானையில் மூழ்கியிருக்கும் கூழ் உருண்டைகளில் இரண்டை எடுத்துத் தன் நெஞ்சில் கட்டிக்கொண்டு விட்டதைப்போல் பூவாத்தாளின் நெஞ்சு கனத்தது. அவளுக்கு மூக்கனின் நினைப்பெடுத்துவிட்டது. மூக்கில் கூழ் மணம் ஏறியதைப்போல் மூக்கனின் மணமும் ஏறவேண்டும் என்ற தவிப்பு உருவானது. பூவாத்தாள் வந்த வேலையைத் தொடங்கினாள்.

“மாமன் எங்கத்த…?”

“ஏடி… இந்த ஊட்ல ஒனக்கு மூணு மாமனுங்க இருக்காங்க… நீ யார தேடுறவ…”

“ம்… ஒனக்குத் தெரியாதாக்கும்…? நான் என்ன ஓம் புருசனையாத் தேடப்போறென்!”

“ஓ… அந்தாள வேற தேடுவியா… நல்லதா போச்சி… எம்பொழப்பும் கொஞ்சம் விடியட்டும்…”

“ஐயே… ஆளப்பாரு. இரு… இரு… மாமன்கிட்ட சொல்லுறேன். சொல்லி… ஒன் கம்மக்கூட்டுல நெறிகட்ட வக்கிறேன்… ஆமா…”

“போடி… இவளே…”

மீண்டும் குழைவு; வெள்ளந்திச் சிரிப்பு.

அந்தக் காலைப்பொழுதில் அஞ்சலமும் பூவாத்தாளும்

இழைந்து சிரித்ததைப் பார்க்க மூக்கன் அங்கு இருந்தால் நன்றாக இருக்கும்.

அஞ்சலம் ஏதோ வேலையாக கொட்டகைக்குப் போக, பூவாத்தாளின் கை, பானையில் மிதந்த கம்மங்கூழ் உருண்டைகளில் அளைந்தது. அதற்குள் அதில் குளிர்ச்சி ஏறியிருந்தது. ஒவ்வொரு உருண்டையாகத் தடவி மெழுகிக்கொண்டே வந்தாள் பூவாத்தா. அவளின் முதிரா கொங்கைகளைக் காட்டிலும் சற்றே பெரிய உருண்டைகள். அவற்றைத் தடவியும் அழுத்தியும் பார்த்தவளுக்கு எதனாலோ வெட்கம் பிடுங்கித் தின்றது. அத்தை வருகிறாளா என்று எக்கிப் பார்த்தாள். ஆட்டுக்குட்டிகள் பெயர்த்துக் கட்டப்படும் ஒலி மட்டுமே கேட்டது. கூழ் உருண்டை ஒன்றை எடுத்து உள்ளங்கையில் வைத்துப் பார்த்தாள். மூக்கனின் முகம் அதில் தெரிவதுபோல் இருந்தது. தன் நுனி நாவால் அதைத் தீண்டி, கீழிருந்து மேலாக ஒரு கோடுபோல் வகிடு வரைந்தாள். நாவில் ஒட்டிக்கொண்டு வந்த பிசுபிசுப்பான வெண்ணெயை மேலுதட்டின் இரண்டு வரம்புக்கும் மாற்றி மாற்றிப் பூசிவிட்டவள், சட்டென நாவை உள்ளுக்கிழுத்து எச்சில் விழுங்கும்போது மூக்கன் வாசலில் வந்து நின்றான்.

அவனைக் கண்ட வேகத்தில், எழுந்து பத்தாயத்தோடு உடம்பை ஒட்டி நின்றுகொண்டாள். வெட்கத்தில் தலைகுனிந்திருந்தாலும் புருவம் உயர்ந்திருந்தது. மூக்கன் உள்ளே வந்து விடுவானோ என்ற பயத்தில் நெஞ்சுக்கூடு அடித்துக்கொண்டது. நல்லவேளை அத்தை வந்துவிட்டாள். போன உயிர் திரும்பியது போலிருந்தது பூவாத்தாளுக்கு.

பானையைப் பிரிமணையில் ஏற்றிய அத்தையிடம், அவள் காதுக்கு மட்டும் கேட்பதுபோல், நாக்கை மண்புழுவைப்போல் வாய்க்குள் உழற்றி உழற்றிச் சொன்னாள்:

“ஏய்... வஞ்சினாரத்துப் புள்ள... ஒன் கொட்டி நாக்கு வந்துருச்சி... நான் வாரென்ன்ன்...”

அவள் சொடுக்கையும் மிடுக்கையும் நினைத்து நெஞ்சுக்குழியில்

கெலித்துக் கொண்டாள் அஞ்சலம்.

மூக்கன் அவள் போவதையே பார்த்துக்கொண்டு நின்றான். அவளுக்கு முன்பை விடவும் இப்போது தளுக்கு கூடியிருப்பதாய்த் தோன்றியது. முதுகுப் பரப்பில் ஒரு நாகத்தை அடித்துக் காயப்போட்டதைப்போல் பின்னலிட்டு சரிந்திருந்த கூந்தல், இடுப்பிலும் பின்பக்கத்திலும் தாளமடித்துக்கொண்டே போனதை அவன் கண்ணெடுக்காமல் பார்த்தான். தொடையெலும்புகள் இறுகித் தளர்வது போலிருந்தன. தன் கடைவாய்ப் பற்களில் வைத்து நசுக்கிய வேப்பங்குச்சியின் கசப்பு அவன் வாய் முழுக்கப் பரவத் தொடங்கிய போதுதான் அவனுக்கு நினைவு திரும்பியது.

9

அந்தியின் செந்நிறம் மெல்லக் கலைந்து, சாம்பல் நிறமாய் வானம் மாறிக்கொண்டிருந்தது. மூக்கனும் மலையனும் உளுந்துக்கொடிகளை மாட்டு வண்டியில் ஏற்றிக்கொண்டு ஊருக்குள் நுழைந்தபோது, ஊரின் எல்லையிலிருந்த புளிய மரத்தடியில் இரண்டு ஆட்கள் பீடி குடித்தபடி நின்றிருந்தனர். யாரோ ஊருக்குப் புதிதானவர்கள் என்று நினைத்தபடி வந்தவர்களிடம் உடும்பன் அந்தச் செய்தியைச் சொன்னான்.

பயங்கர போதையில் ஊருக்குள் வந்த இரண்டு பேர், பட்டியில் இருக்கும் மாடுகள் எங்களுடையவை என்றும், நேற்றிலிருந்து தேடியலைவதாகவும் கூறினார்கள். பார்ப்பதற்கு சந்தேகிக்கும்படியும், முழு போதையிலும் இருந்ததால் அவர்களை மிரட்டி அனுப்பிவிட்டதாகக் கூறினான். மூக்கனுக்கும் மலையனுக்கும் புரிந்துவிட்டது.

அங்கே, எல்லையிலிருக்கும் புளிய மரத்தடியில் நிற்பவர்கள் அவர்கள்தான். எந்த ஊர் ஆட்களாக இருக்கும்? மூக்கன் யோசித்தான். உடும்பனிடம் பேசினான்:

“குடிச்சிருந்ததாலேயே திருட வந்த ஆளுங்கன்னு நெனச்சிட முடியாதுடா, நல்லா விசாரிச்சிப் பாத்தீங்களா..?”

“எங்கே விசாரிக்க வுட்டானுவ? கோவத்ததான் தூண்டுனானுவோ. மாடு தேடிக்கிட்டு வந்தவனுவோ மாரியா பேசினானுங்க... சுத்த பித்தலாட்டப் பயலாட்டமே பேசினானுவோ... அதான் விரட்டி வுட்டுட்டேன்”

வேலைக்கார ஆட்களாக இருப்பார்கள். ஊர் ஊராக அலைந்த கடுப்பும் நோக்காடும் தாங்காமல் குடித்திருக்கலாம். பார்ப்போம், திரும்பவும் வந்தால் என்னவென்று தெரிந்துகொள்வோம். அப்போது போதையின் வீரியம் குறைந்துபோயிருக்கும், ஆட்களும் தெளிவடைந்திருப்பார்கள் என்று மூக்கன் சொன்னதை ஏற்று, மலையன் சரிதான் என்பதுபோல் தலையாட்டினான். உடும்பனும் ஆமோதித்தான்.

மேற்கே நிலவு எழத்தொடங்கிய பிறகும் கூட அவர்கள் வரவில்லை. பின்பு மெல்ல இருட்டவும் தொடங்கிவிட்டது, அவர்கள் வரவில்லை. அப்படியே ஊருக்குப் போய்விட்டார்கள் போல; ஒருவேளை முதலாளியை அழைத்துக்கொண்டு வரலாம் என்று சென்றுவிட்டார்களோ என்று நினைத்தார்கள்.

அதேபோல்தான் அவர்கள் வந்தார்கள்.

இரவு உணவை முடித்துக்கொண்டு, உறங்கப் போகும் முன்பு ஊரார் கதை பேசிக்கொண்டிருந்த பொழுதில், கொஞ்சம் அழுக்கான வெள்ளை வேட்டியும், கோடு போட்ட, வெளுத்த ஊதா நிற அரைக்கைச் சட்டையும் அணிந்த, நடுத்தர வயதுடைய ஆளும், முண்டா பனியனும் கைலியும் கட்டியிருந்த அந்த இரண்டு ஆட்களும் சின்னப்புள்ள நாட்டார் வீட்டு வாசலில் வந்து நின்றிருந்தார்கள்.

நாட்டார், மூக்கனுக்கு சொல்லியனுப்பியிருந்தார். வாசலில் கயிற்றுக் கட்டிலை எடுத்துப்போட்டு, கைகளைத் தலைக்கு

வைத்து, வானத்தை அண்ணாந்து பார்த்தபடி படுத்திருந்தான் மூக்கன். வாசப்படியில் தலைவைத்து உள்ளே கால் நீட்டியிருந்த அப்பாவின் கௌுத்தி மீசை, நிலவு வெளிச்சத்தில் ஒளிர்ந்து கொண்டிருந்தது. இருளில் ஒரு பூனையின் மூக்கும், மீசை முடிகளும் மட்டுமே தெரிந்தால் எப்படியிருக்குமோ அப்படியிருந்தது அது.

மூக்கன், சட்டையை எடுத்துப் போட்டுக்கொண்டு, கொஞ்ச தூரம் நடந்து, வேறொரு வீட்டின் சந்துப் பகுதியில் நுழைந்து, கோயிலுக்குப் போகும் பாதையில் விரைந்தான். தகவல் சொன்ன ஆள் கொஞ்ச தூரம் கூடவே வந்துவிட்டு, பின்பு ஏதோவொரு வீட்டு வாசலில் நின்று பேசிக்கொண்டிருந்தான். ஒரு பீடியைக் கொளுத்தி வாயில் திணித்தபடி வந்த மூக்கன், கோயிலை நெருங்குவதற்கு சற்று முன்பே பீடியைக் கீழே போட்டு காலால் நசுக்கி அணைத்தான். கோயில் முகப்பில் ஓரமாக மலையனும் உடும்பனும் நின்றிருந்தார்கள். நாட்டாரும், ஊராட்களும், வந்த ஆட்களும் வாசலில் நின்றிருந்தார்கள். மாடுகள் மூக்கனின் கண்காணிப்பில் விடப்பட்டிருந்ததால் அவனது இருப்பு அங்கு முக்கியமானதாக இருந்தது.

அந்த நடுத்தர வயதுடைய ஆள் பொறுமையாக எடுத்துரைத்தான். நேற்று காலை மேய்ச்சலுக்கு வந்த மாடுகள் தொலைந்துவிட்டன என்றும், அதை மேய்த்தவர்கள் இவர்கள்தான் என்றும் உடன் நின்றிருந்த இருவரையும் காட்டினான். மூக்கன் அவர்களை அளவெடுப்பவனைப்போல் வெறித்தான்.

ஒருவன் கட்டையாக, நாலடி உயரத்துக்கும் சற்று கூடுதலாக கருகருவென்று இருந்தான். அவனுடைய பழைய முண்டா பனியனுக்குள் கொழுத்துப் பெருத்திருந்தது உடம்பு. நெஞ்சு முழுக்க கொசகொசவென்று முடி. தலையில் அந்த அளவுக்கு முடியில்லை. ஒட்ட வெட்டியிருந்தான். மொட்டைத் தலையோ என்றுகூட சொல்லலாம். இன்னொருவன் இறுகிய, கோணலான உடம்போடு மெலிதாக இருந்தான். அவனுக்கும் முண்டா பனியனுக்கும் பொருந்தவில்லை. முட்டிய வயிறுக்கும், கோணலான உடல் வாகுக்கும் அது அப்படி

தோன்றியிருக்கலாம். முடி கலைந்துபோய்க் கிடந்தது. எப்படிப் பார்த்தாலும் அந்த இருவரின் தோற்றத்திலும் கொஞ்சமும் அங்கலட்சணம் கண்ணுக்குப் புலப்படவில்லை.

‘மேய்ப்பதை விடுத்து இவர்கள் காட்டுப் பன்றியைத் துரத்திக்கொண்டு ஓடிப்போன சமயத்தில், மாடுகள் திசைமாறிப் போய்விட்டன. அறுபதுக்கும் மேற்பட்ட மாடுகள் தங்கள் கட்டுப்பாட்டில் இருந்ததை நினைத்துப் பார்க்காமல் இவர்கள் கறி நாற்றத்திற்கு மயங்கிப் போனதால்தான் இந்த நிலை. மாடுகளோடு போகவில்லையென்றால் இவர்களைத் தலைகீழாகக் கட்டித் தொங்கவிட்டு, தோலை உரித்துவிடுவார் கொண்டைக்காரர். மாடு மேலகிளியப்பட்டு கொண்டைக்காரருடையது. இவர்கள் பண்ணையாட்கள், நான் பண்ணையில் கணக்கெழுதுகிறேன்’ என்று மொத்த விவரத்தையும் சொன்னான் அந்த ஆள்.

நேற்று மாலையிலிருந்து இரவு வரை காடுகளிலும், பக்கத்திலிருந்த கிராமங்களிலும் தேடி, இங்கிருப்பதாய் தகவல் கிடைத்து வந்திருப்பதாகவும், மாடுகளை அவிழ்த்து விடுவித்தால் சீக்கிரம் ஊர் போய்ச் சேர்ந்திடுவோம் என்றும் அந்த மனிதன் கூறிமுடித்தபோது, அந்த வார்த்தைகளை நம்பிக்கைக்கு உரியதாய்க் கருதிய நாட்டார், மூக்கனுக்குக் கண்ணைக் காட்டினார். மாடுகளின் உரிமையாளர் பெரிய கொண்டைக்காரராக இருக்கலாம் என்று தாங்கள் கணித்திருந்தோம் என்று அந்த ஆளிடம் நாட்டார் கூறினார்.

பட்டியைத் திறந்து உள்ளே கட்டப்பட்டிருந்த மாடுகளை அவிழ்த்து வெளியே கொண்டுவந்தான் மூக்கன். நாட்டார், அந்த ஆட்களிடம் கைமாற்றினார். ஓரிரவு ஊரைச் சுற்றி, ஒரு பகல் பட்டியில் தங்கியிருந்த அந்த மாடுகள், ஏதோ ஆண்டுக்கணக்காய் வளர்த்தவைபோல் பிரிவாற்றாமையை ஏற்படுத்துவதாக நினைத்த நாட்டார், நமக்கே இப்படியென்றால், நேற்று காலையிலிருந்து அவற்றிற்கு வைக்கோல் போட்டு பசியாற்றிக் கொண்டிருக்கும் பசங்களுக்கு எப்படியிருக்கும் என்றும் எண்ணம் தோன்றியது. மூக்கனுக்கும் மலையனுக்கும்

கூட நாட்டாரின் அத்தகைய மனவோட்டம் இருந்தது.

மாடுகளைக் கைமாற்றிக்கொண்ட அந்த ஆட்கள் ஊர்க்காரர்களிடம் விடைபெற்றுக்கொண்டு கிளம்பும்போது, அந்த இடத்தில் ஓர் இறுக்கமான சூழல் உருவானதை மூக்கன் அறிந்தான்.

நல்ல நிலவு வெளிச்சம் இருந்தது. மண்ணின் குணமறிந்து நடந்து செல்ல போதுமான வெளிச்சம் அது. கிளியப்பட்டுக்குச் செல்ல அருமையான மண் பாதையும் இருக்கிறது. அவர்கள் பத்திரமாகப் போய்ச் சேர்ந்துவிடுவார்கள் என்று சின்னப்புள்ள நாட்டாரும் தங்கவேலு நாட்டாரும் கூறினார்கள்.

மாடுகளைச் சிரமப்படுத்தாமல் வழிநடத்த இரவுப்பொழுதே உகந்தது; மாடுகளுக்கும், வழிநடத்திக் கூட்டிச்செல்பவனுக்கும் களைப்பு ஏற்படாமல் நிலவு வெளிச்சமும், குளிர்ந்த காற்றும் பார்த்துக்கொள்ளும். இரவு நேரங்களில் மாடுகளை முன்னே நடத்தி, அதன் பின்னே கதை பேசியபடி நடப்பது அருமையான அனுபவம். மூக்கன் அதை உணர்ந்திருக்கிறான்.

10

முதுவேனில் தொடங்கியிருந்தது.

தீய சகுனங்கள் எப்போது நம்மை வழிமறிக்கும் என்று சொல்ல முடியாது. நமக்கே தெரியாமல் நம் மீது ஒரு பகை வளர்ந்து வருவதை அந்தச் சகுனங்கள் நம்மிடமிருந்து மறைத்து வைத்திருந்து, திடீரென ஒருநாள் அதை எதிர்கொள்ள வேண்டி நம்மை வற்புறுத்தும். யார் பகைவன்? எதற்காக இந்தப் பகை? யார் தலை அறுபடும்? யார் மீது பழி விழும்? எதுவும் தெரியாது. ஆனால், நாம் ஒரு போர்க்களத்தில் நிறுத்தப்படுவோம்.

அப்படித்தான் மூக்கனுக்கு அந்தப் பகை வந்து சேர்ந்தது. அவனை அவ்வாறு மாட்டிவிட வேண்டிய வேலையை அந்தச் சகுனம் செய்தது. அந்தப் புதிய மாடுகளின் கண்கள் அவனைப் பார்த்த நாளில் அவன் தலைக்கு மேலே ஒரு கருமேகம் சூழ்ந்ததையும், அந்த மேகம்

ஆந்தையாக மாறி அவன் வீட்டுக்கு அருகில் நின்று இரவு முழுக்க அலறியதையும் பின்னாளில் ஒருநாள் ராக்குறியில் சொன்னான் கோடங்கி.

மூக்கனும் அவன் கூட்டாளிகளும் தங்கள் வேட்டைப் பிராந்தியத்தைத் தாண்டிப் போய்விட்டதை அறியவில்லை. வேட்டை நாயும் கூட முயலை உசுப்பும் உற்சாகத்தில் எவ்வளவு தூரம் ஓடிவந்துவிட்டோம் என்று உணரவில்லை. மிகப்பெரிய சமவெளியாக இருந்தது அந்நிலம். முயலைப் பிடித்து, அதன் காதுகளைக் கொத்தாகப் பற்றித் தூக்கியபோதுதான் அவர்கள் நின்றிருப்பது வேறொரு ஊரின் காடு என்பதே புரிந்தது. மலையனுக்கு வியப்பு தாங்கவில்லை. களைப்பே தெரியவில்லை என்று கூறினான். முயலின் சதையோட்டம் இன்னும் கிளர்ச்சியைத் தந்தது. இரண்டு கிலோ கறி தேறும் என்று கணித்துச் சொன்னான். உயிருடன் துடித்துக் கொண்டிருக்கும் முயலின் சூடான உடம்பு பெண்ணின் உடம்பை நினைவுறுத்துகிறது என்றான். உடும்பனும் முத்தும் அதை உணரத் தலைப்பட்டார்கள். முயலின் உடம்பை அமுத்திப் பார்த்தவர்களுக்கு மலையன் சொல்வது சரிதான் என்று பட்டது. கொஞ்ச நேரத்தில் அந்த இடத்தில் கொச்சையான பாலியல் கதைகள் வழிந்தோடின.

முயலை அறுப்பதற்கு முன் அதன் உயிரைப் போக்க வேண்டும்; மூக்கன் அந்த வேலையை உடும்பனிடம் கொடுத்தான். அதன் கண்களை நேருக்கு நேர் பார்க்காமல் முயலின் கழுத்தை அவன் நெரித்தான். அதன் சூடான உடம்பு மெல்ல மெல்ல அவன் கையில் குளிர்ந்து அடங்கியது. உடும்பனிடமிருந்த முயலை வாங்கி, மண்டியிட்டு அமர்ந்து, அதைத் தன் முன்னே மல்லாத்திப் போட்டான் மூக்கன். உயிரற்ற அந்தத் துவண்ட உடம்பு, வெயிலில் வதங்கிய ஒரு சுரைக்குடுவையைப்போல் இருந்தது. தன் டவுசர் பாக்கெட்டிலிருந்து பட்டன் கத்தியை எடுத்து, முயலின் சிறிய தொண்டைக்குழியில் கத்தியின் கூர்மையை வைத்தபோது, காற்று கொஞ்சம் கூடுதலாக அசைந்து, மூங்கில் இலைகள்

உதிர்ந்தன. வெள்ளரிப் பழத்தைப் பிளந்து வைத்ததைப்போல் முயலின் உடம்பை மூக்கன் பிளந்து வைத்தபோது, அதன் நெஞ்சுக்கூட்டில் தேங்கியிருந்த குருதியில் தட்டான்கள் விழுந்து கிடப்பதுபோல் மூங்கில் இலைகளின் நிழல்கள் தெரிந்தன. அதன் குருதியை அள்ளி ஒரு பாலித்தீன் பையில் கட்டினான் உடும்பன். உடும்பனின் அச்செயலுக்கு முத்து சிரித்தபோது மூக்கனுக்கும் மலையனுக்கும் அதற்கான காரணம் புரிந்தது. உடும்பனின் தொடுப்பிலிருக்கும் சுந்தரவள்ளியின் தலைமுடி பொசுங்கினதுபோல் மாறி வருவதையும், காசலை நாருபோல் மெலிந்து வருவதையும் அவர்கள் அறிந்திருந்தார்கள். இடுப்பு வரைக்கும் இருந்த கனத்த கூந்தல் கொஞ்சம் கொஞ்சமாகக் குறைந்து அவளது கழுத்தெலும்புகளை மூடும் அளவுக்கு மட்டுமே தொங்கிக்கொண்டிருந்தது. மலையன் குசும்பாக சொன்ன வார்த்தைகளுக்கு அந்த இடம் சிரிப்பால் அதிர்ந்தது.

“கட்னவன் ஒரு பக்கம்; கள்ளப் புருசன் ஒருபக்கம்னு இழுத்து அடிச்சா என்னாத்துக்கு ஆவும்! மசுர இருந்தாலும் அதுமட்டும் எம்மாந்தான் தாங்கும்...”

உடும்பன், அவனை அடிக்க ஓடினான். மலையன் கீழே குனிந்து போக்குக் காட்டி விலகினான். வெயில் உச்சிக்கு ஏறிக்கொண்டிருந்த அந்த மதிய வேளையில் சிரிப்பும் விளையாட்டுமாய் அவர்கள் முயலை அனலில் சுட்டுக்கொண்டிருக்கும்போது அவர்களின் வேட்டை நாய் உறுமிக்கொண்டே எழுந்து, காதுகள் விடைக்கக் குரைத்தது. நாய் பார்த்துக் குரைத்த திசையில் ஆட்கள் வருவதுபோல் தெரிவதாக மலையன் சொன்னான். கானலின் அலைகள் மிகுந்திருந்தன என்றாலும், எரிந்த காட்டு மரங்கள் எழுந்து நெருங்கி வருவதுபோல் இருப்பதையும் அவர்கள் உணர்ந்தார்கள்.

அது பொருட்படுத்தத்தக்க காட்சியல்ல என்பதுபோல் மூக்கன் வேலையில் மூழ்கினான். தோலை நீக்கிவிட்டு கறியை அறுத்து பூவரசு இலையில் வைத்தான். கறி வைக்கத் தோதாக பூவரசு இலைகளைப் பறித்து வந்து, சிறிய குச்சிகளால் அந்த இலைகளை ஒன்றோடு ஒன்று சேர்த்து, அகன்ற ஒரு தாமரை

இலையைப்போல் தைத்துக் கொடுத்திருந்தான் மலையன். அடர்த்தியான பச்சை இலைகளின் விரிப்பில் வைக்கப்பட்டிருந்த, குருதியில் நனைந்த சிறிய சதைத்துண்டுகள், கல்யாண முருங்கைப் பூவைப்போன்று மலர்ந்திருந்தன. கறியைச் சுட்டெடுக்கத் தேவையான சுள்ளிகளை சேகரிப்பதற்கு உடும்பனும் முத்துவும் நகர்ந்தபோது தொலைவில் தெரிந்த அந்த மனித உருவங்கள் அருகே தெரிந்தன. முதல் பார்வையிலேயே அவர்களை அடையாளம் கண்டுகொண்டான் மூக்கன். முன்பொருநாள் ஊரிலிருந்து மாடுகளை ஓட்டிக்கொண்டு போன அந்த இரண்டு ஆட்களோடு மேலும் இருவர் வந்திருந்தார்கள். முன்பு பார்த்தது போலவே அதே தோற்றத்தோடு, இன்னமும் காட்டிலேயே அலைந்து கொண்டிருந்தவர்களைப்போல் அந்த இருவரும் இருந்ததை மூக்கன் அவதானித்தான்.

புதிய ஆட்களில் ஒருவனுக்கு நரைக்கத் தொடங்கியிருந்த, பரட்டையான தலைமுடி. வண்டல் மண்ணைப்போல் கறுப்பாகவும் ஒல்லியாகவும் இருந்தான். நைந்துபோனது போலிருந்த அழுக்கான பனியன் அணிந்திருந்தான். மூட்டுப் பகுதி வரைக்கும் நீண்ட, காக்கி நிறத்தில் கால்சட்டை அணிந்திருந்தான். அதன் வலது பக்க பாக்கெட் புடைத்திருந்தது. அதில் பட்டன் கத்தி இருப்பதை மூக்கனால் யூகிக்க முடிந்தது. இடது பக்க பாக்கெட்டில் தன் கையைத் திணித்து சொறிந்து கொண்டிருந்தான் அவன்.

இன்னொருவன் வளத்தியாகவும், நடுத்தர உடல் வாகோடும் இருந்தான். அவனும் கூட மூட்டுப்பகுதி வரைக்குமான கால்சட்டையே போட்டிருந்தான் என்றாலும், அது தொளதொளப்பானதாக இருந்தது. அந்தச் சட்டையின் இடுப்புப் பகுதியில் லேசான கிழிசல் இருந்தது.

தங்களை நெருங்கி வந்து நிற்கும் அவர்களிடம் நட்பான அணுகுமுறை வெளிப்படும் என்று நினைத்த மூக்கனுக்கு ஏமாற்றமே மிஞ்சியது. மாட்டைக் குறித்து விசாரிக்கலாம் என்று நினைத்திருந்தவனுக்கு நான்கு பேரின் கண்களிலும் ஒருவித அலட்சியம் வெளிப்பட்டதைப் பார்த்ததும், சப்பென்று

ஆகிவிட்டது. அவர்களின் முகத்தில் ஒருவித வெறுப்புணர்வு தெரிந்தது. அதைக் கண்டுணர்ந்ததும் மூக்கன் அவர்களைப் பொருட்படுத்தத் தேவையில்லை என்பதை முழுமையாக உறுதிப்படுத்திக்கொண்டு தன் வேலையில் கவனம் காட்டினான். மலையன் தரையில் கிடந்த மூங்கில் இலைகளைக் கூட்டி முட்டாகக் குவித்துக்கொண்டே அவர்களை நோட்டமிட்டான். உடும்பனும் முத்துவும் சுள்ளிகளை சேகரித்துக்கொண்டிருந்த போதும், அவர்களின் மேலேயும் கண்களை வைத்திருந்தார்கள். கிழிசலான சட்டை போட்டிருந்தவன் மூக்கனுக்கு எதிரில், பாதங்கள் தரையில் ஊன்றுமாறு கால்களை மடக்கிக் குதிகாலிட்டு அமர்ந்து, முயலின் உடம்பைத் தொட்டுப் பார்த்தான். அவனுடைய ஆட்காட்டி விரல் பதிந்து அழுந்திய சதைப்பகுதி மீண்டும் புடைப்பதற்குள் அதைக் கையில் தூக்கியவன்,

“இது எங்க காட்டு மொசலு, நாங்க சாப்புட்டுக்குறோம், நீங்க கௌம்புங்க” என்றான்.

தன் கடவாபட்டறையில் உள்ள இணுக்கை நகத்தால் நோண்டிக்கொண்டே அவர்களைப் பார்த்த மூக்கனுக்கு, சட்டென்று வந்திருக்க வேண்டிய கோவம் எதனாலோ வரவில்லை. என்னமோ என்ன மாயமோ தெரியவில்லை. அடுத்த நொடியே கையை ஓங்கிவிடும் அந்த முன்கோபி நிதானமாகச் சொன்னான்:

“அதுக்கென்ன... வாங்க சேந்தே சாப்பிடுவோம்”

அப்படியொரு வாய்ப்புக் கிடைத்ததும் அந்த ஆள் பயன்படுத்தியிருக்க வேண்டும். மூக்கன் அவ்வளவு பெரிய சலுகையை அவனுக்கு வழங்கியிருந்தான். ஆனால், பாவம் அவனொரு முட்டாள். கறியும் உண்ண முடியாமல், வாயும் பேச முடியாமல் பற்கள் உடைந்து, கன்னம் கிழிபட பின்னுக்கு விழப்போகிறான்.

“ங்கொம்மால... கறி என்னுதுங்குறேன், வா பங்கு போட்டுக்கலாங்குற... ங்கொம்மால போடா அந்தாண்ட....”

இந்த வசனத்தைப் பேசி முடித்த அவனுடைய வாயிலிருந்து ரத்தம் கொட்டியதைப் பார்த்த மற்ற மூன்று பேரும், மூக்கன் மேல் பாய எத்தனித்தபோது, மலையனின் கால் ஒருவனின் விலாவில் அழுந்தியது. அவன் மூங்கில் இலைகளின் மேல் உருண்டான். மூக்கன் எக்கி உதைத்ததில், மற்ற இரண்டு பேரும் சற்றுத் தள்ளிப்போய் இண்ட முள் புதரில் குப்புற விழுந்தார்கள். மூக்கன் எத்திவிட்டதில் நெஞ்செலும்பில் ரெண்டாவது உடைந்திருக்க வேண்டும். ஆனால், அவர்கள் எழுந்து ஓடிவந்தார்கள். அவர்களின் உடம்பும் நம் உடம்புபோல் இந்தக் காட்டில் விளைந்ததை உண்டு வளர்ந்ததுதானே, அதுவும் உறுதியாகத்தான் இருக்கும் என்று மூக்கனுக்குத் தோன்றியது. ஓடிப்போய் இருவரையும் சேர்த்தணைத்துத் தள்ளிவிட்டான். அவர்கள் மூங்கில் இலைகளில் உருண்டார்கள். உடும்பனும் முத்துவும் கிட்டே வருவதற்குள் அந்த நான்கு பேரின் வாயிலும் ரத்தம் வழிந்திருந்தது. மூங்கில் இலைகளில் உருண்டுகிடந்தவர்கள் எழுந்திருந்தால், எழும் வேகத்திலேயே மல்லாத்தி விடுவதற்கு எட்டுக் கால்களும் தயாராக இருந்தன.

உடும்பன், நாக்கைக் கடித்துக்கொண்டே அவர்களைப் பார்த்துக் கேட்டான்:

“ங்கொம்மால... எதுக்குடா இப்படி பண்ணீங்க... கறி வேணும்னா கேக்க வேண்டீதுதான... இப்பிடி அடிச்சி புடுங்க பாக்குறீங்க. இதான் ஒங்க வேட்ட மொறையா?”

எழுந்தால் உதை விழும் என்பதை அவர்கள் முழுமையாக உணர்ந்திருந்தார்கள். கைகளைப் பின்னுக்கு ஊன்றியும், கால்களை முன்னுக்கு நீட்டியும் உட்கார்ந்திருந்த அவர்களில் ஒருவன், தன் முகவாயில் வழிந்திருந்த ரத்தத்தைத் துடைத்தபடியே பதில் சொன்னான். நடுத்தர வயதுடைய, தலை நரைக்கத் தொடங்கியிருந்த அவனுக்கு கோபத்தில் மூச்சு வாங்கியது.

“ஏய்... என்னா சுன்னிக்கறி, யாருக்குடா வேணும் அது. நாங்க நெனச்சா, ஒத்தாளு பத்து பன்னிய அடிப்போம்...”

எடக்கான வார்த்தையைக் கேட்ட மாத்திரத்தில் உடைந்த

அவனுடைய வாயில் மேலும் ஓர் உதை விட்டான் உடும்பன். அவன் பின்னுக்கு மல்லாக்க விழுந்தான். உடும்பனின் ஆத்திரம் வார்த்தைகளானது.

"அப்புறம் என்னா சுன்னிக்குடா இங்க வந்து வம்பு வளத்தீங்க?"

எடக்கான வார்த்தைகளோ, துடியான செயல்களோ பலனளிக்காது என்று தெரிந்துகொண்ட ஒருவன் -முன்பு மாடுகளை ஓட்டிச்செல்ல வந்தவர்களில் ஒருவன் அதற்குப் பதிலளித்தான்.

"மாட்ட நீங்க திருடிக்கிட்டு போய்ட்டு, எங்கள ஒத வாங்க வச்சிட்டீங்கள்ல, ஓங்கள சும்மா உடமாட்டோம்டா..."

மற்றவர்களும் ஒருசேர "ஆமாண்டா... ஓங்கள சும்மா உடமாட்டோம்" என்று குரல் எழுப்பினார்கள். அவர்களின் கழுத்துச் சதைகள் துடித்தன. அவர்கள் எழுந்து களமாடத் துடித்தார்கள். ஆடவிட்டுத்தான் பார்ப்போமா என்று கூட மூக்கன் நினைத்தான். கொஞ்சம் எழ விட்டோமெனில், தம்பிங்க நமது நாடி பிடித்துப் பார்க்க ஆசைப்படுவார்கள் என்று மூக்கனுக்கு தோன்றியது.

"அவென் வெலாவுல ஒதடா" என்றான் மலையனிடம்.

மலையன் ஓர் உதை விட்டான்.

"ஏய்... திருட்டுக் காவாளிங்களா..." என்று உதை வாங்கியவன் அலறினான்.

மூக்கன், மலையன், உடும்பன், முத்து எல்லோருமே அந்த வாக்கியத்தைக் கேட்டு ஒருகணம் சிரித்து விட்டார்கள். அப்போது, யாரும் எதிர்பார்க்காத ஒரு விசயத்தை மூக்கன் அழுத்தம் திருத்தமாய் அவர்களைப் பார்த்துச் சொன்னான்:

"ஏய்...மசுராண்டிங்களா... நாங்க... திருட்டுக் களவானிங்களா? லேய்... ஓங்க புளிப்பு எங்களுக்குத் தெரியாதுன்னு நெனைச்சிட்டீங்களா...?அடிமாட்டு கூட்டத்தோட மாடுங்களச் சேத்து பத்திவுட்டுட்டு, காணாமப் போச்சின்னு கதை உட்டது தெரியும்டா... ஏய்! ஓம் மொதலாளி வேணா கூமுட்டையா

இருக்கலாம், நாங்க கிடையாது பாத்துக்கோ. போட்டுவுட்டோம்... ங்கொம்மால... ஒங்க தல அறுந்துடும் தெரியும்லே... போனா போவட்டும்னு கண்ண சாச்சிக்கிட்டுப் போனா... ஒங்க குண்டிக் கொழுப்ப எங்ககிட்டியே காட்டுறீங்களா?"

மூக்கன் சொல்லி முடித்ததும், கீழே கிடந்த அந்த நான்கு பேரின் உடம்பிலும் தேள் கொட்டிவிட்டதைப்போல் வேர்த்துக் கொட்டியது. உடம்பிலிருந்த அத்தனை ஓட்டைகளும் ஒருகணத்தில் மூடிக்கொண்டதைப்போல், மூச்சுவிட முடியாதவர்களைப்போல் அவர்கள் முழித்தார்கள். ஒருவரை ஒருவர் பார்த்துக்கொண்டார்கள். யாருக்குமே தெரியாது என்று நினைத்திருந்த ஒரு குற்றம், இப்படி அம்பலமாகிக் கிடக்கிறதே என்ற பயவுணர்வு அவர்களின் உடம்பில் நடுக்கத்தை உருவாக்கியிருந்தது. மூக்கனை அச்சத்தோடு பார்த்தார்கள்.

மூக்கனுக்கு தெரிந்த இந்த விசயம் மூக்கனின் கூட்டாளிகளுக்குக் கூடத் தெரிந்திருக்கவில்லை. அவர்களும் கீழே விழுந்து கிடந்தவர்களைப்போல் மூக்கனை ஆச்சரியத்தோடு பார்த்தார்கள். இதெல்லாம் எப்படிடா உனக்குத் தெரிந்தது என்பதுபோல் மூக்கனின் தோள்களைக் கெட்டியாகப் பிடித்து அவன் முகத்தை வியப்பாகப் பார்த்தான் மலையன். உடும்பனும் முத்தும் அதிர்ந்துபோய் நின்றிருந்தார்கள்.

"அட திருட்டு நாதாரிப் பசங்களா... இம்மாம் பெரிய வேலையெல்லாம் பாத்துருக்கீங்களா...? ஒங்க குண்டிக்கு ஆப்பு நிச்சயம்டி ஏய்..." என்றான் உடும்பன்.

"பெரீய்ய... ஆரளக் கள்ளனுங்க..." என்று கூறி முதுகில் உதைத்தான் முத்து.

குற்றம் வெளிப்பட்டு விட்டதே என்ற பயமும், அது எப்படி வெளியே தெரிந்தது என்ற சந்தேகமும் சேர்ந்துகொள்ள, அந்த நான்கு பேரும் ஒருவரை ஒருவர் பார்த்து மிரண்டு கொண்டிருந்தார்கள்.

எச்சரித்து அவர்களை அனுப்பிவிட்டு, அந்த எல்லையை விட்டு வெகுதூரம் வந்த பிறகு ஆவலை அடக்க முடியாமல்

மலையன் மூக்கனிடம் கேட்டான்:

“ஏய்... எப்பபடிடா! எதுவுமே எங்ககிட்ட சொல்லல. இதெல்லாம் ஒனக்கெப்படித் தெரியும்?”

மூக்கன், மலையனிடம் சொன்னான்:

“அழகரு சொன்னான்டா...”

--

கடந்த இளவேனிற்காலத்தில் ஒருநாள்...

சின்ன மருதும், அவனது ஆட்களும், தம் கழுத்தில் கிடந்த சிறிய காட்டன் துண்டை தலைப்பாகையைப்போல் கட்டிக்கொண்டு மேய்ச்சல் காட்டுக்குள் நுழைந்தபோது பின் மதிய வெயில் அனைத்தையும் சுட்டு வறுத்தெடுத்துக் கொண்டிருந்தது. மாடுகளைக் கலைத்து ஓட விடுவதற்காக அவர்கள் கூட்டி வந்திருந்த சாம்பல் நிற நாய், அவர்களுக்கு முன்னே காட்டுக்குள் புகுந்து ஓடிக்கொண்டிருந்தது. வெயிலின் உக்கிரமான சூட்டிலும், வெளியெங்கும் அது உருவாக்கி வைத்திருந்த மஞ்சள் வெளிச்சத்திலும் நாயின் இருப்பை யாராலும் கண்டறிய முடியாது. சின்ன மருதுவின் கட்டளை கிடைத்துவிட்டால் போதும், மாடுகளைக் கலைத்து ஓடவைக்கும் வேலையை அது தொடங்கிவிடும். அதுவரைக்கும், காடுகளில் கிடக்கும் சாணிக் குவியல்களையும், பழைய எலும்புகளையும் மோந்து கொண்டும், நக்கிக் கொண்டும், தனக்கு இரையாக்க முடியுமா என்று கண்காணிக்கும் ஆடுகளைக் குறிவைத்தும் அது அலைந்து கொண்டிருக்கும்.

மேய்ச்சல்காரர்களைப்போல் வெற்றுடம்போடு இருக்க வேண்டி, சட்டைகளைக் கழற்றி, ஒரு புளிய மரப்பொந்தில் சுருட்டி வைத்துவிட்டு முன்னேறியவர்களைப் பார்த்து சின்ன மருது கேட்டான்:

“இன்னைக்கு... ங்கொம்மால ஒரு நாலு மாட்டையாவது தூக்கணும்டா...!”

சோளத்தட்டைக்கு கால் முளைத்தது போலிருந்த ஒடிசலான

ஒருவன் "நாலு என்ன... அஞ்சே தூக்கலாம்..." என்றான். வாய்ச்சவடால் விடுவதில் கெட்டிக்காரன் என்பதைப்போல் அவனைப் பார்த்த சின்ன மருது,

"எந்தப் பக்கமா பத்தி உடுணும் தெரியும்ல..."

"ஓடைப் பக்கந்தானே..."

"ஓடைப் பக்கந்தான்... ஆனா, சனி மூளைக்கா பத்தணும்... மறந்துடாத..."

அவர்கள் மேய்ச்சல் காட்டில் கலந்தார்கள்.

சுற்றுவட்டாரத்தில் விளைநிலங்களும் மாடுகளும் அதிகம் கொண்ட நந்தியன் குடிக்காடு, சித்திராறு, குளூமூர், வஞ்சினபுரம் என்ற நான்கு கிராமங்களின் மேய்ச்சல் காடுகள் பரந்து விரிந்தவை. ஆயிரம் ஏக்கருக்கும் மேலாக விளைநிலங்கள் கொண்ட, மூன்று வகை மண்ணும் ஒன்றோடு ஒன்று நெருங்கியிருக்கும் நிலங்கள். நந்தியன் குடிக்காடு செம்மண் பூமி, குழுமூரும் வஞ்சினபுரமும் வண்டல் பூமி, சித்திராறு செங்கரிசல் பூமி. மூன்றும் ஒன்று கலந்து கிடக்கும் அந்தப் பரந்த நிலப்பரப்பில் நஞ்சையும் புஞ்சையும் சம அளவு இருந்தன.

இரண்டு பெரிய ஏரிகள், எட்டு நடுத்தரமான குளங்கள், பதினாறு குட்டைகள், நாலு வாய்க்கால்கள், ஓர் ஓடையென கணிசமான நீராதாரப் பகுதிகள் இந்த நிலங்களின் ஆறுமாதச் செழிப்புக்கும், அமோக விளைச்சலுக்கும் உத்திரவாதமாக விளங்கக் கூடியவை. அறுவடைக்குப் பின்னான காலங்களில் இந்த விளைநிலங்களும் மேய்ச்சல் நிலங்களாக உருமாறும்போது பக்கத்து வட்டார ஆடுமாடுகளைக் கூட இங்கு ஓட்டி வருவார்கள். அதனால், ஆடுமாடுகள் அதிகம் கொண்ட நிலப்பரப்பாக இருக்கும் இந்தப் பகுதியில், சின்ன மருது கண் வைத்ததில் ஒன்றும் அதிசயமில்லை.

அவனுடைய ஆநிறைக் கொள்ளைக்கு உகந்த நிலமாக இது இருக்கிறது என்றபோதும், சின்னமருது தன் கொள்ளையடிக்கும் நிலங்களை மாதத்திற்கொருமுறை மாற்றிக்கொண்டே

இருப்பான். எல்லாக் காலத்திலும் இங்கு கொழுத்த வேட்டைக்கு உத்திரவாதம் இருக்கிறது என்றபோதும், அவன் இங்கேயே கொள்ளையிடுவதில்லை. வட்டாரங்கள் மாற்றி, வேறு வேறு நிலப்பகுதிகளில் கள்ளம் புரிவான்.

அங்கொன்றும் இங்கொன்றுமாக நின்றிருந்த வென்னி மரங்களின் நிழல்களில் உட்கார்ந்தும் படுத்தும் கதைபேசிக்கொண்டு படுத்திருந்த மேய்ச்சல்காரர்கள் அவ்வப்போது தலைதூக்கி ஆநிரைகளைப் பார்த்துவிட்டு கதைகளைத் தொடர்ந்து கொண்டிருந்தார்கள். காய்ந்த ஆட்டுப் புழுக்கைகளை சேகரித்து பல்லாங்குழி விளையாடிக்கொண்டிருந்த சிலருக்கு அந்த அத்துவானத்தின் கானலில் மாடு களவாடுபவர்கள் நுழைந்திருக்கிறார்கள் என்பதை அறியக்கூட நினைவில்லை. அவர்கள் விளையாட்டில் மூழ்கிப்போயிருந்தார்கள். காடெங்கும் கானலின் அலை வீசிக்கொண்டிருந்தது. மாடுகள் கண்பார்வையில் இருப்பதுபோல் பார்த்துக்கொண்டிருந்த போதும் அவைகள் எல்லையிலிருந்து நழுவிச் சென்றுகொண்டிருந்தன. பசும்புற்களும் வேலிச்செடிகளும் அவைகளை ஈர்த்துக்கொண்டிருந்தன. மாடுகளோ ஆடுகளோ கூட்டமாக இடம்பெயர்வது ஆபத்தில்லை. அவை, ஒன்றாகவோ, இரண்டாகவோ பிரிந்து விடுவதுதான் ஆபத்தானது. மேய்ச்சல்காரர்கள் அந்த ஆபத்துகள் எதுவும் ஏற்படவில்லை என்பதை அவ்வப்போது உறுதிப்படுத்திக் கொண்டிருந்தனர்.

சின்னமருதும் அவன் கூட்டாளிகளும் ஒரு வேலி மறைவில் உட்கார்ந்து மேய்ச்சல்காரர்களுக்கும் அவர்களுக்குமான தூரத்தையும், அவர்களுக்கும் ஆநிரைகளுக்குமான தூரத்தையும், மேய்ச்சல்காரர்களுக்கும் ஆநிரைகளுக்குமான தூரத்தையும் தொடர்ந்து நோட்டம் போட்டுக்கொண்டிருந்தனர். திசைமாறும் மாடுகளை வளைத்து முடுக்கி கூட்டத்தோடு சேர்த்து வைக்கும் நாய்கள் எங்கேனும் தென்படுகிறதா என்று பார்த்தான் சின்னமருது. அப்படியெதுவும் கண்ணில் படவில்லை. ஒருவேளை நாய்கள் வந்திருக்கலாம், எங்கேனும் எலும்புத்துண்டுகளைக் கவ்விக்கொண்டோ, பெட்டை

நாய்களைத் துரத்திக்கொண்டோ அவைகள் கவனம் இழந்து ஓடிவிடுவதும் உண்டு, சிலநேரம் மாடுகளைக் கண்காணித்துக் கொண்டு வேலி நிழலோட்டத்தில் படுத்திருப்பதும் உண்டு. அதை உறுதிப்படுத்த விரும்பினான் சின்ன மருது.

குட்டையாகவும், மெலிந்தும் இருந்த ஒருவனை அழுக்கு வேட்டியை அவிழ்த்துப் போர்த்திவிட்டு, கானலில் விரட்டிவிட்டான். கண்கள் மட்டும் தெரியும்படி தலைவரைக்கும் வேட்டியைப் போர்த்திக்கொண்டு அவன் குனிந்தபடி நகர்ந்தபோது ஒரு நடுத்தரமான காளைக் கன்று போலவே இருந்தான். தூரத்திலிருந்து நாய்கள் பார்த்தாலும், ஆட்கள் பார்த்தாலும் மாடுபோல்தான் தெரியும். சின்னமருது தன் குரலை கரகரப்பாக மாற்றி அச்சுறுத்தி அனுப்பினான்.

“டேய் கட்டையா... நிமுந்து பாக்காம அப்படியே போ... காவலுக்கு வந்த நாயிங்க எங்காவது வேலிப்புறத்துல படுத்திருக்கும். உத்துப் பாரு... அப்படி ஏதாவது தெரிஞ்சுதுன்னா தலையை தீனி திங்கிற மாரி தொங்கப் போட்டுக்கிட்டு பின்வாங்கிடு... கவனம் செதறிப்போயி மாட்டிக்கிட்ட... மொவனே, ஒன் கொட்டை காலி...”

“ஏய்... என்னாப்பா... பயமுறுத்துற...”

“டேய்... பயமுறுத்தல... கவனமா இருன்னு சொல்றேன்...”

“சரிப்பா... சரிப்பா...”

குனிந்துகொண்டே பதில் சொன்னதால் அவனுக்கு தொண்டை கமறி இறுமல் வந்துவிட்டது. சின்னமருது, இனி எதற்காகவும் வாயைத் திறக்காதே என்று அவனை வலியுறுத்தி அனுப்பினான். தலையை மட்டும் ஆட்டிக்கொண்டு அவன் மெல்ல முன்னேறிக்கொண்டிருந்தான். சற்று தூரம் போனவனை சின்னமருதும் மற்ற ஆட்களும் பார்த்தபோது கானலின் அலையில் அச்சு அசலான மாட்டைப் போலவே இருந்தான் அவன். மர நிழல்களில் அமர்ந்திருக்கும் மேய்ச்சல்காரர்கள் பார்த்தால் கூட அவனை ஆள் என்று கண்டறிய முடியாது என்பதை சின்னமருது தெரிந்துகொண்டான். ஒருவேளை

நாய்களின் கண்களுக்கு வித்தியாசம் தென்படலாம். ஆனால், அப்படியொன்றும் எங்கும் நடமாடுவதுபோல் தெரியவில்லை. நாய்கள் இருப்பதற்கான தடயங்களைத் தேடிய வரைக்கும் அவை இங்கு அருகில் இல்லை என்று மட்டும் அவனால் உறுதியாகச் சொல்ல முடிந்தது.

வேட்டி போர்த்திக்கொண்டு போனவன் இப்போது கானலில் மறைந்துபோயிருந்தான். தூரத்தில் மேயும் மாடுகளைப் போலவே அவனும் ஒரு வெண்ணிறப் புகை போலவே காணப்பட்டான்.

ஒரு மரத்தின் நிழலிலிருந்து மேய்ச்சல்காரன் ஒருவன் எழுந்தபோது, சின்னமருது அவனைக் கூர்ந்து கண்காணித்தான். அந்த ஆள், கழுத்தை எக்கி மாடுகளை நோட்டமிடுவது தெரிந்தது. அந்த மனிதனுடைய கணிப்பின்படி, அவர்களுடைய மாடுகள் கண் பார்வைக்குள்ளாகவே மேய்ந்து கொண்டிருந்தன. தனித்த மாடுகளைக் காணமுடியவில்லை. எல்லாமே கூட்டம் கூட்டமாகவே நின்றிருந்தன. மீண்டும் அவன் மரநிழலில் உட்கார்ந்து கொண்டபோது, வேட்டைக்கான நேரம் அருமையாக அமைந்திருக்கிறது என்று தன் ஆட்களிடம் சொன்னான் மருது. கட்டையன் திரும்பி வந்ததும், நாய்கள் குறித்த தகவல் கிடைத்ததும் கள்ளத்தில் இறங்கிட வேண்டியதுதான் என்றான்.

கட்டையன், திரும்பி வந்தபோது, அவன் கண்களில் ஒரு வெளிச்சம் ஏற்பட்டிருந்தது. துணிச்சலாக இறங்கலாம் என்றான் அவன்.

“நாயெல்லாம் ஒண்ணையும் காணும்... ஒரு காக்கா கூட நம்மள பாத்துக் கத்தாது... அப்படி சுத்தமா கம்முனு கெடக்கு காடு... எப்ப போலாம்னு சொன்னின்னா... வேலைய ஒட்னே ஆரம்பிச்சிருலாம்...”

“இதான்... சரியான நேரம்... இப்பதான் சொல்லிக்கிட்டிருந்தேன்... நாம ஒடனே பொறப்படலாம்...”

சின்னமருது உட்பட, கட்டையனோடு சேர்த்து அவனோடு வந்திருந்த மற்ற மூன்று பேரும் தத்தமது வேட்டிகளை உடம்போடு போர்த்திக்கொண்டு தம் காலடிகளை

முன்னெடுத்து வைத்தார்கள். சின்னமருது அந்தக் காட்டின் மண்ணெடுத்து நெற்றியில் பூசிக்கொண்டான். அவனுடைய உத்தரவு இல்லாததால் எங்கோ வேலி மறைவில் அணில்களைத் துரத்திக்கொண்டு ஓடிக்கொண்டிருந்த அவனுடைய நாய், ஒரு சீரான விசில் சத்தத்துக்கு அவனோடு வந்து சேர்ந்து கொண்டது.

“டேய்... பெரியமருது... ஒரு நாலு மாட்டையாவது ஓரங்கட்டு...” என்று நாயின் காதுக்குள் சொன்னவன், அதன் வாலைப் பிடித்து முறுக்கி முடுக்கிவிட்டான். அது நேரடியாக பெரிய கூட்டத்தைத் தேடி ஓடாமல், ஒரு வேலியை நோக்கி ஓடியது. அது சின்னமருதுவின் பயிற்சி. அதுதான் வேட்டையின் முதல் படி. கள்ளத் தந்திரத்தின் முதல் செயல். கொஞ்ச நேரம் அங்கு படுத்திருந்தபடியே, ஒன்றும் தெரியாத அப்பாவியைப்போல் முகத்தை வைத்துக்கொண்டு மாடுகளைக் கவனித்துக் கொண்டிருந்துவிட்டு, திரும்பவும் ஓர் ஓட்டம் ஓடி இன்னொரு வேலி நிழலில் படுத்துக்கொண்டது. அங்கிருந்து கொஞ்ச நேரம் நோட்டம். பிறகு ஓட்டம். மாடுகளின் கண்களில் படாத தூரத்தில் இந்தத் தந்திரச் செயல்பாடு நடந்துகொண்டிருந்தது.

நாயின் அச்செயல்களைக் கவனித்தபடியிருந்த தன் ஆட்களிடம் சின்னமருது சொன்னான்:

“நாம எப்பிடி போவணும்னு தெரியுதா...? அந்த நாயைப் போலத்தான்...”

நாயைப் போலவே அவர்களும் ஒவ்வொரு வேலி மறைவாக உட்கார்ந்து உட்கார்ந்து முன்னேறிக்கொண்டிருந்தனர். நாய், மாடுகளின் அருகே, குரல் எட்டும் தூரத்தில், ஒரு பெரிய வேலிக்குப் பின்னே படுத்திருந்தது. அவர்கள் அந்த இடம் போய்ச் சேர்ந்தபோது சின்னமருது, கானலுக்குள் கண்களைச் செலுத்தி, மேய்ச்சல்காரர்கள் வருகிறார்களா என்று பார்த்தான். அவர்கள் நிழலை விட்டு எழாமல் இருந்ததை உறுதி செய்தான்.

ஒரு சிறிய கூட்டத்தைத் தேர்வு செய்த நாய், ஒரு நரியைப்போல் அந்தக் கூட்டத்துக்குள் புகுந்து, அங்கே நிற்காமல், ஓர் அச்சத்தை

அந்த மாடுகளுக்கு ஏற்படுத்திவிட்டு எதிரே இருந்த வேலிக்கு ஓடி படுத்துக்கொண்டது. அதே செயலை நாம் ஒவ்வொருவரும் செய்யவேண்டும் என்று சின்ன மருது கூறினான். முதலில் சின்ன மருது ஓட, அவனைப் பின்பற்றி மற்ற மூவரும் ஓடினர். மாடுகள் ஒருகணம் மிரண்டு போயின. அந்தக் கூட்டத்தில் இருபது மாடுகள் வரை இருக்கலாம் என்றான் கட்டையன். ஒருவன் எண்ணி பார்த்துவிட்டு, “இருபத்தி ஒண்ணு” என்றான். அவர்கள் சற்று நேரம் அமைதியாக இருந்தனர். இயல்பு நிலைக்குத் திரும்பியது போலிருந்தாலும், மாடுகளிடம் அந்த மிரட்சி லேசாக இருந்ததை சின்னமருது யூகித்தான். அந்த மிரட்சியை அதிகப்படுத்த வேண்டும். அவன் காலடியில் படுத்திருந்த நாய் படுத்துக்கொண்டே முன்னேறி, சட்டென எழுந்து, கண்ணிமைக்கும் நேரத்தில் அந்தக் கூட்டத்துக்குள் புகுந்து நான்கு மாடுகளைத் தனியே பிரித்து விட்டுவிட்டு ஓடிவந்து அவனிடம் படுத்துக்கொண்டது. நான்கு மாடுகள் ஒருபுறமும், பதினேழு மாடுகள் இன்னொரு புறமும் என, இரண்டு குழுவாக, கிட்டத்தட்ட இருபதடி அளவுக்குப் பிரிந்துபோயிருந்தன. இதுதான் சரியான நேரம். அந்த நான்கு மாடுகளை இன்னும் தூரமாக்க வேண்டும். நாய் அந்த வேலையைச் செய்தது. வடக்கே, பள்ளத்தில் இருந்த ஓடை நிலங்களுக்கு நான்கு மாடுகளும் வழிமாற்றப்பட்டன. அங்கிருந்த பெரிய வேலிக்கு நகர்ந்துபோயிருந்த சின்ன மருது, தன் ஆட்களிடம், இனி, நம் சொந்த மாடுகளைப்போல் அவற்றை ஓட்டிச் செல்லலாம் என்றான்.

அவர்களும், அந்த நான்கு மாடுகளும், அந்தக் காட்டை விட்டுப் பிரிந்து, அங்கிருந்து ஐந்து மைல் தொலைவிலிருந்த வனத்துக்குள் புகுந்து, இரவு வரை மாடுகளை அங்கேயே கட்டிப் போட்டிருந்து, இரவோடு இரவாக வெளியேறியபோது நரிகளின் ஊளைக்கு அஞ்சி, தன் வாலை சுருட்டிக் கொண்டு சின்னமருதுவின் கால்களுக்குள்ளாகவே நடந்து வந்தது அவனுடைய சாம்பல் நிற வேட்டை நாய்.

அத்தியாயம் – 3

1

தண்ணீரற்ற நீண்ட மணல் திட்டில், ஆற்றோரத்தில் வளர்ந்து, உயர்ந்து பெருத்திருந்த மூங்கில் தோப்பின் நிழலோட்டத்தில் நூற்றுக்கணக்கான மாடுகள் ஒதுங்கி நின்றன. ஆற்றோரமாகவே, காய்ந்துகிடந்த நஞ்சைக் காடுகளில் மாடுகளை ஓட்டி வந்திருந்த சாத்தியப்பன், காளி, காத்தான் மூன்று பேரும் கரையேறிப் போய் தோப்பின் உள்ளே உட்கார்ந்திருந்தனர். மாடுகளுக்கும் அவர்களுக்கும் அந்த இளைப்பாறுதல் தேவையாக இருந்தது. மூங்கில் மரங்களுக்குள்ளே வீசும் குளிர்ந்த காற்று அவர்களின் உடம்பில் ஒட்டியிருந்த சோடையைப் போக்கிக்கொண்டிருந்தது. சாத்தியப்பன் தன் வலது காதின் பின்பகுதியில் செருகியிருந்த பீடியை

எடுத்துக் கொளுத்திக்கொண்டு, பரந்து விரிந்திருந்த அந்த நிலப்பகுதியைக் கூர்ந்து பார்த்துக்கொண்டிருந்தான். அவன் புகைத்து வெளியேற்றும் பீடிப்புகை தோப்பிலிருந்து வெளியேறி கானலில் கலந்துகொண்டிருந்தது.

அவன் கொளுத்திப் போட்ட தீக்குச்சியிலிருந்த கடைசித் தீயால் தீண்டப்பட்ட ஒரு மூங்கில் இலை லேசாகக் கருகி அணைந்துபோயிருந்தது.

காளி கேட்டான்:

“அவனுங்க எப்போ வருவானுங்க?”

“இன்னும் நேரமிருக்கு... வந்துருவானுங்க...”

“உக்கிலியப்பன் எங்க நிப்பான்...”

“அவென... செங்கமேடு ஆத்துப் பாலத்துக்குக் கீழ நிக்கச் சொல்லிருக்கேன்...”

“ஒண்ணும் பிரச்சினை இல்லேல்ல...”

“இப்பவரைக்கும் வரல...”

“இனிமே...”

“தெரில... பாப்போம்...”

நிழலோட்டத்தில் நின்றிருந்த மாடுகள் லேசாய் முன்னுக்கு நகர்வதுபோல் இருக்கவே காத்தான் இறங்கி ஓடினான். பேச்சை நிறுத்திக்கொண்டு காளியும் சாத்தியப்பனும் அவன் ஓடுவதை வெறித்தார்கள்.

“அங்க... ரெண்டு ஆளு வராப்போல இருக்கு. அவனுங்கதானா?”

தூரத்தில் தெரிந்த உருவங்களைக் காட்டினான் காளி. அந்த உருவங்கள் அவர்களை நோக்கி வருவதாகத்தான் தெரிந்தது.

“அவனுங்க போலத்தான் இருக்கு...”

“சும்மா வரானுவோ...”

“அதான் நானும் யோசிக்கிறேன்...”

“வேற ஆளுங்களா இருக்குமோ...”

“ம்... இருக்கலாம்...”

உருவங்கள் இப்போது அடையாளம் காணமுடிகிற தூரத்தில் தெரிந்தன. சாத்தியப்பன் அடையாளம் கண்டுகொண்டான். காளியிடம் கூறினான்.

“அவனுங்கதான்.”

அவர்கள் சாத்தியப்பனை நோக்கி வந்து கொண்டிருந்தனர். காளியின் முகத்தில் ஒரு வெறுப்பு படர்ந்த உணர்ச்சி வெளிப்பாடு தெரிந்தது. அந்த இருவரின் முகத்திலும் ஒரு கலவரம் மூண்டிருப்பதை சாத்தியப்பன் கண்டுகொண்டான். ஏதோ சிக்கலாகிவிட்டது என்பதை சட்டென அவன் மனம் கணக்குப்போடத் தொடங்கியிருந்தது. வந்தவர்கள் அவனுக்கு ஏதோவொரு ஆபத்தான செய்தியைக் கொண்டு வந்திருக்கிறார்கள் என்பதை யூகித்தான். சின்னமருது நொறுங்கிப் போனவனைப்போல் காணப்பட்டான்.

“என்ன மருது... என்னாச்சி?”

சின்னமருது பதற்றத்தோடு பதில் சொன்னான்:

“விசயம் மத்த காதுக்குப் போயிருச்சி.”

“எப்புடி...?!”

சாத்தியப்பனும் பதற்றமடைந்தான். அவன் மண்டையில் ஏதோ வெடிப்பதுபோல் இருந்தது. காளியும் காத்தானும் ஒருமாதிரி விக்கித்து நின்றிருந்தார்கள். சின்னமருதுவோடு வந்திருந்த ஒல்லியாக இருந்தவனை நோக்கி காளியும் அதே கேள்வியைக் கேட்டான்:

“எப்புடிப்பா...?”

“எப்பிடின்னுதான் தெரில... எங்களத்தவிர வேற காதுக்கு அது எப்பிடி போச்சின்னுதான் தெரில...” என்றான் அவன்.

மூங்கில் இலைகள் அசைவதன் மூலமாகக் கசியும் குளிர்ந்த

காற்றில் காய்ந்துபோயிருந்த சாத்தியப்பனின் சட்டை, மீண்டும் வேர்வையால் நனையத் தொடங்கியது. உடனே உஷாராக வேண்டும் என்று அவனுக்குப் பட்டது. கடகடவென தகவல்களைச் சேகரிக்கத் தொடங்கினான்.

"யாருக்குத் தெரிஞ்சிருக்கு?"

"மூக்கன்னு ஒருத்தனுக்கு...இப்போ அவென் கூட்டாளிகளுக்கும்..."

"எப்படித் தெரிஞ்சதாம்?"

"அதான், எங்களுக்கே தெரில... அவனுங்க வேற ஊரு; நாங்க வேற ஊரு... ரெண்டு ஊருக்குமான காடு கூட ரொம்பப் பெரிசு... எப்பவாச்சும் வேட்டைக்குப் போம்போது காட்டுல பாத்துக்குவோம். அவென் எப்பிடி மோப்பம் புடிச்சான்னுதாம் புரில..."

"எப்புடி அவென் கிட்டெ மாட்டுனீங்க?"

"போன மாசத்துல... ஓங்கிட்ட ரெண்டு மாடுங்கள பத்திவிட்டோம்ல... உண்மைல நாங்க அப்போ பத்துனுது நாலு மாடுங்க... ஆனா, ஓங்ககிட்ட ஒப்படைச்சது ரெண்டுதான்... ஓரெடத்துல பட்டச்சாராயத்த குடிச்சி கண்ணசந்தப்ப... ரெண்டு எப்பிடியோ நழுவிடுச்சி. அந்த ரெண்டு மாடுங்க... எப்பிடியோ தெச தப்பி அவுனுங்க ஊர்ல பூந்திருச்சி போல... நாங்க காடு பூரா சுத்திப் பாத்தும் கெடைக்கல. ராத்திரிங்கிறதால அத அப்படியே உட்டுட்டு ரெண்டு நாள் கழிச்சுதான் அவனுங்க கிட்டேருந்து புடிச்சிட்டு வந்தோம். அப்பக்கூட நம்ம ஏவாரி ஒருத்தன கொண்டுட்டு போயிதான் வேலை முடிஞ்சுது. எங்கியுமே சந்தேகப்படும்படி நடந்துக்கல... ஆனா, எங்க புளிப்பு... எப்படித் தெரிஞ்சிச்சுன்னுதான் தெரில..."

சின்னமருது சொல்லி முடித்த இடத்திலிருந்து கட்டையன் சொல்லத் தொடங்கினான். சாத்தியப்பனும் காளியும் காத்தானும் ஒருவரை ஒருவர் பார்த்துக்கொண்டனர்.

"நேத்து... எதேச்சையா... காட்டுல வச்சி அவுனங்கள பாத்தோம். மாடு புடிக்கப் போனப்போ...அவனுங்க ரொம்ப

பண்ணானுங்கங்குற கோவத்துல அவனூரள்ட்ட கொஞ்சம் வம்பாயிடுச்சி... அப்பதான் எங்க புளிப்பு அவனூருக்கு தெரிஞ்சிபோச்சிங்குறதே தெரியும். இதுமட்டும் வெளியே போச்சின்னு வச்சிக்கோ நம்ம ஒருத்தனுக்கும் தல இருக்காது."

அந்தப் பேச்சில் முழுமையான பயம் அப்பியிருந்தது. சின்னமருதுவின் முகம் வெளிறிப்போயிருந்தது. அவன் சின்னச் சின்னத் திருட்டு வேலைகள் செய்வான் என்றுதான் ஊருக்குத் தெரியும். ஆனால், ஆட்களைச் சேர்த்துக்கொண்டு அந்த வட்டாரத்தில் பெரியளவில் மாடுகளைக் கவர்ந்து கொண்டிருக்கிறான் என்று தெரிந்தால் காட்டுக்காரர்கள் அவன் குரல்வளையை நாய்களை விட்டுக் கடிக்க வைத்துவிடுவார்கள் என்ற பயம் அவன் உடம்பில் பதுங்கியிருந்தது. அதுவும் அந்தப் பெரிய கொண்டைக்காரனுக்குத் தெரிந்தால் தன்னை உயிரோடு கொளுத்திவிடுவான் என்ற அச்சம் அவன் கண்களில் வெளிப்பட்டது.

சின்னமருதுவின் உடம்பிலும் பேச்சிலும் வெளிப்பட்ட பயம் சாத்தியப்பனுக்கும் தொற்றிக்கொண்டதுபோல் அவன் முகத்தில் வேர்வை பொங்கி வழிந்தது. நம்முடைய தைரியமே சாத்தியப்பன்தான். அவனுக்கே நடுக்கம் உருவாகிறது என்றால் நாம் எம்மாத்திரம் என்று நினைத்தான் காளி.

"அவனுங்க சொல்லிட்டானுங்கன்னா அவ்ளோதான். ஒருத்தன் ரெண்டு பேருல்ல... எட்டுப் பேரு மாட்டிக்குவோம்" என்றான் கட்டையன்.

என்ன செய்வதென்று முடிவெடிக்க முடியாமல் எல்லோருக்குள்ளும் ஒரு தவிப்பு உருவாகியிருந்தது.

பயந்து பதுங்க நமக்கு நேரமில்லை. நம் குற்றங்களின் மணம் நாறிப் பரவுவதற்குள், அதை மோப்பம் பிடித்தவனைக் கொன்றுவிட வேண்டும் என்பதுபோல் மூங்கில் தோப்பில் குழுமி உட்கார்ந்து யோசித்தார்கள். மாடுகள் நிழலோட்டத்தில் படுத்துக்கொண்டிருப்பதை உறுதி செய்துவிட்டு வந்த காத்தான், இங்கிருந்து உடனே கிளம்பிவிடுவது உத்தமம். இனி, இந்த

ஊரின் வழியாக அடிமாடுகளை ஓட்டுவதைக் கனவில்கூட நினைக்கக் கூடாது என்று வலியுறுத்தினான். மாடுகளை வேறு பாதையில் ஓட்டிக்கொண்டு உடனே புறப்பட்டுவிடலாம் என்று அவசரப்படுத்தினான்.

“அப்படியே எல்லாம் உட்டுட்டுப் போயிட முடியாதுடா... இவனுங்க மாட்டுனானுங்கன்னா நம்மள புடிக்கிறது சுலபம். நீ எங்க போய் ஒளிஞ்சாலும் புடிச்சிடுவானுங்க. மாட்டுனா என்னாவோம் தெரியும்ல? ஒன்னா ரெண்டா... அலேக்கா அம்பது மாட்டுக்கு மேலே தூக்கிருக்கோம். மொதல்ல இப்போ தப்பிக்கத்தான் பாக்கணும். அதுக்கு வழி சொல்லுங்க... ஓடுறது, மறைஞ்சிக்கிறது, பதுங்குறதுக்கெல்லாம் இப்போ நேரம் கெடையாது” என்றான் சாத்தியப்பன்.

சின்னமருதுக்கு சாத்தியப்பனின் பேச்சு கொஞ்சம் ஆறுதலாக இருந்தது. எங்கே ஒத்தையில் விட்டுவிட்டுப் போய்விடுவானோ என்று அஞ்சிக்கொண்டிருந்தான். அவனுடைய கைகளைக் கெட்டியாகப் பிடித்துக்கொண்டான். சாத்தியப்பனிடம் இறைஞ்சுவதுபோல் பேசினான்.

“சாத்தியப்பா... நீயெல்லாம் இருக்கேங்குற தெம்புலதான் இம்மாம் பெரிய வேலைய செஞ்சோம்...”

“டேய்... இதெல்லாம் வரும்னு தெரிஞ்சேதான் தப்பு செஞ்சோம். என்னா ஒண்ணு... இவ்ளோ சீக்கிரம் விசியம் புளிக்கும்னு எதிர்பாக்கல...”

“எல்லாம்... அந்தப் புண்டா மொவனுங்களாலதான்”

சின்னமருது கோபத்தில் சொன்ன வார்த்தைக்குள் காளி குறுக்கிட்டான்.

‘‘லேய்...இன்னும் விசியம் யாருக்கும் போகல... அவனுங்ககிட்டேதான் இருக்கு. மொதல்ல அதைப் புரிஞ்சிக்குங்க... மொதல்ல, இந்த வெட்டி கோவத்த நிறுத்து.”

“அவனுங்க சொல்லிட்டா...!” என்றான் கட்டையன்.

“இன்னும் சொல்லலல்ல...” என்றான் காளி.

குற்றத்தில் ஈடுபடும்போது மொத்தக் கவனமும் செய்கிற குற்றச் செயல்களின் மீதே இருக்கணும். குற்றத்தைப் பொறுத்தமட்டில் அதன் முழுமையான ஆக்கிரமிப்புக்கு மனதை ஒப்புக்கொடுக்க வேண்டும். வேறொரு சிந்தனை இடைபுகுந்தால் நாம் செய்கிற குற்றத்துக்கான தடயத்தை நாம் விட்டுவிட்டுப் போகிறோம் என்று அர்த்தம். அப்படி விட்டுவிட்டு வருகின்ற தடயம் நம் காலடிகளைப் பின்தொடரும் என்பதை நாம் அறியவேண்டும். முதலில், குற்றம் செய்யும்போது கவனமாக இருப்பதைக் குறித்தும், தடயத்தை அழிப்பது குறித்தும் யோசியுங்கள் என்பதாக காளியின் எரிச்சலான பேச்சு இருந்தது.

சாத்தியப்பன் அவனைச் சமாதானப்படுத்தினான்.

“நமக்குள்ள சச்சரவு வேணாம்டா”

மூக்கனும் அவன் கூட்டாளிகளும் இதை வெளியே சொல்லிவிடக் கூடாது. அதற்கு என்ன செய்ய வேண்டும் என்பதை யோசிப்போம் என்று கேட்டுக்கொண்டான்.

“அவனுங்க சொல்ல மாட்டானுங்கன்னுதான் நெனக்கேன். ஏன்னா… விசயம் கசிஞ்சி எத்தன நாளாச்சின்னு தெரில. இன்னும் அதுக்கான பொகச்சலையே காணும். இவனுங்களா போயி அவனூள்ட்ட மாட்டாம இருந்தா போதும்...” என்றான் காளி.

சாத்தியப்பனும் அதை யோசித்தான். காளி சொல்வது சரியாகத்தான் பட்டது. அவசரப்பட்டால், எங்கப்பன் குதிருக்குள் இல்லையென்ற கதைபோல நாமே நம்மைக் காட்டிக் கொடுத்ததுபோல் ஆகிவிடவும் வாய்ப்புண்டு என்று அவன் சின்னமருதுவிடம் சொன்னான்.

“இப்போதைக்கு கம்முனு இருங்க… கொஞ்ச நாளைக்கு நாங்க வேற பாதையில போயிக்குறோம், ஆறப்போட்டுட்டு அப்பறம் பாப்போம்.”

சாத்தியப்பனின் வார்த்தைகளை வேண்டா வெறுப்பாக ஏற்றுக்கொள்பவனைப்போல் மருது தலையசைத்தான். காளி

மீண்டும் இடைபுகுந்து ஒரு விசயத்தைச் சொன்னான்.

“இன்னொண்ணும் சொல்லிக்கிறேன்… நீங்களா போயி… ஒங்களுக்கு ஆப்பு வச்சிக்காதிங்க… என்னா சொல்றேன்னு புரிதா? அவனுங்களுட்ட போயி வீணா வம்பு மூட்டி மாட்டிக்காதிங்கனு சொல்றென்…”

மருதுவும் கட்டையனும் என்ன சொல்வதென்று தெரியாமல் அமைதியாக நின்றிருந்தார்கள்.

காளி, காத்தானை முடுக்கினான். ஆற்று நிழலில் படுத்திருக்கும் மாடுகளை உடனே இங்கிருந்து ஓட்டியாக வேண்டும் என்று தீவிரப்படுத்தினான். சாத்தியப்பன் மருதுவின் தோளை அழுத்தி தைரியமாகவும் கவனமாகவும் இருக்கச் சொல்லிவிட்டுப் புறப்படத் தயாரானான்.

அவர்கள், ஒரு தொலைதூர நிழலாக மறையும்வரை அவர்களையே பார்த்துக்கொண்டு நின்றிருந்த சின்னமருதும் கட்டையனும், மாடுகளின் நூற்றுக்கணக்கான காலடித் தடங்கள் கிடக்கும் ஆற்று மணலையே உறைந்துபோய் வெறித்துக் கொண்டிருந்தனர்.

பொழுது போன பிறகும் கூட அவர்களைச் சுற்றி மட்டும் கானல் இன்னும் குறையாமல் இருப்பது போலிருந்தது.

2

இரண்டு மாதங்கள் ஓடிவிட்டன.

மருது சும்மா இருந்தாலும் அவன் சுழி சும்மா இருக்கவில்லை. களவுக்குச் செல்லாமல் அவனால் இயல்பாக இருக்க முடியவில்லை. எங்கே திரும்பினாலும் மூக்கன் நின்றிருப்பது போலவே இருந்தது. எந்த ஊரின் மேய்ச்சல் காட்டில் நின்றாலும் அங்கே மேயும் மாடுகள் அவனை முட்டுவதற்கு ஓடிவருவது போலவே இருந்தது. காடு முழுக்க நூற்றுக்கணக்கான கொம்புகள் அவன் குடலை உருவ கூர்மையோடு அலைகின்றன என்று தன் கூட்டாளிகளிடம் பிதற்றினான். அவனுக்கு இது சரியாகப்படவில்லை. எங்கே தான் மாட்டிக்கொள்வோமோ என்ற அச்சம் அவனைப் பீடித்தது. அதிலிருந்து எப்படித் தப்பிப்பது என்ற எண்ணம் ஒரு பாம்பைப்போல் அவனைத் துரத்தியது. வேறு வழியில்லை; காட்டிலிருந்து போய்விட வேண்டும். காடு, மாடுகளுக்குச்

சாதகமாகவும், அவனுக்கு எதிராகவும் செயல்படுவதாக நினைத்து மனம் நமைச்சல் எடுத்தது.

திருட்டு வேலையை விடுத்து வேறு வேலைக்குச் செல்லவேண்டும் என்று அவனுக்கு அவன் மனம் உத்தரவு போட்டது. தப்பிக்க இருக்கும் ஒரேவழி அதுதான் என்று அவன் இருக்கும் இடமெல்லாம் அசரீரி கேட்டது.

பெரிய கொண்டைக்காரனிடம் போய் நின்றான். அவனுக்கு ஏழரை நாட்டுச் சனியன் பிடிக்கப் போகிறது என்று அப்போதே கணித்தான் மாரி. அதுபோலவேதான் ஆயிற்று. பெரிய கொண்டைக்காரன் சட்டென்று கேட்டுவிட்டான்.

“ஏன்டா... திருட்டுப் பொழப்புக்குக் காடு சுத்தப்படுலியா?”

மருதுக்கு குண்டிக்குடமெல்லாம் நடுங்கிவிட்டது. லேசாக எட்டிப் பார்த்த சிறுநீரை அடக்கிக்கொண்டான். மாடு திருடி விற்றதைத்தான் கண்டுபிடித்துவிட்டானோ என்று ஒருகணம் பயந்தவன், அதைக் கண்டுபிடித்திருந்தால் இப்படியா நிற்கவைத்துப் பேசிக்கொண்டிருப்பான் என்ற நினைவு வந்ததும் சுதாரித்துக் கொண்டான். தான் தவறு செய்யாத அப்பாவி, என்னைப்போய் இப்படிச் சொல்லிவிட்டீர்களே என்பதுபோல் ஒரு வெகுளியான பார்வையை வரவழைத்துக்கொண்டு பெரிய கொண்டைக்காரனைப் பார்த்தான். அந்த வெகுளித்தன்மை ஒரு நாடகம் என்பதை உணர்ந்த பெரிய கொண்டைக்காரன் ,

“சோம்பேறி... நீ பன்றதெல்லாம் தெரியாதுன்னு நெனச்சிட்டியா? மாட்ட மேய்க்கச் சொன்னா பன்னில்லா மேய்க்கப்போவ நீ...” என்று எரிச்சலாகச் சொல்லிவிட்டுப் போய்விட்டான்.

பெரியகொண்டைக்காரன் இவ்வளவு கேவலமாகப் பேசியும் அங்கேயே தலையைச் சொறிந்துகொண்டு நின்றிருந்தான் மருது. அவனைச் சீந்துவாரில்லை என்பது அவனுக்கு உறைக்க நேரமெடுத்தது.

பத்து பதினொரு வயதிலேயே மாடு திருட உடன் அழைத்துப்போன தன் அப்பனை நினைத்துக் கோபப்பட்டான்.

அந்த வயதில், பரந்து விரிந்திருந்த மேய்ச்சல் காடு அவனுக்கு ஒரு குகையைப்போல் தெரிந்தது. அதற்குள் தள்ளி தன் அப்பன் தன்னை அடைத்து வைத்துவிட்டான் என்று பயந்தான். தின்ன வேண்டிய வயதில் பகல் முழுக்க மாடுகளைக் கண்காணிப்பதும், மாடு மேய்க்கும் பசங்களோடு கூட்டாளியாகி நடிப்பதும், ராத்திரியானால் அவர்களோடு போய் அவர்கள் படுத்துக்கொள்ளும் தொழுவத்திலேயே படுத்துக்கொள்வதும் அவனை வாட்டியது. எப்போதாவது அப்பன் நல்ல சோற்றைக் கண்ணில் காட்டினான். அரைப்பட்டினி கிடந்தே அவன் வளரிளம் பருவம் அழிந்துகொண்டிருந்தது. எத்தனையோ முறை இரவுகளில் எழுந்து உட்கார்ந்து அழுதிருக்கிறான். அப்போதெல்லாம் அவன் அழுகையை மாடுகள் மட்டுமே கவனம் கொண்டன. அவனை நக்கிக் கொடுத்து ஆறுதலடையச் செய்த மாடுகளை நெற்றியில் முத்தமிட்டு நன்றி சொல்வான்.

அந்த மாடுகளில் ஒன்றைத்தான் அவன் அப்பன் தன்னை வைத்தே திருடி எங்கோ தொலைதூரங்களுக்கு ஓட்டிச்செல்லப் போகிறான் என்று நினைக்கும்போதெல்லாம் அவனுக்கு, அந்த மாடுகள் மீது பரிதாபமாக இருக்கும். குடியானவர்கள் வீட்டிற்கு பண்ணையத்துக்கு விடப்பட்ட அந்தச் சிறுவர்களோடு சின்னமருதுவும் மாடு மேய்க்க வந்தவனைப்போல் சேர்ந்து கொண்டிருந்த அந்த வயதில், குடியானவர்கள் சின்னமருதுவின் அப்பனிடம் கேட்பார்கள்.

“ஓம் புள்ளைய ஏன்டா... அந்தப் பசங்களோடட உட்டுருக்க... ஒரு சாதிக்குள்ள அப்படிப் பாக்க கஷ்டமா இருக்குல்ல...”

களவாடும் தந்திரங்களில் அதுவும் ஒன்று என்று தெரியாத அவர்களிடம், சின்னமருதுவின் அப்பன் சொல்வான்:

“கஷ்டத்துல என்ன ஒசந்த சாதி வேண்டிக் கெடக்கு... ஆத்தா இல்லாம போனதிலேர்ந்து படிப்பையும் உட்டுட்டான்... எனக்கும் குடிச்சிக் குடிச்சி ஒடம்பு ஆகல... என் வவுத்துக்கே ஒரு பொழப்பு இல்ல... அவனாவது ஒரு நல்ல கஞ்சிய குடிக்கட்டுமே...”

“இருந்தாலும்... குடியானவன் ஊட்டுப் புள்ளைக்கு இந்தக் கெதி வேணாம்...”

“இருந்துட்டு போவட்டும் உடுங்க... ஒண்ணா மாடு மேக்கிறதால... ஒண்ணா கெடக்குறதால... ஒன்னும் ஆகிடாது...”

அப்போது சின்னமருதுக்கு பதினாறு வயது கிட்டே ஆகியிருந்தது. அவனுடன் மாடு மேய்த்த பண்ணைக்காரச் சிறுவனான கந்தன், உடம்பு நலிந்து வீட்டுக்குப் போய்விட்ட ஒருமாத காலம் சின்னமருது மட்டுமே தொழுவத்தில் படுத்துக்கொண்டான். அந்த நாட்களில் அவன் தகப்பன், இரவுகளில் மாடுகளை வெளியே ஓட்டிவிடச் சொல்லி அவனைத் துன்புறுத்திக் கொண்டிருந்தான். யாருக்கும் தெரியாமல் தொழுவத்திலிருந்து மாடுகளை எப்படி வெளியே அனுப்புவது என்று தெரியவில்லை. அதைச் சொல்லியபோது, கெட்ட வார்த்தைகளைச் சொல்லி அவனை அசிங்கமாகத் திட்டியவன், தன் கையில் பணம் புழங்காத வெறியில் ஒருமுறை நையப் புடைத்துவிட்டான். மேய்ச்சல் காடுகளில் கூட அவனது சாமர்த்தியம் குறைந்து போய்விட்டதைச் சொல்லி எட்டி உதைத்தான்.

சின்னமருது, தகப்பன் மேலிருந்த கோபத்தில் ஒருவாரம் எங்கோ ஓடிவிட்டுத் திரும்பி வந்தபோது, அவன் தகப்பன், காட்டில் நரிக்கு வைத்த வெடியை மிதித்து இறந்துபோயிருந்தான். தகப்பன் இல்லாத பிள்ளையென்று அந்த வீட்டார் அவனைக் கூடவே வைத்துக்கொண்டார்கள். தகப்பனையும் இழந்து, யாருமற்று, நிராதரவாகிப் போனவன், அங்கேயே தொடர்ந்து மாடு மேய்ப்பதாகக் கூறி தொழுவத்திலேயே தங்கிக்கொண்டான்.

இரவு நேரங்களில், பயத்தோடு தொழுவத்தில் சிறிய லாந்தர் வெளிச்சத்தைக் கொளுத்தி வைத்துக்கொண்டு படுத்திருந்தவன், தன் மூக்குக்கு மேலே மென்முடிகள் வளரத் தொடங்கிய பிறகு அந்த லாந்தர் விளக்குகளை அணைத்துவிடப் பழகினான். இருள் அப்போது தேவையானதாக இருந்தது. இருளில் உறைந்திருப்பது பாதுகாப்பாகவும் மகிழ்ச்சியாகவும் தோன்றியது. மாடுகள் மூச்சுவிடும் சத்தமும், நக்கிக்கொள்ளும்போது எழும் ‘வரக் வரக்’ என்ற சத்தமும், சுள்ளான் கடிக்கு உதறிக்கொள்ளும்

வால்களின் ஓசையும், மூத்திரம் பெய்யும்போது பொங்கும் நுரைகளின் ஒலியும் அவனது கொந்தளிப்பான இரவுகளை தணியச் செய்தன.

இருளில், கண்கள் மட்டும் தெரிவதுபோல் இழுத்துப் போர்த்திக்கொண்டு படுத்திருந்த சின்னமருதுவின் நெற்றியில் ஒரு குளிர்ந்த கை வந்து தொட்ட இரவுதான் அவனுக்கு அந்தத் துயரத்திலிருந்த விடுதலை கிடைத்த நாள்.

அதற்குப் பிறகு காடும் தொழுவமும் சொர்க்கம் போலத் தெரிய ஆரம்பித்தன. தன் ரகசியம் அறிந்த மாடுகளை அவன் நேசித்தான். பகல் சீக்கிரம் முடிந்துவிட வேண்டும், மாடுகள் சீக்கிரம் மேய்ந்துவிட வேண்டும் என்று அவன் யாரையோ வேண்டிக்கொள்வதாக மற்றவர்கள் நினைத்தார்கள். அப்போதுதான் மாரியும் அவன் கூட்டாளிகளான கட்டையனும் வைத்தியும் பழக்கமானார்கள். அவர்கள் ஆளுக்கொரு பண்ணையில் வேலை பார்த்தார்கள்.

அந்தி சாய்வதுபோல் வெறும் பாவனை ஏற்பட்டாலும் போதும், சின்னமருது மாடுகளைப் பத்திக்கொண்டு ஊருக்குச் செல்வதற்குத் தவிப்பான். அவனுடைய மெல்லிய மீசை முடிகள் பருவம் வருவதற்கு முன்பேயே கறுப்பாக முதிர்ந்து கொண்டிருந்தன. மாடுகளின் கொம்புகள் வழியே அவன் அந்தி சூரியனை வியப்பதையெல்லாம் மாரி ஆச்சரியமாகப் பார்த்தான். மாடுகள் பின்னே ஓடியும், மாடுகளுக்குத் தீனி வெட்டியும் அவனுடைய கை கால்கள் அந்த வயதிலேயே பெரிய ஆம்பளைகளின் கை கால்களைப்போல் உறுதியாக இறுகியிருந்தன. கட்டையாகவும் கறுப்பாகவும், சுருட்டை முடியோடும் பார்க்க அழகாக இருந்தான் மருது. இரவுகளில், தொழுவத்தில் கிடைத்த உடல் இணைவு அவன் முகத்தில் ஒளியைப் பாய்ச்சியிருந்தது. காட்டில், வெயிலில் அலைந்து திரிந்து எல்லோரும் கருவாடுபோல் கருகிக்கொண்டிருக்கும்போது மருது மட்டும் பொலிவடைந்து கொண்டிருப்பதாக மாரிக்குத் தோன்றியது. அவனுடைய வயிற்றுக்கு மூன்று வேளையும் சோறு கிடைக்கிறது என்று அவனும் மற்றவர்களும் நினைத்தார்கள்.

மருது திடீரென பெரிய ஆள்போல் வளர்ந்துவிட்டதுபோல் இருந்தது. அவனுடைய உடம்பு ஒரு சிறுவனின் உடம்புபோல் இல்லை. அவனுடைய டவுசர் புடைப்பை மறைப்பதற்காக எப்போதும் டவுசருக்கு மேலே துண்டு கட்டுவதைப் பழக்கமாகக் கொண்டான் மருது.

பாதி இரவுகளில் அவனுக்கு நல்ல பருப்புக் குழம்பு ஊற்றப்பட்ட கம்மஞ்சோறு கிடைக்க ஆரம்பித்தது. முன்னிரவிலேயே ஒரு தட்டில் சோறைப் போட்டு, நடுவில் ஒரு பள்ளம் தோண்டி, அதில் குழம்பை ஊற்றி பின் தோட்டத்தில் ஓரிடத்தில் மறைத்து வைத்துவிடுவாள் மாலா. பின்வாசல் கதவைத் தாழ்ப்பாள் போடுவதுபோல் பாவித்து, போடாமல் விட்டுவிடுவாள். அது இரட்டைக் கதவு. திறக்கும்போது சத்தம் வராமல் இருக்க ஒவ்வொரு நாளும், ஆளற்ற நேரங்களில், நாதாங்கிகளில் விளக்கெண்ணெய் விட்டு வைப்பாள். மூடும்போது ஒன்றையொன்று மோதி ஒலியெழும்பிவிடக் கூடாது என்பதற்காகத் துணியொன்றை அளவாக மடித்து, தாழ்ப்பாள் போடுவதற்கு வரும்போது வைத்துவிடுவாள். ஊர் அடங்கிய பிறகு அவளுடைய மனம் இயங்கத் தொடங்கும். ஊர் மெதுமெதுவாகத்தான் இரவுக்குள் மூழ்கும். ஒவ்வொன்றாகத்தான் ஊரின் ஒலிகள் குறையும். கதவு சாத்தும் சத்தம், பாத்திரங்கள் கழுவிப் போடும் சத்தம், படுக்கை விரிக்கும் சத்தம், வண்டி வாகனங்களின் சத்தம் இப்படி...ஒவ்வொரு சத்தமாகக் குறையும் வரைக்கும் அதைக் கவனமாகக் காது கொடுத்து விழித்துக் கிடப்பாள் மாலா.

பாதி இரவுகளின் பறவையான ஆந்தையின் குரல் அவளுக்கு ஒரு நல்ல சகுனம். இருளில் பூனை நடமாடுவது யாருக்கும் தெரியாது; மாலாவின் நடமாட்டம் அதுபோல்தான் இருந்தது. மாடுகளின் காதுகள் அசைவதைப்போல் தொழுவத்தில் கிடந்த பழைய நார்க் கட்டில் ஒவ்வொரு நாளும் அசைந்தது. சாணிப் பத்தைகளும் மூத்திர வீச்சமும் கொண்ட அந்த அழுக்கடைந்த கட்டிலின் கால்கள், ஊறிக்கிடந்த தொழுவத்தின் தரையில் அழுந்தப் பதிந்து போயிருந்தன.

மருதுவின் மேய்ச்சல் நிலம் கனவுகளால் நிரம்பியிருப்பதை மாரி ஆச்சரியமாய்ப் பார்த்தான். நிழல் தேடி, மரத்தடிகளில் உட்காரும் ஒவ்வொரு நேரமும் மருது தூங்கி விழுந்து கொண்டிருந்தான். அவனுடைய மந்தைகளையும் சேர்த்து வளைத்துக் கொண்டிருக்க வேண்டியவனாக மாரி இருக்க வேண்டியதாகிப் போயிற்று.

மாலாவைப் பெண் பார்க்க ஓர் உயரமான ஆள் வந்த நாளில், அந்தி சாய்ந்தும் கூட மாடுகளை ஓட்டிச் செல்லாமல் காட்டில் முடங்கிக் கிடந்தான் மருது. இருட்டிய பிறகும் மாடுகள் தொழுவத்துக்கு வரவில்லை என்பதை அறிந்த மாலாவின் அப்பா தேடிக்கொண்டு வந்தபோது, ஒரு வென்னி மரத்தின் அடியில் மயங்கிச் சுருண்டு கிடந்தான் மருது. துணி விலகிப்போய் அலங்கோலமாகக் கிடந்தவனின் தொடையில் மாடு மிதித்ததைப்போல் பெரிய காயம் இருந்தது. மாடுகள் சற்று தூரத்தில் ஓரிடத்தில் குவிந்துபோய் நின்றிருந்தன. அவன் கிடந்த கோலத்தைப் பார்த்துவிட்டு, படுத்திருந்தபோது மாடுதான் மிதித்துவிட்டதோ என்று அவர் நினைத்தார். அவனைத் தட்டி எழுப்பியபோது எழுந்து நிற்க முடியாமல் வலியால் துடித்தான். ஒரு மாட்டின் முதுகின் மேல் அவனைத் தூக்கிப்போட்டுக்கொண்டு வந்து தொழுவத்தில் போட்டபோது மாலா, பின்வாசல் படியில் அமர்ந்தபடி பார்த்துக்கொண்டிருந்தாள். நாட்டு வைத்தியரை அழைத்து வந்து அவன் காயத்துக்கு மருந்துபோட்டார்கள்.

அன்று இரவு மாலா தொழுவத்துக்கு வரவில்லை. அடுத்த வாரத்திலேயே அவளை மணமுடித்து அனுப்பிவிட்டார்கள். காயம் குணமானபோது மருது கடுமையாக இளைத்துப் போயிருந்தான். மழைக்காலத்தில் நிரம்பிய குட்டை, கோடையானதும் சகதியாய்ச் சுருங்கிப் போவதுபோல் அவன் உடம்பு சுருங்கிப் போயிருந்தது. பழையபடி ஒரு பதினாறு வயது சிறுவனுக்குரிய தோற்றம் அவனை வந்து சேர்ந்தது. அதற்குமேல் அங்கிருக்கப் பிடிக்காதவன், யாரிடமும் சொல்லிக்கொள்ளாமல் ஊரைவிட்டே ஒருநாள் ஓடிவிட்டான்.

மீண்டும் ஊருக்குத் திரும்பி வந்தபோது அவனுக்கு இருபத்தி நாலு வயது ஆகியிருந்தது. ஊர் சுற்றிய அந்த இடைப்பட்ட ஆண்டுகளில் பல்வேறு வேலைகள் செய்து பழகியிருந்தவன், ஒரு வேலையிலும் இருப்புக் கொள்ளாமல் மாறி மாறி அலைவுற்றிருந்தான். எந்த வேலையும் அவனுக்கு வேலைபோல் தெரியவில்லை. சாப்பிடவும், குடிக்கவும், பெண் தொடுப்புகளுக்காகவும் அவன் பார்த்த வேலைகள் எதிலும் அவன் மனம் ஒட்டவில்லை. அவனுக்கு, உடம்பை வருத்தி வேலை செய்வதும், யாரோ ஒருவனுக்கு அடிமைபோல் வேலை செய்வதும் பிடிக்கவில்லை என்பதை ஒருநாள் கண்டறிந்தவன், உட்கார்ந்து யோசித்தபோதுதான், தன் தகப்பன் செய்த தொழிலைச் செய்தால் என்ன என்ற எண்ணம் தோன்றியது. ஒரு வேலையும் செய்யாமல், திருடுவது, குடிப்பது, கூத்தியாள் வைத்துக் கொள்வது, நன்றாக உண்பது, கவலையற்று உறங்குவதென்று இருந்த தன் தகப்பனையே அப்போது முன்மாதிரியாகத் தேர்ந்து கொண்டான். அதற்கான வழிகளை யோசித்தவன், தன் தகப்பனைப்போல் சிறியளவில் அதைச் செய்யக்கூடாது என்றும், அதேபோல் தனியாக ஒற்றை ஆளாகவும் அதைச் செய்யக்கூடாது என்றும் ஒரு முடிவுக்கு வந்தான்.

பலத்த திட்டமிடலுக்குப் பிறகு, பெரிய கொண்டைக்காரனின் விருப்பத்துகுரிய வேலைக்காரர்களில் ஒருவனாகச் சேர்ந்தான். மாடு மேய்ப்பதை, அவனே விரும்பினாலும் அவனால் பெறமுடியாது என்பதால், விளைநிலங்களைக் காவல் காக்கும் வேலையை ஏற்றுக்கொண்டான். பெரிய கொண்டைக்காரரின் புஞ்சைக் காடுகள் கேழ்வரகு, சாமை, வரகு முதலான உணவு தானியங்களையும், நஞ்சைக்காடுகள் பெருவாரியான கரும்பு விளைச்சலையும் கொண்டிருந்தன. அந்த மொத்தக் காட்டையும், மாரி, கட்டையன், உக்கிலி போன்ற ஆட்களைக் சேர்த்துக்கொண்டு காவல் காத்தான். கொஞ்சம் கொஞ்சமாக அவனுடன் இருந்த ஆட்களைத் தன் மனப்போக்குக்கு ஏற்ப பழக்கியவன், அவர்களின் ஆசைகளைத் தூண்டி தன் கள்ளத்தனத்திற்கும் கூட்டாளிகளாக மாற்றிக் கொண்டான்.

வெளியே தெரிவதற்கும், சொல்லிக்கொள்வதற்கும் அவனுக்கு ஒரு வேலை தேவைப்பட்டது. அந்த வேலையில் இருந்துகொண்டே தான் வகுத்த திட்டங்களை நிறைவேற்றும் நாளை வரவேற்க அவன் காத்திருந்தான். ஆயிரக்கணக்கான மாடுகள் மேயும் மேய்ச்சல் காடுகளில், மாடுகளைக் கலைத்து, கூட்டத்திலிருந்து தனியாக ஒன்றிரண்டு மாட்டைப் பிரிப்பது எப்படி என்பதைத் தன் கூட்டாளிகளுக்கு அவன் சொல்லிக் கொடுத்தான். கட்டையனும் உக்கிலியும் மாரியும் அவனது செயல் கண்டு, சின்னமருது 'தேற விளைந்தவன்' என்று பேசிக்கொண்டார்கள்.

முதல் மாட்டைத் தனிமைப்படுத்திக் களவாடி, அதை இருபது மைல்கள் தாண்டிப்போய் விற்றபோது, அவர்களுக்கு, தலைக்கு நூறு கிடைத்தது. ரொக்கமாக அவ்வளவு பணத்தை முதன் முதலில் பார்த்த கட்டையனும் உக்கிலியும் மாரியும் சின்னமருதுவை விட அதிக உற்சாகத்தோடு களவை நேசித்தார்கள். பணம் புழங்கத் தொடங்கியதும், குடிக்கப் பழகினால் மாட்டிக்கொள்வோம் என்றறிந்த சின்னமருது, அந்தப் பணத்தைச் செலவழிக்க சரியான வழியொன்றைக் கண்டுபிடித்தான். சாராயத்தை விட இரண்டு மடங்கு போதை அதில் இருக்கிறது என்று கட்டையன் அவனுக்கு உசுப்பேத்திவிட்டான். அந்த வேகத்திலேயே, பவுனு என்கிற பவுனாம்பாளை சின்ன மருது கண்டுபிடித்தான். ஒரு ரூபாயும், இரண்டு ரூபாயும், ஐந்து ரூபாயுமாக பணக்கட்டுகளை பவுனாம்பாளின் உடம்பு மீது போட்டு அவளைக் காமுற்ற அந்த இரவுகளில், இன்பத்துக்காக குற்றங்கள் புரிவதில் ஒரு தவறும் இல்லை என அவன் நினைத்தான்.

மாடுகள் தொலைவதைக் கேள்விப்பட்ட பெரிய கொண்டைக்காரன், சின்னமருதுவை அழைத்து "ஊர்ல மாடுங்கெல்லாம் காணா போகுதுன்னு ஒரே பொகைச்சலா இருக்குடா... நீ என்ன பண்றேன்னா... ஆளுங்கள கூட்டிக்கிட்டு அத என்னான்னு பாரு..." என்றான்.

அவன் திருடிய மாடுகளை அவனே தேடி அலைந்தபோது சின்னமருதுக்கு சிரிப்பு சிரிப்பாக வந்தது.

3

சின்னமருதும் கட்டையனும் யானைவாரி ஓடையை வந்தடைந்தபோது மதகுக் கட்டையிலிருந்து ஏதோவொன்று இறங்கி ஓடுவது போலிருந்தது. எந்தக் கோடையாலும் கொல்ல முடியாத வயற்புற்கள் காற்றுக்கு ஆடிக்கொண்டிருந்தன. தோகையில் பச்சையில்லையே தவிர வேர்கள் மண்ணோடு ஆழப்புதைந்துதான் இருந்தன. பகலில் கொளுத்திய வெயிலின் சுவடு கொஞ்சம்கூட இல்லாமல் குளிர்ந்துபோய்க் கிடந்தது மதகு. அதன்மேல் கைகளை ஊன்றி ஏறி உட்கார்ந்திருந்தார்கள் காளியும் சாத்தியப்பனும். வெடித்து இரண்டாகப் பிளந்துவிடுமோ என்பதுபோல் வெயிலில் கிடந்த கற்கள், உள்ளே ரகசியமாக சுனை ஏதாவது ஊறிக்கொண்டிருக்குமோ என்று ஐயம் கொள்ளும்படி தணிந்து குளிர்ந்திருந்தன.

ஒரு வெள்ளை நிற எண்ணெய் கேன் நிரம்ப பட்டைச் சாராயத்தை வாங்கி வந்திருந்தான் சின்னமருது. அதை எடுத்து மதகின் விரிந்த கல்தரையில் வைத்ததும், ஒரு பெரிய ஈயச்சட்டியில் ரத்தமும் கறியுமாகச் சேர்த்து வறுக்கப்பட்டிருந்த பன்றிக்கறியில் ஒரு துண்டை எடுத்து வாயில் போட்டுச் சுவைத்துத் தின்றான் சாத்தியப்பன். கொஞ்சம் தூரத்திலிருந்து பார்ப்பவர்களுக்கு இருளில் நான்கு பனங்கட்டைகள் உட்கார்ந்திருப்பது போல்தான் தெரியும். அவர்கள் அருகருகே அமர்ந்திருந்த போதும் ஒருவருக்கு ஒருவர் அப்படித்தான் ஒரு சாயலுக்குத் தெரிந்தார்கள். லேசாகத்தான் முகம் பார்க்க முடிந்தது. நான்கு பேருமே நல்ல கறுப்பு என்பதால் இந்த உவமையை யாரும் மறுக்க முடியாது. வரும்போதே தேக்கு இலைகளை எடுத்து வந்ததால், ஆளுக்கொரு இலையை எடுத்து முன்னால் வைத்தான் கட்டையன். சாத்தியப்பன், தன் உள்ளங்கைகளை அரக்கத் தேய்த்து வலது உள்ளங்கையை ஊதிவிட்டு, கறியிருந்த சட்டிக்குள் கையை விட்டு அள்ளி தன் இலைகளை நிரப்பிக்கொண்டான். கறி வாசனைக்கு மூக்கு வியர்த்த விலங்குகள் இந்நேரம் சுற்றியிருக்கும் முள்வேலிகளுக்கும் அடப்புகளுக்கும் புதர்களுக்கும் வந்து சேர்ந்திருக்கும் என்று அச்சமூட்டினான் காளி.

“பன்னிக்கறி வாடைக்குப் பாம்பு வருமா?” என்று திகிலுடன் கேட்டான் கட்டையன்.

“எலே... இவனப் பாருங்கடா... பன்னிக்கறி திங்க பாம்பு வருமாங்குறான். பாம்பே வந்தாலும் அதையும் நாம தின்னிடுவோம்ல...”

காளி சொன்ன பதிலுக்கு அவர்கள் சிரித்துக் கொண்டார்கள். அவர்கள் அமர்ந்திருந்த இடத்திற்கும் சற்று தள்ளி மதகுக் கட்டை மீதிருந்து கறுப்பாக எதுவோ இறங்கிப் போய்க்கொண்டிருந்தது. நீண்ட அதன் உடம்பு அவர்களைச் சிலிர்க்க வைத்தது.“எம்மாம் பெரிய சீவென்...” என்று வாய்க்குள் சொல்லிக்கொண்டான் காளி.

“பாம்புக்கு வறுத்த கறியெல்லாம் புடிக்காது. பயப்படாம

உக்காருங்க...” என்று சின்னமருது சொன்னபோது, சாத்தியப்பனுக்கு சிரிப்பு வந்தது. கட்டையன், ஊர்ந்துபோகும் உயிரின் வால் மறையும் வரை பார்த்துவிட்டு, “போறது பாம்புதாம்...” என்றான்.

சாராயம், பன்றிக்கறி இரண்டும் மிகப் பிரமாதமான பொருத்தம் என்ற சாத்தியப்பனின் வார்த்தைக்கு மறுவார்த்தையின்றி அவர்கள் ஆமோதித்தபோது இரவு நடு யாமத்தைத் தொட்டுக்கொண்டிருந்தது. அவர்களின் பேச்சு எங்கெங்கோ சுற்றித் திரும்பவும் சாராயம், பன்றிக்கறி பொருத்தத்திற்கே வந்தபோது சின்னமருது வந்த நோக்கம் பேசப்படாமல் இருப்பதை ஞாபகப்படுத்தினான். இருளில் உருவங்கள் கரைந்து போனதுபோல் அவர்களின் குரல்கள் மட்டுமே மெல்ல கேட்டுக்கொண்டிருந்தன. அரை போதையில் சாத்தியப்பன் கேட்டான். சின்னமருது சில விசயங்களை அவனிடம் சொன்னான்.

“அவனுங்க வெளியே மூச்ச உட்டானுங்களா...?”

“இப்ப வரைக்கும் இல்ல...”

“வேற ஏதாவது சிக்கலா...?”

“சிக்கல் ஒண்ணுமில்ல... ஆனா, அந்த மூக்கன் பயலோட தம்பி ஒருத்தந்தான் நம்ம சேதிய ஊருல புளிக்க உட்டுருப்பான்னு நெனைக்கிறேன். ஏன்னா.... அவென், நக்கம்பாடி ரயில் பாலத்தாண்ட, ஒரு கறிக்கடைல வேலை பாக்குறான்...”

“பாய் கடையா...?”

“இல்ல... அவென் வேற ஆளு. அவனெ எனக்கு நல்லாத் தெரியும். நத்தக்குழிக்காரன். தாண்டவராயன்னு பேரு. நான் ரெண்டு மூணு தரம்... மாட்டு யேவாரி மாதிரிப் போயி, சாடைமாடையா மாடு வாங்குறியாடான்னு கேட்டேன்... நம்ம புளிப்பு தெரிஞ்சோ என்னவோ வேணாம்னு சொல்லிட்டான்... ஒருவேள... அவனுங்கதான் மோப்பம் புடிச்சு வெளியே கசிய உட்டானுவளோனு இப்ப நெனச்சிப் பாக்குறேன்...”

சாத்தியப்பன், நடந்த சம்பவங்களை மனசுக்குள் தொகுத்துப் பார்த்தான். ஒருவகையில் சின்னமருதுவின் யூகம் சரிதானோ என்று தோன்றியது.

"சரி, நீ சொல்றமாரி... அவனுங்கதான் வெளிய புளிக்க உட்டுருக்கானுங்கன்னு தெரிஞ்சா என்ன பண்றது..."

"என்ன பண்றதுன்னு தெரியாமதான்... ஒன்ன வரச்சொன்னேன்..."

சாத்தியப்பன், காளியின் தோளைத் தொட்டான். காளி, பயங்கர யோசனை செய்த பிறகு, "என்ன பண்றதுன்னு எனக்கும் ஒண்ணும் புரியில" என்றான். கட்டையன், வாய்த் துடுக்காக டக்கென்று சொல்லிவிட்டான்.

"அவனுங்கள போட்டுரலாமா...?"

காளியும் சாத்தியப்பனும் லேசாய் மிரண்டு போனார்கள். தலையில் ஏறியிருந்த போதையை, கட்டையனின் சொற்கள் கீழே தள்ளிவிட்டன.

"கொலையா செய்யலாங்குற...?" என்று கேட்டான் காளி. அவனுடைய வாய், போதையில் குழறியதைக் காட்டிலும் இப்போது கூடுதலாகக் குழறியது. சாராயத்தால் ஏற்பட்டிருந்த அத்தனை வெப்பமும் சட்டெனத் தணிந்து, அவனுடைய உடம்பு குளிர்ந்துபோய் விட்டது.

"ஆமா..."

அந்த முடிவுதான் சரி, நாங்கள் அந்த முடிவுதான் எடுத்திருக்கிறோம் என்பதுபோல் அவன் பதில் சொன்னான். சின்னமருது ஒன்றும் பேசாமல் அமர்ந்திருந்தான். சாத்தியப்பன் கேட்டான்:

"கொலைதான் சரிங்கிறியா மருது...?"

"அதுதான் சரியான்னு கேட்டா... என்ன சொல்றதுன்னு தெரியில... ஆனா... அப்படி ஏதாவது நடக்கணும்னு தோணுது..."

"என்ன சொல்ல வர்ற... போட்டுறலாம்குறியா...?"

“ம்... போட்டுறலாம்...”

“ரெண்டு பேத்தையுமா...?”

“ஆமா...”

“எப்போ...?”

“சொல்றேன்...”

இந்த இரவில் ஒரு கொலைக்கான திட்டத்தை உருவாக்குவோம் என்று காளி நினைத்திருக்கவில்லை போலும். அவன் சாத்தியப்பனை முதுகில் குத்தி, நிதானத்துக்குக் கொண்டு வந்தான். அவசரப்பட வேண்டாம் என்பதுபோல் அவனது வார்த்தைகள் இருந்தன. கட்டையன் கூட அதைப் பற்றி இத்தனை உறுதியான முடிவுக்கு வந்திருக்கவில்லை. சின்னமருது, பயத்தில் எடுத்த முடிவு இது என்று அவன் சொல்ல நினைத்தான். ஏனோ சொல்லவில்லை. சாத்தியப்பனுக்கு இந்த முடிவில் ஏதோ திருத்தம் தேவைப்படுவது போலவே பட்டது. சின்னமருதுவின் உணர்ச்சிவசப்பட்ட மனநிலை அவசரப்படுகிறது என்று யோசித்தான். ஆனால், அவர்களைச் சுற்றி ஆபத்தின் நிழல் படர்வது போலவும் இருந்தது. அவன் சின்னமருதுவிடம், பொறுத்திருக்கச் சொன்னான்.

ஒரு கொலை செய்யும் அளவுக்கு இன்னும் நாம் தயாராகவில்லை என்று அவனுக்குப் பட்டது. அதேசமயம், நம் குற்றங்களைத் தெரிந்துகொண்டவர்கள், அதைக்குறித்து அக்கறை கொள்வதாகவும் தெரியவில்லை. நாமே நமக்கான புதைகுழியை வெட்டிக்கொள்ளப் போகிறோமோ என்று சிந்தித்தான்.

சின்னமருதுக்கு உடனிருப்பவர்களின் பயம் புரிந்தது. அவர்களை, பயப்பட வேண்டாம் என்று சொன்னவன், தனக்கு ஏற்கனவே கொலை செய்த அனுபவம் உண்டு என்று சொன்னான்.

கட்டையன் கூட அதை நம்பவில்லை. சாத்தியப்பனும் காளியும் சின்னமருதுவின் போதையைத் தெளிவிக்க விரும்பினார்கள். அவனுடைய அந்தக் கொலைத்திட்டம் போதையால்

வடிவமைக்கப்படுகிறது என்றான் காளி. சாத்தியப்பனுக்கும் அதுதான் உண்மையென்று உறைத்தது. அவனை அங்கிருந்து அனுப்ப நினைத்தான். நேரம் விடிகாலை மூன்று மணிக்கும் மேலாகியிருந்தது.

“சரி மருது... நீ சொல்றத யோசிப்போம்... நாங்க ரொம்ப தொலைவு போவணும்ல... நீங்க கௌம்புங்க... விடியறதுக்குள்ள எல்லையத் தாண்டணும்... ரெண்டு நாளு போவட்டும்... திரும்பவும் வரோம், சரியா... நீ சொல்றத யோசிக்கிறேன்... சரியா...”

சின்னமருதுவின் காதுகளைத் திறக்க, கொஞ்சம் உரத்துப் பேசவேண்டியிருந்தது. சின்னமருது தலையாட்டினான். அவனுடைய மொத்த உடம்பிலும் போதை பரவியிருந்ததை உணர முடிந்தது.

அவர்கள் ஆளுக்கொரு திசையில் நடந்தபோது, அண்டையில் பதுங்கியிருந்த விலங்கினங்கள், அஞ்சி நடுங்கி அங்கிருந்து ஓடியதைப்போல் சலசலப்பு கேட்டது.

4

ஊரை எழுப்பும் சேவல் கூவ இன்னும் நேரமிருந்தது. வீட்டில் விளக்கை ஏற்றுவதற்காக உரசப்பட்ட தீக்குச்சியின் சத்தம் மூக்கனுக்குத் துல்லியமாகக் கேட்டது. அழகர் எழுந்து வெளியே வந்து வாய் கொப்பளித்துத் துப்பிவிட்டு உள்ளே போனான். அப்பா, தன் தலையைத் தெற்குப் பக்கச் சுவரோடு நெருக்கிக் கொண்டார். அம்மா, எழுந்து உட்கார்ந்து பானையில் கூழ் கரைக்கின்ற மெல்லிய இசை மூக்கனுக்குக் கேட்டது. கூழைப் பிசைந்து விடும் விரல்களின் ருசியைப் பருக அம்மா முன்னே அமர்ந்திருக்கும் அழகரின் நிழல் இடப்பக்கச் சுவரில் ஆடிக்கொண்டிருந்தது. அம்மா, ஒரு சட்டி நிறைய கரைத்துக் கொடுத்த கூழைக் குடித்து முடித்து எழுந்துகொண்டவனுக்கு, தன் தலைமாட்டுக்கு அருகில் இருந்த சிறிய மாடத்திலிருந்து திருநீறு எடுத்துப் பூசிவிட்டாள் அம்மா. அழகர் வெளியே

வந்து நின்று வானிலிருக்கும் நட்சத்திரங்களைப் பார்த்துவிட்டு சுவரோரமாக நிறுத்தப்பட்டிருந்த- ராயன் விட்டுவிட்டுச் சென்றிருந்த - சைக்கிளைத் தள்ளியபோது, மூக்கன் கட்டிலில் எழுந்து உட்கார்ந்திருந்தான். நேற்றிலிருந்து மூக்கன் அமைதியற்று இருப்பதை அழகர் அறிவான். அதனால் எழுந்து அமர்ந்திருக்கும் மூக்கனைக் கண்டும், எதுவும் பேசாமல் நகர்ந்தான். காரணம் கேட்டுக்கொள்ளவில்லை என்றாலும் ஏதோவொரு காரணம் இருப்பது அவனுக்குத் தெரிந்திருந்தது. அது என்ன பகை? யாரவர்கள்? ஏன் மூக்கனை நோக்கிப் பகை வளர்கிறது? போன்ற கேள்விகள் உள்ளுக்குள் இருந்தாலும் மூக்கனிடம் எதுவும் கேட்டுக்கொள்ளவில்லை. அண்ணன் எதையும் சமாளிக்கும் திறமையுள்ளவன் என்பதை அழகர் நன்கறிவான்.

எல்லையில் அறுத்து வைக்கப்பட்டிருந்த பன்றித் தலையை மூக்கனும் அவன் கூட்டாளிகளும் போய் பார்த்ததும், அந்தக் காட்சியைக் கண்ட பிறகு மூக்கன் மூர்க்கத்தனமாய் மாறி கத்தியதும், பின்பு, தணிந்துபோய் வீடு திரும்பியதும் அவன் காதுக்கு வந்து சேர்ந்திருந்தது. மூக்கனிடம் பேசாமல் போகலாம் என்றிருந்த மனம் பேசத் துடித்தது.

அந்த வைகறைப் பொழுதின் குளிர்மை இறங்கிய குரலால் தணிந்த மொழியில் கேட்டான் அழகர்.

"என்னண்ணே... தூங்கலையா?"

"இல்லடா... தூங்கிட்டுதான் இருந்தேன். இப்பதான் முழிப்பு தட்டிச்சி."

"விடிய இன்னும் நேரம் இருக்கு. படுத்துக்க..."

"ம்..."

"ம்... நான் வரேண்ணே, நல்லா தூங்கு...சரியா?"

"அழகரு..."

"ம்..."

"நானும் ஒங்கூட வரேன்..."

“இல்ல… நீ தூங்கு, நான் போய்க்கிறேன்…”

“இல்லடா… தூக்கம் போயிடுச்சி, சும்மாதான் பொரண்டுகிட்டு கெடப்பேன். ஓங்கூட வந்துட்டு வரென்.”

“சரி வா…”

“இரு… சைக்கிள நான் தள்ளுறேன்.”

“ம்.”

அழகர் கையிலிருந்த சைக்கிளைக் கைமாற்றி, மூக்கன் தள்ளியபோது, அதுவொரு பூனையைப்போல் குரல் கொடுத்தது.

அப்பாவின் காதுகள் மந்தம் என்றாலும், பிள்ளைகளின் மொழிக்கு மட்டும் அது கூர்மை கொள்ளும். அது எப்படி என்று அம்மாவுக்கும் கூட ஆச்சரியம்தான். அப்பா, தன் காலால் அம்மாவைத் தொட்டு, சின்னவனோடு பெரியவனும் போகிறான் என்பதைச் சொல்கிறார். ‘ஆம், எனக்கும் தெரியும்’ என்பதுபோல் அம்மா அவருடைய கால் விரல்களை மென்மையாக அழுத்திவிடுகிறாள்.

சைக்கிள் டயர்கள் உருளும் சத்தம் குறைந்து மறையும் வரை அவருடைய கால்களை அழுத்திக்கொண்டிருந்த அம்மா, மெல்ல தன் கைகளை விடுவிக்கிறாள். அப்பா, தன் கால்களைக் குறுக்கிக்கொண்டு ஒருக்களித்துப் படுக்கிறார். அடுத்த விநாடிகளில் இருவரின் நாசிகளில் இருந்தும் சீரான குறட்டையொலி கேட்கத் தொடங்குகிறது. அம்மா, தூக்கப்பித்தில் பேசுகிறாள். பிள்ளைகளின் பாதுகாப்புக்காக குலதெய்வத்திடம் இறைஞ்சும் குரலாக அது இருக்கிறது.

தெருவைத் தாண்டி, அடுத்து, ஊர் முகப்பிலிருந்த ஆலமரத்தைத் தாண்டும் வரைக்கும் சைக்கிளைத் தள்ளிக்கொண்டே வந்த மூக்கன், அழகரைப் பின்னே உட்கார வைத்து சைக்கிளை மிதிக்கத் தொடங்கினான். வைக்கோல்களும், சோளத்தட்டைகளின் சருகுகளும் இறைந்திருந்த அந்த வண்டிப்பாதையில் அந்நேரத்துக்கு ஆலா குருவிகள் மட்டுமே அமர்ந்திருந்தன. சைக்கிள் உருளும் சத்தத்துக்கு அந்தக் குருவிகள்

எழுந்து பறந்தன. மூக்கன் எதுவுமே பேசாமல் சைக்கிளை ஓட்டிக்கொண்டிருப்பது அழகருக்கு வியப்பாக இருந்தது. இந்த இருட்டில் பேச்சுதானே வழித்துணை. இப்படி அமைதியாகப் போனால், சுற்றியிருக்கும் இருள் புதிய புதிய கற்பனைகளை உருவாக்கும். பேய்கள் கூடவே வருவது போலவும், காட்டு மரத்தின் உச்சியில் முனிகள் கிளைகளைப் பிடித்து ஆட்டுவது போலவும், காட்டேறிகள் குருதிக்கு மோப்பம் பிடித்து அலைவது போலவும் தோன்றும் கற்பனைகள் மனதில் அச்சத்தை விளைவிக்கும். சைக்கிள் டயரில் பட்டு கற்கள் தெறித்தாலோ, முள் குத்தி டயர் பஞ்சரானாலோ, ஏதாவது ஒரு பறவை வந்து மேலே உரசுவதுபோல் போனாலோ சருகலத்தில் திக்கென்று இருக்கும்.

எத்தனையோ நாட்கள் இந்த அனுபவத்தை ராயருடன் வரும்போதும், அவனில்லாமல் தனியே வரும்போதும் அழகர் உணர்ந்திருக்கிறான். ஆயினும், இதே பாதையில், இதே நேரங்களில் போய்க்கொண்டுதான் இருக்கிறான். தான் மட்டும் தனியாகப் போகின்ற இரவுகள் பழகிப்போய்விட்டன. யாராவது உடன் வரும்போதுதான் இந்த அச்சம் நெருங்குகிறது. தன்னைப் பற்றிக் கவலைப்படாதபோது எழாத பய உணர்வு, கூட இருப்பவர்களைப் பற்றி அக்கறை கொள்ளும்போது வந்துவிடுகிறது.

மூக்கனின் மௌனம் இரவின் கனத்தை அதிகரிப்பதுபோல் இருந்தது. அழகரும் ஒன்றும் பேசிக்கொள்ளாமல் இருந்தான். சைக்கிள் டயர்கள் உருளும் ஒலியும், சில்வண்டுகளின் ஒலியும் இருளின் அடர்த்தியை அதிகரித்துக்கொண்டிருந்தன. காட்டுப்பாதையில் நிலவிய அந்த அமைதியில், அழகர் கவனம் குவிந்திருந்த நேரத்தில், அழகரின் பெயர் சொல்லி அழைத்தான் மூக்கன்.

“அழகரு...”

மூக்கன் திடீரென தன் பெயர் சொல்லி அழைத்ததும், அழகர் திடுக்கிட்டுவிட்டான். அந்தத் திடுக்கிடல் அவன் பதிலில் வெளிப்பட்டது.

"அண்ணே..."

"ஏய்... ஒண்ணுமில்ல...ஏன் இப்படி திடுக்கிடுற... பயந்துட்டியா...?"

"இல்ல... அதெல்லாம் ஒண்ணுமில்ல..."

"சரி...சரி... ஆமா... நீ ஏதாவது புள்ளகிட்ட பழகிட்டிருக்கியா...?"

மூக்கன் திடீரென அப்படிக் கேட்டதும் அழகர் வெலவெலத்துப் போனான். இது எப்படி இவனுக்குத் தெரியும் என்பதுபோல் உட்கார்ந்திருந்தான். அந்தக் கேள்விக்கு சட்டென பதில் சொல்லவில்லை. அழகர், பின்னிருக்கையில் உட்கார்ந்திருக்கிறானா, இல்லை, இறங்கிக்கொண்டானா என்று நினைக்குமளவுக்கு சைக்கிள் லேசாக மாறியிருந்தது. மூக்கன், இடது கையைப் பின்னே நீட்டி அவனைத் தொட்டு சோதித்துக் கொண்டான். அழகர், ஏதோவொரு எடை குறைந்த பறவையைப்போல் ஒடுங்கிப்போய் உட்கார்ந்திருந்தான். களவு வாழ்வின் இரண்டு குறிகளிலும் சகுந்தலாவைச் சந்தித்துப் பழகுவது யாருக்கும் தெரியாது என்று நினைத்திருந்தவனுக்கு, மூக்கன் அவ்வாறு கேட்டதும், அது ஊருக்கும் தெரிந்திருக்குமோ என்று அச்சமாக இருந்தது. அழகரிடமிருந்து எந்தப் பதிலும் இல்லாததால், உள்ளுக்குள் அவன் சமன்குலைகிறான் என்பதை மூக்கன் கண்டுபிடித்துவிட்டான். அவனை இயல்புக்குத் திருப்பிக் கொண்டுவர விரும்பினான்.

"ஏய்... நான் இப்ப என்னா கேட்டுட்டேன்னு, இப்டி மெரண்டுபோய் ஒக்காந்திருக்கவென்...? சும்மாதான் கேட்டேன்... இருந்தா, ஆமான்னு சொல்லு, இல்லேன்னா இல்லேன்னு சொல்லு... இதுக்குப்போயி கிர்ருன்னு ஆகியிட்ட..."

அழகர் இன்னும் அமைதியாக ஒரு கல்லைப்போல் உருத்திரண்டிருந்தான். இப்போது பின்னிருக்கையில் அவனோடு இன்னுமோர் ஆளும் சேர்ந்து உட்கார்ந்திருப்பதுபோல் கனமாக இருந்ததை மூக்கன் உணர்ந்தான். அழகர், மனத்தளவில் மேலும் இறுக்கமடைந்திருந்தான். அந்த இறுக்கத்தின் கனம் அது. வெளியே சொல்லமுடியாத நினைவுகளும் எண்ணங்களும் மனதிலேயே கிடந்து ஒரு பாறையைப்போல் மாறி அழுத்தக்

கூடியவை என்பதை மூக்கனால் உணரமுடிந்தது. அழகரைவிட மூன்று வயது மூத்தவன்தான் என்றாலும் மூக்கனுக்கு பெண்வழி சேரலின் மூலம் கிடைக்கும் எந்த அழுத்தமும் இன்னும் அனுபவமாகவில்லை. அவன் தன் முப்பது வயதிலும், இன்னும் விட்டேத்தியாகவே சுற்றி வந்தான். அவனுக்குள் உருத்திரளும் காமத்தை பொருட்படுத்தக்கூடிய மனநிலை இல்லாதவனாய் அல்லது அப்படியொன்றுக்கு உடம்பைப் பழக்காதவனாய், ஊர், குடும்பம், கூட்டாளிகள், வீரம், கோபம், வேட்டை என்று சஞ்சாரித்துக் கொண்டிருந்தான். அழகர், ஒரு விலங்கை உசுப்பி, கவர்ந்து ருசித்துக்கொண்டிருக்கிறான் என்பதை அறிந்தபோது மூக்கனுக்கு உண்மையில் ஆச்சரியமாகவே இருந்தது. அழகர், வலுவான உடலமைப்பு கொண்டிருந்தாலும், தைரியமான மன அமைப்பு இல்லாதவன், யாரிடமும் நெருங்கிப் பழகாதவன், கூட்டத்தில் கலக்காமல் தனித்தே இருப்பவன், அதிர்ந்து பேசத்தெரியாதவன். மொத்தத்தில் மூக்கனுக்கு நேரெதிர் துருவத்தில் இருப்பவன். அவன், ஒரு பெண்ணின் காமத்தைக் கையாண்டு கொண்டிருக்கிறான் என்பதை மூக்கனால் நம்பவே முடியவில்லை. இந்த ஊரில் ஏதேனும் அதிசயம் நடக்கிறதா என்று யாரேனும் கேட்டால், காதல் வயப்பட்டிருக்கும் அழகரைச் சுட்டிக்காட்டுவான் போல இருந்தான் மூக்கன்.

வேறு வழியில்லாமல், தனக்குப் பின்னால் ஒரு மனிதனுக்குப் பதில் பேயை உட்காரவைத்து ஓட்டிச் செல்கிறோமோ என்று தான் நினைத்ததை அவன் சொல்லிவிட்டான். அந்த வார்த்தைகளைக் கொஞ்சம் அதட்டலாகவே வெளிப்படுத்தினான்.

“டேய்... நீதான் உக்காந்துருக்கியா, இல்ல, பேய உக்காரச் சொல்லிட்டு இறங்கிக்கிட்டியா...?”

“நாந்தான் இருக்கேன்...”

“அப்போ... வாயத் தொறந்து பேசுடா... எனக்கு ஒருமாரியா இருக்குல்ல...”

“ம்...”

“சொல்லு... யாரந்த புள்ள...?”

பின்னிருக்கையில் இப்போது மீண்டும் ஒரு பறவை. மீண்டும் கனமற்ற தன்மை. மூக்கனின் முகத்தில், அந்த இருளிலும் புன்னகை தவழ்ந்தது. அப்படி என்னதான் இருக்கிறதோ இந்தக் காமத்தில் என்று நினைத்தான். சிட்டுக்குருவியோ என்று பிடித்துத் தூக்கினால் புலிபோல் கனக்கிறது, புலியோ என்று பயந்து ஓடினால், அது சில்வண்டுபோல் கத்துகிறது. அழகர், புலிபோல் இருந்தும் சிட்டுக்குருவியைப்போல் கனமற்று உட்கார்ந்திருந்தான். புலியை வெட்டுப்பள்ளத்தில் விழவைத்த காடைக்குஞ்சு எது என்று தெரிந்துகொள்ள விரும்பினான் மூக்கன்.

“என்னடா... மூச்சையே காணும்...?”

“என்ன சொல்லணும்... இதுக்குத்தான் எங்கூட கௌம்பி வந்தியா?”

“சும்மா சொல்லுடா... யாரந்த புள்ள...?

அழகர் அமைதியாக இருந்தான்.

“ஏன்... எங்கிட்ட சொல்லக்கூடாதுன்னு நெனைக்கிறியா?” என்று கேட்டான் மூக்கன்.

“அப்படியெல்லாம் இல்ல...” என்ற அழகர், மெல்ல ஒரு பறவையின் பெயரைச் சொல்வதுபோல் அவள் பெயரைச் சொன்னான்.

“சகுந்தலான்னு பேரு... பக்கத்தூருதான்...”

அழகரின் இரவுக்குறி, பக்கத்தூர் ஒட்டத்தெருவில் சென்று முடிவதாக உடும்பன் சொன்னதைக் கேட்ட பிறகு, அந்தப் பெண் குறித்த தகவல்களை மூக்கன் சேகரிக்கத் தொடங்கிவிட்டான். உடும்பனைத் துணைக்கழைத்துக்கொண்டு இரண்டு ஊருக்கும் நடுவில் இருக்கும் குளத்தில் குளிக்கச் செல்வதுபோல் சென்று அவளைப் பார்த்து வந்தான். ஆள் நன்கு எடுப்பாக, மஞ்சள் நிறத்தில் இருந்தாள் சகுந்தலா. குளத்தை ஒட்டினாற்போல், பத்துப் பதினைந்து குடியிருப்புகள் மட்டுமே

இருந்த அந்தத் தெருவைச் சேர்ந்தவர்களுக்கு விவசாயமும் ஆடு வளர்ப்பும் தொழிலாக இருந்தன. மூக்கனின் வீட்டுக்கும் அந்தத் தெருவுக்குமான இடைவெளியில் பெரிய பெரிய செவ்வேல மரங்கள் நான்கும், நிறைய ஆவாரம் புதர்களும், பால் கள்ளிகளாலான வேலிகள் கொண்டதாகவும் இருந்த புஞ்சைக்காடுகள், பெரும்பாலும் அவர்களுடையதாகவே இருந்தன. தன் தெருவை ஒட்டிய நிலங்களாக அவை இருந்ததால், அங்கு வைத்துதான் சகுந்தலாவை அழகர் பார்த்திருக்க வேண்டும். அந்த நிலங்களில் அதிகமும் வரகு விளைந்து கொண்டிருந்ததால், அறுவடைக்கு வந்தவளின் கண்ணில் அழகர் பட்டிருக்க வேண்டும். அழகர் சிலபோது ஆடு மேய்க்கப் போவதுண்டு, அப்போதுதான் அவர்களுக்குள் பழக்கம் ஏற்பட்டிருக்க வேண்டும் என்று சொன்னான் உடும்பன். எது எப்படியோ... ஒரு மோட்டாங்காட்டுக் கோழிக்கும், ஒரு பள்ளக்காட்டுச் சேவலுக்கும் தொடுப்பு ஏற்பட்டுவிட்டது.

மூக்கன், இப்படித் துருவித் துருவிக் கேட்டவுடன் அழகரின் நெஞ்சுக் குழியில் ஒரு கல் புரள்வதுபோல் இருந்தது. ஏதேனும் தப்பாக நடந்துவிட்டதோ என்று பயந்தான். விசயம் எதுவும் நடக்காமல் மூக்கன் தன்னுடன் துணையாக வரமாட்டான் என்பது அழகருக்கு உறைத்தது. அழகர், சட்டென சைக்கிளை விட்டு இறங்கிவிட்டான். சைக்கிளைப் பாதையில் நிறுத்திவிட்டு மூக்கனும் இறங்கிக்கொண்டான்.

ஒரு கொக்கின் இறகைப்போல் கிழக்குத் திசையில் மிதந்து கொண்டிருந்தது பிறைநிலவு. இன்னும் சிலமணி நேரத்தில் பளபளவென்று விடிந்துவிடும். விடிகாலைப் பொழுதுக்கு முன்பான கோடைக் கால காற்று நன்றாகவே குளிர்ந்திருந்தது. அப்படியிருந்தும் அழகரின் சட்டை ஈரமாவதை மூக்கன் தொட்டுணர்ந்தான். மூக்கன் நேரடியாக விசயத்துக்கு வந்தான்.

“அழகரு... மேட்டுத்தெரு புள்ளதான...?”

அழகர் பேசவில்லை. தலையை மட்டும் ‘ஆமாம்’ என்பதுபோல் அசைத்தான். இறங்கி அருகருகே நின்றுகொண்டிருப்பதால் மூக்கனுக்கு, அழகரின் தலையசைப்பு தெளிவாகத் தெரிந்தது.

அழகரிடமிருந்து அவன் இயல்பு முற்றிலும் அழிந்திருந்தது. தன் உள்ளங்கைகளை சூடு பறக்கத் தேய்த்து முகத்தில் ஒத்திக்கொண்டான். அண்ணனுக்கு எப்படித் தெரிந்தது என்று யோசித்தவனுக்கு உடம்பு பயத்தில் குளிர்ந்து உறையத் தொடங்கியிருந்தது. நெருப்பில் மாட்டிக்கொண்ட பாம்பைப்போல் அவன் உடம்பு சுருங்கிவிட்டது. இவ்வளவு நேரம், தன்னைவிட பருத்து, உயர்ந்து ஒரு காளையைப்போல் தெரிந்த அழகரை, இடி மழைக்கு அஞ்சி ஒடுங்கிப்போன செம்மறிக் குட்டியைப்போல் கண்டான் மூக்கன்.

தனக்குத் தெரிந்துபோனதை நினைத்து அவன் பயந்து போயிருக்கிறான் என்பதை மூக்கன் உணர்ந்தான். அழகரின் பயத்தைத் தெளிவிக்கும் பொருட்டு, ஒரு பாடலை விசிலடித்தான். பிறகு, கிண்டலாகக் கேட்டான்.

“டேய்... ஊமக்கோட்டான்மாரி இருந்துகிட்டு என்னா வேல பாத்துருக்க நீ...ம்... ஆமா... கதை எம்மாம் நாளா ஓடுது...?”

அழகர் இயல்பு நிலைக்குத் திரும்பியிருந்தான். அண்ணன் தானே, அவனுக்குத் தெரிந்தால் என்னவாகி விடப்போகிறது என்ற எண்ணம் வந்ததும் அவனுடைய பதற்றம் குறையத் தொடங்கியது. மூக்கனின் கிண்டலுக்கு, அப்பாவியைப்போல் முகத்தை வைத்துக்கொண்டு தன் காதலின் மொத்தக் கதையையும் சொல்லத் தொடங்கினான். சைக்கிளை உசுப்பி, ஓட்டிக்கொண்டே அந்தக் கதையைக் கேட்ட மூக்கன் பிரமித்துப் போனான். தன்னை விட வயதில் இளையவனுக்கு இருக்கும் தைரியத்தில் பாதி கூட இந்த விசயத்தில் தன்னிடம் இல்லையே என்ற துன்பமான உணர்வு ஏற்பட்டது. அவனையும் அறியாமல், பூவாத்தாளின் முகம் கண்முன் நிழலாடியது. அவளை நாம் ஒரு பொருட்டாகவே எடுத்துக்கொள்ளவில்லையே என்பது உறுத்தலாக இருந்தது. ஒரு காட்டுக்கொடியைப்போல் தன்னைப் பின்னிப் படர நினைக்கும் அவளது பார்வையை உதாசீனப்படுத்தி நகர்ந்த காட்சிகள் மூக்கனின் மனக்கண்ணில் ஓடத் தொடங்கின. ஒருவேளை நமக்கு ‘அந்த விசயத்தில்’ ஆர்வம் இல்லையோ, இல்லை... உடம்பில் ஏதேனும் குறையோ

என்று நினைத்துப் பார்த்து அஞ்சினான். பெண் சேர்க்கை இல்லாமல் நான் மட்டும் எப்படி இத்தனை ஆண்டுகளாய் இருக்கிறேன். அதைக் குறித்து இதுவரை நான் யோசித்ததே இல்லையே. உடும்பன், மலையன், முத்து எல்லோரும் பெண் சேர்க்கையில் இருக்கும்போது தனக்கு மட்டும் ஏன் அதன் மேல் ஆர்வம் ஏற்படவில்லை என்று நினைத்துப் பார்த்ததும், முதலில் ஒரு நாட்டு வைத்தியனைப் பார்த்து தன்னை சோதித்துக்கொள்ள வேண்டும் என்று நினைத்தான். பூவாத்தாளின் கட்டுடம்பை முன்னே விட்டு பின்னே பார்த்த ஞாபகத்தைத் தன் மனதிலிருந்து தோண்டியெடுத்தான். அந்த தருணங்களில் அவன் குருதி வெப்பமடைந்ததுண்டா, குறி விரைப்படைந்ததுண்டா என்று நினைவுபடுத்த முயன்றபோது, அந்த இருளிலும் அவனை வெட்கம் பிடுங்குவதுபோல் இருந்தது.

"அடேங்கப்பா... சூரன்னு பேரெடுத்த எனக்கு ஒரு மண்ணாங்கட்டியும் தெரில... ஆளு மசமசன்னு இருந்துகிட்டு எம்மாம் வேலை பாத்துருக்க... ஏய்... நீதாண்டா நெசத்துல சூரன்..."

"அண்ணே... சும்மா கெடணே..."

"டேய்... மொதல்ல அப்பன்கிட்ட சொல்லி பூவாத்தாள கட்டுறேன். உட்டா... எனக்கு முன்னாடி கல்யாணம் பன்னி, புள்ளக்குட்டி பெத்துடுவ போலிருக்கு..."

"மொதல்ல அதைச் செய்யி... இப்படியே புலிமாரி சுத்துக்கினு இருக்கலாம்னு பாத்தியா... இரு இரு நானே அம்மாகிட்ட சொல்றேன். இந்த வைகாசில ஒனக்கு கால்கட்டுப் போட வைக்கிறேனா இல்லையான்னு பாரு..."

"டேய்... ஒத விழும்..."

பேச்சுவாக்கில் நேரம் போனதே தெரியவில்லை. கிழக்கில் இருந்த நட்சத்திரங்கள் குறைந்துகொண்டேயிருந்தன. சூரியன் எழுவதற்கான வழியை விட்டு அவைகள் நகர்ந்து போய்க்கொண்டிருந்தன. ஊருக்குள் சேவல்கள் விட்டு விட்டுக் கூவிக்கொண்டிருந்தன. அரிமுத்தாங் குளக்கரையில்

வரிசையாக இருந்த ஆறு புளிய மரங்களும், மூன்றாவது புளிய மரத்துக்கு நேராக சாலையோரத்தில் இருந்த சுமைதாங்கிக் கல்லும், ஆட்கள் நிற்பதைப்போல் ஒரு தோற்றத்தைத் தந்துகொண்டு நின்றிருந்தன. நெருங்க நெருங்க, உண்மையில் சில உருவங்கள் இருப்பதுபோல்தான் உணர்ந்தான் மூக்கன். எசனேரி கலுங்கைத் தாண்டும்போது, அந்தப் புளிய மரங்களில் தங்கியிருந்த ஆந்தைகள் குழுவாக ஒரே நேரத்தில் குரலெழுப்பியதும் அவனுக்குத் தூக்கிவாரிப் போட்டது. மனதில் வேறு விசயங்கள் இருந்ததாலும், கவனம் அதில் குவிந்திருந்ததாலும், சட்டென ஒலித்த ஆந்தையின் குரல்கள் கொஞ்சம் நடுக்கத்தைக் கொடுத்துவிட்டன. மூக்கனும் சரி, அழகரும் சரி, இதற்கெல்லாம் அஞ்சக்கூடியவர்களல்ல. இந்தக் காடும், இந்தக் காட்டுப்பாதையும் இன்றைக்கு நேற்று பழக்கப்பட்டதில்லை. சிறுவயது முதலே தொடர்புள்ளவை.

இப்போது கொஞ்சம் கிட்டத்தில் தெரிந்த புளிய மரங்களின் அடிப்பகுதியில் சில உருவங்கள் தென்படுவதுபோல் உணர்ந்தான் மூக்கன். பின்னால் உட்கார்ந்திருந்த அழகர் எதுவும் பேசாமல் இருந்ததால், அந்த மரங்களை உற்று நோக்கினான். சுமைதாங்கி கல்லில் இருந்து கூட ஏதோவோர் உருவம் கீழே குதித்து மரத்தின் அருகே மறைவது போலவும் அவனால் உணர முடிந்தது.

மனம், ‘மூக்கா, சுதாரித்துக் கொள்’ என்று அவனுக்குக் கட்டளையிட்டது. சைக்கிளை மெதுவாக நிறுத்தினான். அழகரும் இறங்கிக்கொண்டான். மூக்கன் சிறுநீர் கழிப்பதற்காக நிறுத்துகிறான் என்று நினைத்த அழகருக்கு, அவன் நடந்துகொண்ட விதம் வியப்பை அளித்தது. “என்னாச்சுண்ண...” என்று கேட்ட அழகரின் வாயை, தன் வலது கையால் மூடி, “உஸ்... ஒண்ணும் பேசாதடா...” என்று தடுத்தான். அழகர், சுற்றும் முற்றும் பார்த்துவிட்டு, மறுபடியும் மெதுவாக “என்னாச்சுண்ணே...” என்றான். சற்று தூரத்தில் தெரிந்த புளிய மரங்களையும், சுமைதாங்கிக் கல்லையும் அவனிடம் காட்டி, “அங்க... ஆளுங்க இருக்குறமாரியே இருக்குடா...

மரத்துக்குப் பின்னாடி பதுங்குற மாரி இருந்துச்சு” என்றான். அழகர் பார்த்தான். அப்படியொன்றும் அவன் கண்ணுக்குப் புலப்படவில்லை. “பன்னிங்களா இருக்கும்ண…” என்றான். “இல்லடா… சொமதாங்கி கல்லுலேர்ந்து குதிக்கிறமாரி கூட இருந்துச்சி…” என்றான். அழகர் மீண்டும் கூர்ந்து நோக்கினான். அவன் கண்களுக்கு ஒன்றும் தென்படவில்லை. மூக்கனின் கண்களுக்கும் கூட இப்போது அப்படியெதுவும் தென்படவில்லை.

சட்டைக் கை மடிப்பில் வைத்திருந்த தீப்பெட்டியின் உரசும் அட்டையையும், ஒரு தீக்குச்சியையும் எடுத்து, டவுசர் பாக்கெட்டிலிருந்து எடுத்த பீடியைக் கொளுத்தினான் மூக்கன். சட்டென ஒளிர்ந்த தீக்குச்சியின் வெளிச்சத்தில் அந்தக் காட்டுப்பாதையில் உட்கார்ந்திருந்த ஆலா பறவைகள் எழுந்து பறந்தன. கருநிறப் புகைக் காற்றில் கலந்து பரவியபோது, மீண்டும் அந்தப் புளிய மரங்களையும், சுமைத்தாங்கிக் கல்லையும் கண்களைச் சுருக்கி, உற்றுப் பார்த்தான். ஒன்றும் தென்படவில்லை. ஒருவேளை பன்றிகள்தானோ! ஊரிலிருந்து இவ்வளவு தூரத்திற்கு பன்றிகள் வந்திருக்குமா! குளத்திலிருக்கும் கோரைக் கிழங்குகளைத் தோண்டித் தின்பதற்காக வந்திருக்குமோ! மூக்கன் பலவாறு யோசித்தான். அழகர், அவன் தோளைத் தொட்டு “போலாமா…” என்றபோதுதான் சிந்தனையிலிருந்து வெளியே வந்தான்.

“போலாம்…”

சைக்கிள் டயர் தரையில் உராயும் ஒலி, சில்வண்டுகளின் சத்தம், ஆந்தைகளின் அலறல், ஆலா பறவைகளின் சிறகடிப்பு எல்லாவற்றையும் தனித்தனி ஒலியாகப் பிரித்து ஒவ்வொன்றையும் கண்காணித்துக்கொண்டே வந்தான் மூக்கன். வேறேதேனும் புதிய ஒலி கேட்கிறதா என அவன் காதுகள் கூர்மையாகக் கேட்டுக்கொண்டே வந்தன. வேலியில், நிலத்தில், மரங்களில், கற்களில் என எந்த இடத்திலிருந்து, எந்தப் பொருளிலிருந்து புதிய ஒலி கேட்டாலும் அவன் காதுகள் விடைத்து நிமிர்ந்தன.

அந்தப் புளிய மரங்களைக் கடந்தபோது, சைக்கிள் டயரில்

ஏதோவொன்று, கல் போல மோதிவிட்டுப் போனதைப்போல் இருந்தது. மூக்கன், அழகரைத் தொட்டு அதை உணர வைத்தான். அழகருக்கும் அதை உணர முடிந்தது.

ஏதோவொரு ஊருக்குப் போயிருந்த ராயன், அவர்கள் வந்து சேர்ந்தபோது கடையைத் திறந்து விளக்கை ஏற்றி வைத்திருந்தான். அன்று, ராயனுக்கு பதில் மூக்கன் மாட்டை அடித்தான். அழகர் சொன்னபடி, அந்த பாஸஞ்சர் ரயில் போகும் நேரத்தில்....

5

கூட்டாளிகள் வேட்டைக்குக் கூப்பிட்ட போதும் மூக்கன், இன்று எங்கும் போவதில்லை, வீட்டிலேயே இருப்பது என்று முடிவெடுத்தான். தனக்கு வயிறு சரியில்லை என்று அவன் சொன்னபோது அவர்களுக்கு ஆச்சரியமாக இருந்தது. காட்டில் கிடக்கும் எதைத் தின்றாலும் நொறுக்கி மாவுபோல் ஆக்கிவிடும் குடல்களைக் கொண்டவன் இவ்வாறு சொல்கிறானே என்று அவர்களுக்குச் சந்தேகமாக இருந்தது. அவனவன் கறியைத் தின்னவே திணறும்போது எலும்பையும் சேர்த்துக் கடித்து நொறுக்கித் தின்னக் கூடியவன் வயிறு சரியில்லை என்று சொன்னால் யார்தான் நம்புவார்கள்! உடும்பன், குதர்க்கமாகப் பார்த்தான். மலையன், 'பங்காளி ஏதோ திட்டம் போடுறாம்ல' என்பதுபோல் குறுகுறுவென்று பார்த்தான். முத்துக்கு, சந்தேகமே இல்லை, மூக்கன் பொய்தான் சொல்கிறான் என்று

வெளிச்சமாகத் தெரிந்தது. 'ஏய்... நீங்க என்ன வேணா நெனச்சிக்கோங்கடா, அதைப் பத்திக் கவலையில்ல, இன்னைக்கு என் ஆம்பளத்தனத்துக்கு சோதனை வைக்காம விடமாட்டேன்' என்பதுபோல் நடிப்பில் வெளுத்து வாங்கினான் மூக்கன். அவர்கள் கவனிக்கும்படி, 'ஐயோ, அம்மா' என்று வயிற்றைப் பிடித்துக்கொண்டு வலி பொறுக்க முடியாமல் தவிப்பவனைப்போல் நடித்தான். 'சரி, பங்காளிக்கு இன்னைக்கு என்னமோ ஆகிப்போச்சி, அவென லூசுல விட்டுத்தள்ளு, எதுவா இருந்தாலும், வெளிச்சத்துக்கு வந்துதானே ஆகணும்' என்று அவர்கள் முடிவெடுத்துக் கிளம்பும்போது, உடும்பன், மூக்கனின் காதோரம் குனிந்து, "நாங்க போறோம், திரும்பி வரும்போது, நீ கன்னி கழிஞ்சிருக்கணும்... ஆமா..." என்று குசுகுசுவென்று சொல்லிவிட்டு நிமிர்ந்தான். மூக்கன், அவனைத் தாவி அடிப்பவனைப்போல் பாவித்து,

"அடப்பாவி... எப்படிடா மோப்பம் புடிச்ச" என்றான்.

"டேய்... ஓம் புளிப்பு எனக்குத் தெரியாதுன்னு நெனச்சிட்டியா?" என்றான் உடும்பன். அதற்குள், மற்றவர்கள் உடும்பனை சூழ்ந்துகொண்டு "என்னடா விசயம், அவென் சூது தெரிஞ்சிபோச்சா, கண்டுபுடிச்சிட்டியா" என்று நெருக்கடி கொடுத்தார்கள். உடும்பன், அவர்களின் காதுகளில் விசயத்தைச் சொன்னபோது, அவர்கள் அனைவரும், மூக்கன் மீது பாய்ந்து விழுந்து, முகத்திலும், முதுகிலும், தொடையிலும் குத்தியும் அடித்தும் தங்கள் உற்சாகத்தை வெளிப்படுத்தினார்கள். "இப்பவாச்சும்... தம்பிக்கு ஒரு தம்பி இருக்கான்னு தோணுச்சே..." என்று கிண்டலடித்தார்கள். மூக்கன் அவர்களை விரட்டியடித்தான். மூக்கன் வராததால், உடும்பனும் மலையனும் முத்தும் அழகரை வேட்டைக்குத் தள்ளிக்கொண்டு போய்விட்டார்கள். ராமன், நேற்று இரவு கதைசொல்லப் போனவர், இன்னும் வரவில்லை. இன்று சாயந்திரம்தான் வருவார் என்று அம்மா சொல்லியிருந்தாள். ஆட்டுக்குட்டிகளை ஓட்டிக்கொண்டு அஞ்சலம் போய்விட, மூக்கன் தனியாய் கட்டிலில் புரண்டுகொண்டிருந்தான். முற்பகல்

வெயில் வாசல் வரை வந்து, அவன் படுத்திருந்த கட்டிலிலும் தொட்டுக்கொண்டு நின்றது.

நேரம் போகப்போக, அவனுக்கு பூவாத்தாளை நெருக்கத்தில் உணர வேண்டும்போல் இருந்தது. எப்படியும் ஒருநாளைக்கு இரண்டு முறையாவது வீட்டுக்கு வந்து அம்மாவுடன் அவள் பேசிக்கொண்டிருந்துவிட்டுப் போகிறாள் என்பதை அவன் அறிவான். கட்டிலில் குப்புறப்படுத்துக்கொண்டு, கவனத்தைத் தெருவில் வைத்திருந்தான். பத்து வீடுகள் தள்ளி, தெற்கு வளைவில் இருந்த, மாமரத்து வீட்டிலிருந்து அவள் கால்கள் எப்போது வெளியேறி தன் தெருவில் வரும் என்று உன்னிப்பாகப் பார்த்துக் கொண்டிருந்தான். அந்தத் தெருவில் நாய்கள் ஓடிக்கொண்டிருந்தன, குழந்தைகள் விளையாடிக் கொண்டிருந்தனர், வயசான ஆட்கள் நிழல் தேடியோ, பேச்சுத்துணைக்கு ஆள் தேடியோ நடந்து கொண்டிருந்தார்கள், சில குமரிகள் கூட வக்கனைப் பேசுவதற்கு வீடு மாறி வீடு போய் உட்கார்ந்து கதையடித்துக் கொண்டிருந்தார்கள், அவளை மட்டும் காணவில்லை.

வெயில், கட்டிலின் பாதிவரை நுழைந்து அவனை வெறுப்பேற்றிக் கொண்டிருந்தது. கட்டிலைக் கொஞ்சம் உள்ளே இழுத்துப் போட்டால், தெருவை சரியாகப் பார்க்கமுடியவில்லை. வேறு வழியின்றி கட்டிலின் தலைமாட்டு பக்கத்தை இருந்த மாதிரியே வைத்துவிட்டு, கொஞ்சம் பின்னால் நகர்ந்து உட்கார்ந்துகொண்டு தெருவையே வெறித்துக்கொண்டிருந்தான். ஆட்டுப் புழுக்கைகளின் நாற்றம் மூக்கைத் துளைத்துக்கொண்டிருந்தது. அவள் மட்டும் இப்போது வந்துவிட்டால், இந்த நாற்றத்தை இங்கிருந்து போக்கிவிடலாம் என்று அவன் மனம் கணக்குப் போட்டுப் பார்த்தது. அவள் உடம்பில் எந்த மாதிரியான மணமடிக்கும் என்று நினைத்துப் பார்த்தான். சட்டென ஞாபகத்துக்கு எந்த மணமும் வரவில்லை. அவன் இருக்கும்போது பூவாத்தாள் வந்துபோனாள் எனில் அவளை முன்னே விட்டு, பின்னே பார்த்த ஞாபகம் மட்டுமே வந்தது. அவள் தன்னைக் கடக்கும்போது, அவள் மணத்தை அறியாமல் தவறவிட்டிருக்கிறோம் என்பதை நினைத்ததும், 'சே... நாம்பலாம்

ஒரு ஆம்பள' என்று தனக்குள் சொல்லிக்கொண்டான்.

வெயில்தான் ஏறிக்கொண்டிருந்ததே தவிர பூவாத்தாளைக் காணவில்லை. அவளிருக்கும் தெருவில் போய்ப் பார்த்துவிட்டு வரலாமா என்று நினைத்தான். அவன் அப்படி ஒருநாளும் போனதில்லை. ஊரைப் பொருத்தவரை, மூக்கன் ஒரு முன்கோபக்காரன், யாருக்கு ஆபத்தென்றாலும் முன் நிற்பவன், வேட்டைக்காரன், மனதில் விகாரமில்லாதவன்.

மாறாக, பெண்டுகளின் பின்னே செல்பவன், அலைபவன், வம்பிழுப்பவன் என்று இதுவரை ஒருவரும் சொன்னதில்லை. அவனும் அதில் ஈடுபட்டதில்லை. 'ஆம்பள சகவாசம் மட்டுமே இருக்கு, பொம்பள வாசத்த ஒம்புள்ளைக்குக் காட்ட மாட்டியா' என்று அஞ்சலத்தைக் கூட ஊரில் உள்ள மற்ற பெண்கள் கேட்பதுண்டு. அப்போதெல்லாம் அவள், 'இதோ, வர்ற வைகாசில கல்யாணம் வச்சிடுறேன்' என்பாள். ஒவ்வோராண்டும் வைகாசி போனதே தவிர, மூக்கன் கல்யாணத்துக்கு ஒத்துக்கொண்டதில்லை.

பெண்ணின் மணமென்றால், அவனுக்கு அவன் அம்மாவின் மணம் மட்டுமே தெரியும். கம்பு, கேழ்வரகுக் கூழின் புளித்த மணம், விளக்கெண்ணெய் வைத்த கூந்தலின் சிக்கு மணம், வெற்றிலை புகையிலை மணம், கரிப்புகை மணம், வேர்வையில் ஊறிய அவளது பழைய சேலையின் மணம்.

இப்போதுதான் ஒரு குமருவின் மணம் எப்படியிருக்குமென்று ஆவல் பிறந்திருக்கிறது. அந்த ஆவல் அவனைக் கிளர்த்திக்கொண்டேயிருந்தது. விடலையும் இல்லாமல், காளையும் இல்லாமல் பக்குவமான வயதில் இருக்கும் ஓர் ஆணின் காமம் வெகுண்டெழுந்தால் எப்படியிருக்கும் என்பதற்கு சாட்சியாக அவன் கட்டிலில் உருண்டுகொண்டிருந்தான். தன் குடிசையின் மேல் அமர்ந்துகொண்டு கரையும் காகத்தை அவளிடம் தூதனுப்பலாமா என்று நினைத்தான். பூவாத்தாளை அந்தக் காகம் நன்கறியும். அதை அனுப்பி வைக்கலாம் என்று யோசித்தான். அவனுடைய வெகுளித்தனம் எல்லை மீறியதாகிக் கொண்டிருந்தது.

நெஞ்சுக்கூட்டில் தாகமெடுத்தது. உண்மையில் அது நீர் வேட்கையில் எழும் தாகமா? இல்லை... பூவாத்தாளின் மேல் எழுந்த மோகத்தினால் உண்டானதா? மூக்கனால் அந்த தாகத்தைக் கட்டுப்படுத்த முடியவில்லை. கொட்டகையை விட்டு வெளியே வந்து நின்று, நீண்டிருந்த தெருவையும், அதில் இறங்கியிருந்த வெயிலையும், இடையிடையே நுழைந்திருந்த மர நிழல்களையும் சுரத்தில்லாமல் கவனித்தான். பனையோலை கொண்டு செய்த வாசல் கதவை எடுத்து சுவரோரமாக வைத்துவிட்டு, உள்ளே நுழைந்து, உரியில் இருந்த பானையை இறக்கி, புளித்துக் குளிர்ந்து போயிருந்த நீராகாரத்தை ஒரு பாத்திரத்தில் ஊற்றி உப்புக்கல்லைப் போட்டபோது, அவனுடைய மூக்கில் ஓர் அருமையான, சுவைமிக்க மணம் நுழைந்து அவனைக் கிளர்த்தியது. கடகடவெனத் தொண்டைக்குள் இறக்கினான். உயிரே குளிர்ந்தது போல் இருந்தது. உடம்பிலிருந்த காமம் எங்கே ஓடிட்டென்றே தெரியவில்லை. நீராகாரத்தின் மணம் குடிலுக்குள் பரவி கூரைக்கு வெளியே ஒரு புகையைப்போல் பறந்து போய்விடுவதைப்போல் அடர்த்தியாக இருந்தது. கஞ்சிப் பானையை உரியேற்றிவிட்டு, வாயில் நுரைத்திருந்த நீராகாரத்தின் கடைசிப் பருக்கையை விழுங்கியபோது, வாசலில் நிழலாடுவதைக் கண்டான். கால் தடத்தை வைத்தே எந்த விலங்கென்று சொல்லிவிடக் கூடியவனுக்கு, நிழலை வைத்து யாரென்று சொல்ல முடியாதா என்ன! நிழலுக்குரிய உடம்பு எந்த வயதுக்குரியது என்றுகூட அவன் சொல்லிவிடுவான். கால் தடத்தின் அழுத்தத்தைக் கொண்டு விலங்கின் எடையைக் கணித்துச் சொல்லக்கூடியவனான மூக்கன், அந்த நிழலின் உடம்பு பூவாத்தாளுடையது என்றறிந்தான். சத்தம் காட்டாமல் உள்ளேயே நின்றிருந்தான். பூவாத்தாள் மெல்ல குரல் கொடுத்தாள்.

“வஞ்சினாரத்து அத்தே...”

மூக்கன் கப்சிப் என்று மூச்சுவிடாமல் நின்றிருந்தான். குனிந்து பார்த்தால்தான் உள்ளே யார் இருக்கிறதென்று

தெரியும் அளவுக்குத் தாழ்வான வாசல் கொண்ட வீடுகளே எல்லோருடையதாகவும் இருந்தன. பூவாத்தாள் மெல்ல குனிந்து உள்ளே பார்த்தாள். மூக்கன் உள்ளேயிருந்த பத்தாய சந்துக்குள் மறைந்து கொண்டான். உள்ளே ஆள் இருப்பதாக அறிகுறியில்லை. ஆளில்லாத வீட்டுக்குள் நுழையக்கூடாது என்பது ஒரு பண்பு. அஞ்சலம் இருந்திருந்தால், இந்நேரம் பதில் கொடுத்திருப்பாள். ஒரு குரலும் கேட்கவில்லை. அத்தை, கதவைத் திறந்து போட்டுவிட்டு எங்கே போயிருக்கும் என்று நினைத்தவள், கொட்டகையைப் போய் பார்த்து வரலாம் என்று அங்கே போனாள். அங்கும் ஒரு ஜீவனும் இல்லை. மூக்கன் வேட்டைக்குப் போயிருப்பான், அழகர் வேலைக்குப் போயிருப்பான் என்று நினைத்தவள், ஒருவேளை பின்னாலிருக்கும் தரிசில் ஆடுகளை விட அஞ்சலம் போயிருக்கலாம் என்று நினைத்து படலை எடுத்து வாசலை சாத்துவதற்கு வந்தாள்.

அப்போது மூக்கன், மெல்லச் செருமிக்கொடுத்தான். பூவாத்தாளுக்கு பக்கென்றாகிவிட்டது. ஆம்பளைக் குரல். ஒருவேளை கதைசொல்லப் போயிருந்த மாமன் திரும்பி வந்துவிட்டாரோ என்று குனிந்து உள்ளே உற்றுப் பார்த்தாள். வெளியே வெயிலில் நின்றுவிட்டு உள்ளே பார்த்ததும், உள்ளே இருக்கும் எல்லாமே கருப்பாகவே தெரிந்தது. கண்களை அழுந்த மூடி சற்று நேரம் இருளைப் பழக்கியவள், மீண்டும் குடிலுக்கு உள்ளே பார்த்தாள். பத்தாயத்தை உரசியபடி மூக்கன் நின்றிருந்தான்.

அவனைக் கண்ட அடுத்த கணம், துப்பாக்கி ரவை பட்ட பறவை போல தடதடவென அடித்துக்கொண்டது அவளுடைய இதயம். உடம்பில், எங்கிருந்ததோ அவ்வளவு வியர்வை! குடம் குடமாக ஊற்றத் தொடங்கிவிட்டது. டக்கென்று எழுந்து நின்றுகொண்டாள். ஈரமே இல்லாமல் மூர்க்கமான வெப்பத்தோடு இருந்தது காற்றுவெளி. சுவரோரத்திலிருந்து எடுத்த படலை, அங்கேயே வைத்துவிட்டு, அதனோரமாகவே சற்று நேரம் நின்றிருந்தாள். மூக்கனும் அமைதியாக பத்தாயத்தை

ஒட்டியே நின்றிருந்தான். பூவாத்தா, மெல்ல தன் கால்களை வீதியில் எடுத்து வைத்தபோது, அவள் நிழல் நகர்வதை வைத்து, மீண்டும் மூக்கன் செருமிக்கொடுத்தான். அந்தச் செருமலைக் கேட்டதும், அவள் கால்கள், யாரோ போகாதே என்று உத்தரவு போட்டதைப்போல், மேற்கொண்டு நகராமல் நின்று கொண்டன.

மூக்கன் இன்னொருதரம் செருமிக் கொடுத்தான். பூவாத்தாள், ஊரில் இறங்கியிருந்த வெயிலையும், தெருவின் நடமாட்டத்தையும் கண்காணித்து சாதகமான சூழல் இருப்பதை உறுதிசெய்துகொண்டு வாசல் நோக்கிக் குனிந்தாள். மூக்கன், மண்டியிட்டு உட்கார்ந்து, அவள் மொத்தச் சருகலத்தையும் வைத்த கண் வாங்காமல் பார்த்தான். உள்நோக்கிப் பள்ளமாக இருக்கும் வாசல் இறக்கத்தில் அமர்ந்து, சுவரோரமாக இருந்த படலை ஒரு கையால் இழுத்து, தன்னை உள்ளே இருத்தி, வாசலை முழுமையாகச் சாத்தினாள் பூவாத்தாள். மூக்கனின் பெருமூச்சு ஒரு காட்டுக்கொடியைப்போல் நீண்டு அவளைப் பிடித்துக் கட்டி அருகே இழுத்தது.

பூவாத்தாளின் மணம் இறங்கிய தனது உடம்பை இன்னும் ஒரு மாசத்துக்காவது கழுவாமல், அப்படியே வைத்திருந்து மோந்து மோந்து கிறங்க வேண்டும் என்று மூக்கன் நினைத்துக் கொண்டிருந்த அன்றைய இரவில், நடுச்சாமத்தில், ஊரெல்லையில் அவனது குடலை உருவ வேண்டும் என்ற வஞ்சினத்தோடு, மாட்டுக்கொம்பைக் குத்தி வைத்து, அதன் மீது குருதியை ஊற்றி, கொக்கரித்தான் சின்ன மருது.

6

ஒரு வலுவான பச்சை மூங்கிலில் கட்டித் தூக்கிக்கொண்டு வரப்பட்ட, மாட்டின் இரண்டு கால்களின் தொடைப்பகுதியும், மிகப்பெரிய நிலப்பரப்பில் வளர்ந்திருந்த தைலமரக் காட்டின் வடக்கு மூலையிலிருந்த ஒரு பூவரசு மரத்தில் கட்டித் தொங்கவிடப்பட்டிருந்தன. நல்ல இளந்தாரியான மாட்டைக் கொன்று, அதன் தலையை உடைத்து, கொம்புகளை நீக்கி, மூக்கனின் ஊரெல்லையில் குத்தி வைத்துவிட்டு வந்த சின்னமருது, மற்ற பாகத்தை ஓடையில் போட்டுத் தோலுரித்து, நான்கு பேருக்குத் தேவையான தொடைக்கறியை எடுத்துக்கொண்டு, மீதியைக் கூட்டு சேர்ந்திருந்தவர்களுக்கு அறுத்து பங்கு போட்டுக்கொள்ளச் சொல்லிவிட்டிருந்தான்.

தைல மரங்களும் சவுக்கு மரங்களும் பெருத்து வளர்ந்திருந்த, இருபது ஏக்கருக்கும் மேலான அந்தக் காட்டில், காவலுக்கு

இருந்த அவர்கள், தீயில் வேகவைத்த கறியைத் தின்றுகொண்டும் குடித்துக்கொண்டும் இருந்தனர். எலும்புகளும் சதைகளும் தாராளமாகக் கிடைக்கப்பெற்ற அவர்களுடைய நாய்கள், சண்டை எதுவும் போட்டுக்கொள்ளாமல், சாவகாசமாகத் தங்கள் உணவுத் தேவையைத் தீர்த்துக்கொண்டிருந்தன. சாராயமும் கறியும் உள்ளே போகப்போக அவர்களின் கண்கள் மிளகாய்ப் பழங்களைப்போல் சிவக்கத் தொடங்கின.

கால்களைப் பரப்பி உட்கார்ந்திருந்த மருது, தன் கையிலிருந்த சாராயப் போத்தலைக் கிழக்கு நோக்கி உயர்த்திக் காட்டி, ஊய்...ஊய்ய்... என்று விசிலடிப்பதுபோல் கத்தினான். பிறகு, “இந்நேரம் அவனுங்க பாத்துருப்பானுங்கல்ல?” என்று கெக்கலிப்போடு கேட்டான்.

ஒரு திடகாத்திரமான காட்டுப்பன்றியை நிமிர்த்தி நிற்க வைத்தால் எப்படியிருக்குமோ அப்படியிருந்தவன் சொன்னதைக் கேட்ட மற்றவர்கள், தங்கள் வலது கையில் இருந்த கறியை வாயில் போட்டு அதக்கிக்கொண்டே, அவன் கேட்டதற்குப் பதில் கூறும் முகமாக, தம் கையிலிருந்த சாராயப் போத்தல்களை அவனுக்கு நேராக உயர்த்திக் காட்டி ஆமோதித்தார்கள். சாராயமும் கறியும் உடம்பில் ஏற்படுத்திய போதையில் கொஞ்சம் கேலியான சிரிப்போடு, மந்தமான ஒரு குரலில் பதில் சொன்னான் கட்டையன். ஒல்லியாகவும் இறுகிய உடலோடும் இருந்தவன், எருமைக்குப் பேசத் தெரிந்தால் எப்படிப் பேசுமோ அப்படிப் பேசினான்.

“பங்காளி... இந்நேரம் அவனுங்க கோமணம் தானா நனைஞ்சிருக்கும்...”

தன் டவுசரின் கீழ்ப்பகுதியைத் தொடைக்கு ஏற்றிவிட்டுக்கொண்டு திரும்பி உட்கார்ந்து சிறுநீர் கழித்துக்கொண்டே மேலும் சொன்னான்:

“என்ன மாதிரி இப்டி... தெம்பா உக்காந்து, சொகமா புடிச்சிக்கிட்டு ஒண்ணுக்கு போயிருக்க மாட்டானுங்க... ஹே ஹே... தானா ஒய்வி அவனுங்க தொடை நனைஞ்சி போயிருக்கும்...”

அந்த அருவருப்பான சித்திரிப்பைக் கேட்டு அவர்கள் சிரித்தார்கள். பனை மரங்களை விட உயரமாக வளர்ந்திருந்த தைல மரங்களிலிருந்து, கைப்பிடி இல்லாத கத்திகள் வானிலிருந்து கீழே விழுவதைப்போல் இலைகள் உதிர்ந்துகொண்டிருந்தன. எலும்பையும் கறியையும் திகட்டத் திகட்டத் தின்ற திளைப்பில் தைலக்காட்டில் விளையாடிக்கொண்டிருந்த நாய்கள் ஏதோவொரு வித்தியாசமான சத்தத்தைக் கேட்டு, தம் காதுகளை விடைத்தன.

செம்மண் கிராவல் கொட்டப்பட்டு, தைலக்காடு வழியாக அமைக்கப்பட்டிருந்த பாதையில் பெரிய புல்லட் வண்டி வந்து கொண்டிருந்தது. நாய்கள் தைலக்காட்டின் தெற்கு எல்லை நோக்கிப் பாய்ந்து ஓடியதைப் பார்த்துக்கொண்டே வந்த பெரிய கொண்டைக்காரருக்கு அறுபது வயதிருக்கக்கூடும். இந்த நிலப்பகுதிக்குப் பொறுத்தமில்லாத சிவந்த நிறம். நன்கு கொழுத்த உடலமைப்பு. தனது சொந்த கிராமத்திலும், சுற்றியுள்ள கிராமங்களிலும் விளைநிலங்களைக் கையகப்படுத்தத் தொடங்கியிருக்கும் அவர், தனக்குச் சொந்தமான பூர்வீக நிலமான முப்பது ஏக்கர் நிலத்தை ஒட்டிய பெருவாரியான நிலங்களைக் கூடுதல் விலை கொடுத்து வாங்கிக்கொண்டிருக்கிறார். பெரிய ஆலை ஒன்று கட்டுவதற்காக அவர் அந்த நிலங்களை வாங்குவதாக அவரிடம் தங்கள் நிலங்களை விற்றுவிட்டவர்கள் பேசிக்கொண்டார்கள்.

புல்லட்டின் சக்கரங்கள் தைலக்காட்டின் நடுவே சீரான வேகத்தில் வருவதைப் பார்த்துவிட்ட சின்னமருதும் அவன் ஆட்களும், குடித்துக்கொண்டிருந்த சாராயப் போத்தல்களை அப்படியே வைத்துவிட்டு எழுந்து பணிந்தவாறு நின்றார்கள். அவர்களுக்கு அருகே சென்று நின்ற வண்டி தன் உறுமலை நிறுத்தியபோது அவர்களின் தொடை மேல் ஏறியிருந்த லுங்கிகள், தளர்ந்த, குறுகிய அவர்களின் முரட்டு உடம்புகளிலிருந்து அதுவாக அனிச்சையாகக் கீழே இறங்கிக்கொண்டன. அந்தச் செயலை உறுதிப்படுத்திய பிறகே அவருடைய குரல் வெளியே வந்தது.

தைலைக்காட்டில் எங்கேயோ ஓடிப்பிடித்து விளையாடிக் கொண்டிருந்த நாய்கள் அங்கே வந்து சுற்றி நின்றுகொண்டன.

கொண்டைக்காரரின் கண்கள் பூவரசு மரத்தில் தொங்கிய மாட்டின் தொடைக்கறியையும், மரத்தடியில் பரவியிருந்த குருதித் திட்டுகளையும், இலை போட்டு மூடப்பட்டிருந்த கறிக்குவியலையும், சாராய போத்தல்களையும் அங்குலம் அங்குலமாக ஆராய்வதுபோல் பார்த்தன. இவ்வளவு நேரம் உடம்பில் ஊறிக்கொண்டிருந்த போதை இப்போது எங்கே போயிற்றென்றே தெரியாதபடி தெளிவாக நின்றுகொண்டிருந்த சின்னமருதுவும் அவன் கூட்டாளிகளும் கொண்டைக்காரரின் பார்வை எங்கெல்லாம் போயிற்றோ அங்கெல்லாம் தமது பார்வைகளைத் திருப்பிக்கொண்டிருந்தார்கள்.

“என்னங்கடா... ஏதாவது செஞ்சீங்களா?”

முகத்திலும் பேச்சிலும் கடுமையை வரவழைத்துக்கொண்டு அவர் கேட்டபோது, நரைத்த தலையும், பெரிய மூக்கும், கறைபடிந்த வாயும், நீண்ட வயிறு இருப்பதால் கோணலான உடலமைப்பையும் பெற்றிருந்த நாற்பது வயது மதிக்கத்தக்கவனான பஞ்சான், தன் மஞ்சள் நிறக் கண்களால் அவரை வெறித்தவாறு பதில் சொன்னான்:

“எச்சரிக்க கொடுத்திருக்கோம் மொதலாளி... பாத்துட்டு இந்நேரம் டவுசர்லேயே மோண்டுருப்பானுங்க... இதுக்கு மேலயும் வச்சிக்கிட்டானுங்கன்னா மாட்டுத் தலைய அறுத்த மாதிரி அவனுங்க தலைய அறுத்துடுறோம்...”

‘சொல்லாதிங்கடா, செய்ங்க’ என்பதுபோல் ஒரு அருவருப்பான பார்வையை அவர்களின் மேல் செலுத்தி, தன் முகவாயை இறுக்கிக்கொண்டு நடந்து கொண்டிருந்த கொண்டைக்காரர், தன் தலைக்கு மத்தியிலிருந்த சிவந்த சொட்டையில் வெயிலின் சூட்டை உணர்ந்து மற்றொரு பெரிய பூவரசு மரத்தின் நிழலுக்குத் திரும்பினார். சின்னமருதும் மற்றவர்களும் பணிந்து குனிந்து அவரது நிழலைப்போல் கூடவே பம்மிக்கொண்டு ஓடினர்.

எரிந்துபோன ஒரு பகுதி தைலக்காட்டை எரிச்சலோடு பார்த்தவர், தன் ஆட்களிடம் மிரட்டும் தொனியில் பேசினார்.

“இன்னொருக்கா, எவனும் இந்தக் காட்டு பக்கம் கால வெக்கக் கூடாது, ஒரு புல்லு நசுங்குனா கூட ஓங்கள உண்டு இல்லேன்னு பன்னிடுவேன்... ஆமா.”

“இல்லேங்க... இனி நம்ம காட்டுல ஒரு புல்ல நசுக்குனா கூட, எவென் காலு படுதோ அவென் தலை ஒங்க காலடில கெடக்கும்...”

“மொதல்ல அதச் செய்யுங்கடா...”

“செஞ்சிடுவோம் மொதலாளி.”

இருபது ஏக்கருக்கும் மேலாக தைல மரங்கள் விளைவித்திருந்த கொண்டைக்காரர், கொஞ்ச நாட்களாய் அந்தக் காட்டில் திடீர் திடீரென பெருத்த மரங்களும், சிறிய சிறிய கன்றுகளும் எரியூட்டப்படுதைக் கண்டு கோபத்துக்கு ஆளாகியிருந்தார். தன்னுடைய பண்ணையில் வேலை செய்யும் மருதுவிடம் இந்தச் செயல்கள் யாரால் செய்யப்படுகின்றன என்று கண்டுபிடிக்கும் பொறுப்பை ஒப்படைத்திருந்தார். அவன், தனக்குப் பழக்கமான மூன்று பேரை உடன் வைத்துக்கொண்டு செய்தவர்களைக் கண்டுபிடிக்கும் வேலையில் இறங்கினான். அவர் பெயரைச் சொல்லி வாங்கிய சாராயத்தையும் கறிச்சோறையும் உண்டு கொழுத்த மருதும் அவனுடைய சகாக்களும், மூக்கனோடு தங்களுக்கு ஏற்பட்டுள்ள புதிய பகையை, இந்த வழியில் தீர்த்துக்கொள்ளத் திட்டமிட்டு, மூக்கனையும் அவனது நண்பர்களையும் அவரிடம் ‘இவர்கள்தான் காட்டுக்கு தீ வைத்தவர்கள், காரணம், அவர்களுடைய நிலத்தடி நீரை இந்தக் காடுகள் குறைத்தும் அழித்தும் வருகிறதாம்’ என்று கூறி கைகாட்டினர்.

அவர் தன் பலத்தைப் பரிசோதித்ததைப் போல், மூக்கன் மற்றும் அவனது நண்பர்கள், அவனது ஊரின் பலத்தையும் சோதித்து அறிந்துகொண்டார். மூக்கனையோ அவன் ஊரையோ அவசரப்பட்டு மோதிவிட முடியாது என்பதை

அவர் உணர்ந்துகொண்ட பிறகு, சம்பந்தப்பட்ட மூக்கனையும் அவனுடைய நண்பர்களையும் எச்சரிக்கும் விதமாக மிரட்டச் சொன்னார்.

மூக்கனின் உதையால் விலா எலும்பு முறிந்த அனுபவம் கொண்ட அவர்கள், அவனைச் சந்திக்காமலேயே, மூக்கனையும் அவனது கூட்டாளிகளையும் மிரட்டி வைத்திருப்பதாகவும், இனி, அவர்களின் நிழல் கூட இந்தக் காட்டுப் பக்கம் நெருங்காது எனவும் கொண்டைக்காரரிடம் பொய் சொல்லியிருந்தார்கள். ஆனால், அடுத்த சில வாரங்களிலேயே தைலக்காட்டிலிருந்து பெரிய தீ எழுந்து காட்டின் குறிப்பிட்ட ஒரு பகுதி சாம்பல் காடாகியிருந்தது. புதிதாக நடப்பட்டிருந்த சிறிய கன்றுகள் தீ வைத்துக் கொளுத்தப்பட்டதைக் கண்ட கொண்டைக்காரரின் கோபம் உச்சிக்கு ஏறியது. மூக்கனிடம் தன் சிம்பு பலிக்காத மருது, அனைத்துக்கும் மூக்கன்தான் காரணம் என்று குற்றம் சாட்டினான். நாங்கள் எவ்வளவோ கண்டித்தும் கூட அவன் இவ்வாறு செய்திருக்கிறான் என்று அவரின் கோபத்தைத் தூண்டிவிட்டான்.

வெளியூரிலிருந்து ஆட்களை வரவழைத்து மூக்கனைக் கொல்லும் திட்டத்தை அவர் முன்வைத்தபோது, இதென்னடா முதலுக்கே மோசம் வந்துவிடும் போலிருக்கே என்று நினைத்த மருது, மூக்கனையும் பழிதீர்க்க வேண்டும், முதலாளியின் கையாளாக இருந்துகொண்டு, அதன் மூலம் அடையும் சொகுசையும் அனுபவிக்க வேண்டும் என்று முடிவு செய்தான். என் ஆட்களும் நானும் அவனைத் தீர்த்துக்கட்டி விடுகிறோம் என்று கூறி, கொண்டைக்காரரின் திட்டத்துக்கு முற்றுப்புள்ளி வைத்தான். அவனுக்குள் எரிந்துகொண்டிருந்த பகையும், அவன் எலும்பைக் கூட ஆட்டிக்கொண்டிருந்த பயமும் ஒன்றுசேர, இதற்கு முழுமுதற் காரணமாக அவன் எண்ணிக்கொண்டிருக்கும் மூக்கனின் கவனம் சிதைக்கும் வேலையைச் செய்யத் தொடங்கினான். மூக்கனின் கோபத்தைத் தூண்டி, அவன் கெண்டைக்கால் சதையில் இருக்கும் உறுதியைக் குலைக்க விரும்பினான். ஆனால், அப்படியெதுவும் நடக்கவில்லை.

மூக்கன் அசகாய சூரனாக இருந்தான். வேறு எப்படி மூக்கனை வீழ்த்தலாம் என்று யோசித்தவனுக்கு, அழகர் நினைவுக்கு வந்தான்.

அழகரைப் போட்டுத் தள்ளிவிட்டால் மூக்கன் பலமிழந்து விடுவான், அப்போது அவன் வெடி நரம்பை அறுப்பது ரொம்ப சுலபம் என்று மருதுவின் கூட்டாளிகள் அவனுக்கு ஆலோசனை சொன்னார்கள். கொண்டைக்காரரின் நிலங்களுக்கு காவல்காரனாகவும், அவ்வப்போது அவருக்கு அடியாளாகவும் இருப்பதால் உண்டாகும் பயனை நினைத்துப் பார்த்த மருதுக்கு, தானொரு ஆநிரை கவர்பவன் என்ற உண்மை தெரிந்தால் என்னாகும் என்றும் தெரிந்திருந்தது. கொண்டைக்காரன், பட்டைச் சாராயம் காய்ச்சும் பானையில், வேலம்பட்டைகளோடு நொறுக்கிப் போட்டு அவனைக் காய்ச்சி வடித்து விடுவான். சின்னமருதுக்கு அந்த பயவுணர்ச்சி நாளுக்கு நாள் அதிகரித்துக்கொண்டே இருந்தது. உன் ரகசியம் தெரிந்தவர்கள் உயிரோடு இருக்கும் வரை, நீ நிம்மதியா தூங்க முடியாது, திங்க முடியாது, பெண்டாள முடியாது என்று அவனை உசுப்பிக்கொண்டிருந்த அவனுடைய கூட்டாளிகள், மூக்கனைக் கொல்ல வேண்டும் அல்லது அவனைக் கோழையாக்க வேண்டும், இரண்டில் ஏதேனும் ஒன்றை உடனே செய்ய வேண்டும் என்று தூண்டினார்கள்.

சரி, கடைசியாக ஒருமுறை மூக்கனோடு நேருக்கு நேர் மோதிப் பார்ப்போம் என்று முடிவெடுத்தவர்கள், மறுநாள், பனங்காட்டில் வைத்து மூக்கனையும் அவனது நண்பர்களையும் நேர்கொண்டார்கள். இவர்களுக்குள் ஒரு பகை வளர்ந்துள்ளது குறித்தோ, அந்தப் பகையை அவர்கள் கொண்டைக்காரரோடு முடிச்சிப் போட்டு விட்டிருக்கிறார்கள் என்பது குறித்தோ, அவர்களின் குற்றச் செயலுக்குத் தண்டனை கிடைத்துவிடுமே என்று பயந்து தன்னைக் கொல்லத் துடிக்கிறார்கள் என்பது குறித்தோ, தன்னை வெல்ல முடியாதபோது தன் தம்பியைக் கொன்று தன்னைக் கோழையாக்க விரும்புகிறார்கள் என்பதைக் குறித்தோ எதுவும் தெரியாத மூக்கன், அவர்களை ஒரு சாதாரண முட்டாள்கள் என்றுதான் நினைத்தான்.

காரணமில்லாத ஒரு வம்பை உருவாக்கி சண்டைக்கு வந்தவர்களை, காரை முட்கள் நிரம்பிக் கிடந்த கரிசக் காட்டில் ஓட ஓட விரட்டி அடித்த மூக்கன், குடிபோதையில் அவர்கள் தம்மிடம் வம்பிழுத்திருக்கலாம் என்று தன் நண்பர்களிடம் கூறினான்.

கொண்டைக்காரரின் ஏக்கர் கணக்கான தைலக்காட்டுக்கும், தங்கள் நிலப்பகுதிகள் கொஞ்சம் கொஞ்சமாக ஈரமற்று வறண்டு போய்க் கொண்டிருப்பதற்கும், முன்பு போல் விளைச்சல் இல்லாமல் புஞ்சைக்காடுகள் மாறிப்போனதற்கும், காற்றில் வெப்பம் கூடிப் போனதற்கும் தொடர்பிருக்கிறது என்றுகூட மூக்கனுக்குத் தெரிந்திருக்கவில்லை. ஆனால், அவன் பொருட்டு ஒரு பகை முற்றி வளர்ந்துகொண்டிருந்தது.

காட்டுக் காவலுக்கு மட்டுமின்றி தமது எதிரிகளை அச்சுறுத்தவும் நியமித்திருந்த மருதுவை அருகே அழைத்து, இனி என்ன நடக்க வேண்டும், எப்படி நடக்க வேண்டும் என்பதை விலாவாரியாகச் சொன்னார் கொண்டைக்காரர். அவனும் அவன் கூட்டாளிகளும் ஒரு வேட்டை விலங்கை மடக்கி அடிப்பதற்கு பதுங்குபவர்களைப்போல் முகத்தை வைத்துக்கொண்டு அதை உன்னிப்பாகக் கேட்டுக்கொண்டிருந்தனர். காட்டிலேயே இருங்கள். எங்கேயும் போய்விட வேண்டாம் என்று எச்சரித்துவிட்டு புல்லட்டை நெருங்கிச் சென்றவர், மருதுவைப் பார்த்து ரொம்ப கண்டிப்பான குரலில் சொன்னார்:

“எம்மா வேணும்னாலும் குடிங்க, எவ்ளோன்னாலும் தின்னுங்கடா... என்ன பண்ணுவீங்களோ தெரியாது எங் காட்ட கொளுத்துறவன் உடம்பு இந்த மண்ணுல சரிஞ்சாவணும்... பாத்துக்கோ...”

கொந்தளிப்பான அந்த வார்த்தைகளைச் சொல்லிக்கொண்டே எரிந்துபோன மரங்களை உக்கிரமாகப் பார்த்தார்.

கரடுமுரடான அந்த நால்வரும் அதை நிறைவேற்றித் தராமல் இந்தக் காட்டை விட்டுப் போகமாட்டோம் என்று வாக்குக் கொடுத்தார்கள்.

தெற்கே பின்னுக்கு நகர்ந்து, முன் சக்கரம் மேற்கே வளைந்து திரும்ப அந்தச் செம்மண் கிராவல் பாதை வழியே புழுதியைக் கிளப்பிக்கொண்டு போனது கொண்டைக்காரரின் புல்லட்.

அவர் உருவம் மறையத் தொடங்கியவுடன் மிச்சம் வைத்த கறியையும் சாராயத்தையும் திரும்பவும் அவர்கள் கையிலெடுத்தபோது தோப்புக்குள் சூரியக் கதிர்கள் இன்னும் ஆழமாகவும் அதிகமாகவும் இறங்கியிருந்தன.

அன்று இரவு அவர்களால் கொளுத்திவிடப்போகிற மரக்கன்றுகள் முற்றிய பிற்பகலின் வெப்பக் காற்றுக்கு ஆடிக்கொண்டிருந்தன.

7

இறந்த மாட்டின் கண்களையே வெறித்துப் பார்த்துக்கொண்டிருந்தான் அழகர். அவனுடைய வேலையை எடுத்துச் செய்துகொண்டிருந்த ராயர், விசயத்தைக் கேட்டான்.

"என்னடா ஆச்சி... ஏன் ஒருமாதிரியா இருக்க...?"

அழகரின் காதல், அதன் தற்போதைய வளர்ச்சி நிலை, அது வளர்த்து வைத்திருக்கும் பயம், இரண்டு பேருக்காகவும் தீட்டப்பட்டுக் கொண்டிருக்கும் கத்தி, ஊரில் வீசப்போகும் மரணத்தின் துர்வாடையை முன்பே கண்டு சொன்ன கோடங்கியின் உடுக்கைச் சத்தம், லேசாகத் தொடங்கியிருக்கும் இந்தக் காதல் கதையின் அலர்... அத்தனையையும் ராயனிடம் சொன்னான் அழகர்.

ராயனுக்கே ஆச்சரியமாக இருந்தது. மாடு அடிக்கும்போது, அது கதறாமல் இருப்பதற்காக ரயில் போகும் நேரம்

பார்த்து அதை அடிக்கச் சொல்லிக் கேட்டவனல்லவா! அத்தகைய இளகிய மனமுள்ளவனுக்குக் காதல் வராமல் இருந்தால்தான் ஆச்சரியம். மாட்டின் கண்களில் உள்ள துயரத்தையே எதிர்கொள்ள முடியாதவன், ஒரு பெண்ணின் கண்களை எப்படிப் புறக்கணித்திருக்க முடியும்? ராயனுக்கு உறுதியாகத் தெரிந்தது. அழகரின் காட்டுப் பாதையில் ஆவாரம்பூக்களை வளரச்செய்தது அந்தப் பெண்ணாகத்தான் இருக்க வேண்டும். அழகர், பாதையைப் பார்த்து நடப்பவன். அவன், வேலியைப் பார்த்து நடந்து நான் பார்த்ததில்லை. வேலியில் பூத்திருக்கும் சங்குப் பூக்களின் நிறம் கூட அவனுக்குத் தெரியாது. எப்படியோ... குண்டுமணியைக் கல்லில் வைத்து நசுக்க ஒரு பெண்ணையும், புளிய மரத்தின் உச்சிக் கிளையில் கயிறு போட ஓர் ஆணையும் கண்டுபிடித்துவிட்டது இந்தக் காதல் என்று புலம்பினான்.

வெட்டுக் கட்டையில் வைத்து நொசுக்கப்படும் ஒவ்வொரு எலும்புத்துண்டையும் பார்க்கப் பார்க்க அழகரின் மனக்கலவரம் அதிகமானது. சிதறித் தெறிக்கும் ஒவ்வொரு சதைத்துணுக்கும் பீதியைக் கிளப்பியது. உரித்துப் போட்ட மாட்டுத்தோலில் இருந்த ஈரக்குருதி காற்றுக்குக் கொஞ்சம் கொஞ்சமாக உறைந்து கொண்டிருந்தது. மாட்டின் கண்களில் உட்கார்ந்திருந்த ஈ ஒன்று, அழகரின் முகத்தை நோக்கிப் பறந்து வந்தபோது அவன் பயந்து நடுங்கினான்.

அழகரை, அந்த மாதிரி பார்த்திராத ராயன், அவனுக்கு எவ்விதத்தில் ஆறுதல் சொல்வதென்று தெரியாமல் தவித்துக்கொண்டே வேலை பார்த்துக்கொண்டிருந்தான். கறி வாங்க வந்தவர்கள் கூட ராயனின் செயலை வியப்பாகப் பார்த்தார்கள். சுரத்தில்லாமல் கறியை அரிந்து எடைபோட்டுக் கொண்டிருக்கும் ராயனுக்கு சிலர் புத்திமதி கூட சொல்லிவிட்டுப் போனார்கள்.

ராயர் யாருக்கும் பதில் சொல்லவில்லை. அழகரின் நிலை அவனை வாட்டியது. சிறுவயதிலிருந்து ஒன்றாகப் பழகியவர்கள். வெவ்வேறு ஊரைச் சேர்ந்தவர்கள் என்றபோதும்

பள்ளிக்கூடத்தில் படிக்கும் காலந்தொட்டே இருவருக்கும் நல்ல நட்பு அமைந்திருந்தது. ராயன், சொந்தமாக மாட்டுக்கறிக் கடை போட முடிவெடுத்தபோது, தனக்குத் துணையாக, தோதாக அழகர் மட்டுமே இருப்பான் என்று நினைத்து அவனை உடன் சேர்த்துக்கொண்டான். கிடைக்கும் வேலைக்குப் போய்க்கொண்டிருந்த அழகரும் ராயர் கூப்பிட்டவுடன் மறுபேச்சில்லாமல் அவனோடு இணைந்து கொண்டான். மாடு வாங்கப் போவது முதல், மாட்டுத்தோல் விற்கப் போவது வரை ராயர், எல்லா வேலையையும் அழகருடன் சேர்ந்தே செய்தான். அழகர் இல்லாமல் அவனுக்கு எந்த வேலையும் ஓடுவதில்லை.

கறிக்கடை போட்ட நாளிலிருந்து இன்றுவரை அழகர் ஒருபோதும் வேலைக்கு வராமல் இருந்ததில்லை. வாரத்தில் சனி ஞாயிறு மட்டும்தான் வேலை என்றாலும், வேலையில்லாத மற்ற நாட்களிலும் ராயரும் அழகரும் சேர்ந்தே இருப்பார்கள். ராயர், மற்ற வேலைகளுக்குச் செல்லும்போது அழகரையும் அழைத்துச் செல்வான். மற்ற ஊர்களில் யாரேனும் பணம் சேர்த்து மாடு அடித்தால், அதை, அரிந்து, பங்கு போட்டுத் தரும் வேலைக்கு ராயரைத்தான் அழைத்துச் செல்வார்கள். அதுபோன்ற நேரங்களில் அழகரையும் உடனழைத்துச் சென்றுவிடுவான் ராயர். கொன்று போடப்பட்டிருக்கும் மாட்டின் உடம்பை வகிர்ந்து, ஒரு பனிப்பாறையாகக் காட்சிக்கு வைப்பது முதல், கறிகளைத் துண்டு துண்டாக வெட்டி பங்கு கறியாகப் பிரித்து வைப்பது வரை, அந்த வேலையை அழகருக்கு சிறப்பாகச் சொல்லிக் கொடுப்பான் ராயர். அவன், வீரனார் கோயிலுக்குப் பூசாரியாகவும் இருந்ததால், கோயிலுக்கு பூசை கொடுப்பவர்கள் பன்றி, ஆடு பலிகொடுக்க வரும்போது, நேர்ந்துவிட்ட விலங்குளின் பலி கொடுக்கும் வேலையையும் அவனே செய்தான். அத்தகைய சடங்குகளிலும் அழகரை அவன் தவறவிட்டதில்லை.

ஆட்டின் தலையை வெட்டுவதற்குத் தோதாக, பின்னால் நின்று கால்களைக் கெட்டியாகப் பிடித்துக்கொள்ள ஒருவரும்,

முன்னால் நின்று, ஆட்டின் கழுத்தில் கட்டிய வலுவான கயிறைக் கொம்புகளில் ஒரு மலுக்குப் போட்டு, நெற்றிப் பொட்டுக்கு மேலே கயிறை இழுத்துப் பிடித்தபடி நிற்க மற்றொருவரும் வேண்டும். அப்போதெல்லாம், தலையை அசைக்காமல் பார்த்துக்கொள்ளும் அந்தக் கயிறைப் பிடித்துக்கொள்ள அழகரையே எப்போதும் நியமித்துக் கொள்வான் ராயன். பன்றிக்கும் அவ்வாறே. பன்றியின் கால்களைக் கட்டி கல்லில் கிடத்திய பிறகு, அதன் வாயைக் கட்டி கழுத்தோடு பிணைக்கப்பட்ட கயிறையும் அழகரே பிடித்துக்கொள்வான். அழகர் உடனிருந்தால்தான் ராயனின் வேலை சுலபமாக அமையும். அந்தளவுக்கு அழகரோடு தன்னை இணைத்துக் கொண்டிருந்தான் ராயர்.

எட்டு மணி பேசஞ்சர் ரயில் தெற்கே இருந்து வடக்கே சென்றபோது, மீதமிருக்கும் கறியின் அளவைப் பார்த்த ராயர், இன்னும் இருபது கிலோ கறியும், கொஞ்சம் எலும்புகளும் மட்டுமே இருப்பதாக நினைத்தான். என்னவென்று தெரியவில்லை, வியாபாரம் கூட இன்று மந்தமாகவே இருப்பதாக அவனுக்குப்பட்டது. மீதமிருக்கும் கறியை, யாராவது பிரியாணிக் கடைக்காரன் வந்தால் கடனுக்கு அள்ளிக் கொடுத்துவிட்டு அழகரை அழைத்துக்கொண்டு கிளியப்பட்டு போய்வரலாம் என்று யோசித்தான். அந்த ஊரில் கிடைக்கும் பட்டைச் சாராயம் ருசியாகவும் தரமாகவும் இருக்கும்.

ஏற்கெனவே கேட்டிருந்தவர்களுக்கெல்லாம் கறி கொடுத்தனுப்பி விட்டதால், எவனாவது வெளியூர்க்காரன் வந்தால்தான் உண்டு. அப்படி யாரும் வரப்போவதில்லை. ராயன், கம்பியில் தொங்கிய தொடைக்கறியில் உட்கார்ந்திருக்கும் ஈக்களை வெறித்துக்கொண்டிருக்கும் அழகரைப் பார்த்தான். அவனுடைய மனக்கவலை கொஞ்சமும் குறைந்ததுபோல் தெரியவில்லை. இப்போது அவனுக்கு மருந்து தேவைப்படுகிறது. ஒன்று, அந்தப் பெண் இருக்க வேண்டும், இல்லையேல் பட்டைச் சாராயம் இருக்க வேண்டும். தன்னால் முடியும் என்று நினைக்கும் சாராயத்தையாவது அவனுக்கு வாங்கிக் கொடுத்து அவனை சமாதானப்படுத்த வேண்டும்போல் இருந்தது ராயருக்கு.

நேரம் போனதே தவிர, கறியில் கொஞ்சமும் குறையவில்லை. வேறு வழியில்லை, மீதமிருக்கும் கறியையும் எலும்பையும் ஒரு மூட்டையாகக் கட்டி எடுத்துக்கொண்டு போவது என்றும், வழியில் யாரிடமாவது கடனுக்குக் கொடுத்துவிடுவது என்றும் ராயர் முடிவெடுத்தான். அப்படி யாருமே கிடைக்கவில்லையென்றால் வீட்டுக்கு எடுத்துச் சென்று உப்புக்கண்டம் போட்டுக்கொள்வது என்றும் தனக்குள் சொல்லிக்கொண்டான். கடகடவென அந்த வேலையில் இறங்கிவிட்டான். ஒரு சாக்குப் பையை எடுத்து, அதில் கறியையும் எலும்பையும் அள்ளிப்போட்டு மூட்டையாகக் கட்டினான். ராயரென்று ஒருவன், ஒரு மாட்டை அடித்துப் போட்டுக்கொண்டு, சரியான வியாபாரம் இல்லாமல், தன்னந்தனியாக புலம்பிக்கொண்டிருக்கிறான் என்பதையோ, ரத்தக் கவுலடிக்கும் அந்த இடத்தை பத்துக்கும் மேற்பட்ட நாய்கள் சூழ்ந்து நின்று வெறிக்கின்றன என்பதையோ அழகரின் கண்கள் கவனம் கொள்ளவில்லை. அவை நிலைகுத்திப்போய் நின்றன.

கட்டிய மூட்டையை சைக்கிள் கேரியரில் தூக்கி வைத்துக் கட்டிவிட்டு, அழகரின் சிந்தனையைக் கலைத்தான் ராயர்.

“டேய்... கடையைச் சாத்திட்டு கௌம்பலாம் வா...”

அழகர், அவன் முகத்தை ஏறிட்டு ‘ஏன் அதற்குள்?’ என்பதுபோல் ராயரைப் பார்த்தான்.

“யேவாரம் முடிஞ்சிது. அவ்ளோதான்... வா... போவலாம்”

அழகர், கடையைப் பார்த்தான். ரத்தம் உறைந்திருந்த மண்ணில் ஈக்கள் மட்டுமே மொய்த்துக் கொண்டிருந்தன. எலும்புகள், தோல், கறி எதுவுமே அங்கு இல்லை. அனைத்தையும் மூட்டைகட்டியிருந்தான் ராயர். போகும்போது சைக்கிளில் பார்த்தான். கேரியரில் பெரிய மூட்டை ஒன்று இருந்தது. இன்று, நானும் ஒத்துழைப்புத் தரவில்லை, வியாபாரமும் சரியாக நடக்கவில்லை என்று ராயரிடம் சொல்லி வருத்தப்பட்டுக் கொண்டான். ராயர், அதைப் பற்றிக் கவலைப்படத்

தேவையில்லை என்றான். “யேவாரம் ஆச்சின்னா ஊருப்பண்டம், ஆகலன்னா உப்புக்கண்டம்... உடுடா...” என்றான். சைக்கிளைத் தள்ளிக்கொண்டே நடந்தான் ராயர். அவனுக்குப் பின்னே நடந்த அழகர், குண்டும் குழியுமான இடங்களில் சைக்கிள் துள்ளும்போது, பின் கேரியரில் இருந்த மூட்டையின் உள்ளே சதைகள் குலுங்குவதைக் கவனித்தான்.

அந்தச் சதைகளுக்குள்ளே ஒரு துண்டுச் சதையாகத் தன்னுடைய இதயமும் கிடந்து துடிப்பதாக அவனுக்குத் தோன்றியது.

8

“மூன்ன பன்னித்தலை, இப்போ மாட்டுக்கொம்பா... எலேய்... மூக்கா... அந்தச் சின்னமருது பய கொடல உருவாம உடமாட்டேன். ங்கொம்மால... நம்மகிட்டியே அவென் நாடகத்த போட்டுக் காட்டுறானா...!”

வெறிகொண்டவனைப்போல் கத்தினான் மலையன். சேதி கேள்விப்பட்டு அங்கு வந்த சின்னப்புள்ளை நாட்டாரும், தங்கவேல் நாட்டாரும் அவனை அமைதியாக இருக்கச் சொன்னார்கள். தரையை உதைத்துப் புழுதி கிளப்பி, தன் ஆத்திரத்தை அவன் வெளிப்படுத்திக் கொண்டிருந்தான். மூக்கன், தன் ஆத்திரங்களை எல்லாம் எங்கே மறைத்து வைத்திருக்கிறானோ என்று கருதும் அளவுக்கு அமைதியாக இருந்தான். அவன் மனதிலிருந்த கோப உணர்ச்சிகளை அழகரைக் குறித்த சிந்தனைகள் பனிமூட்டம் போல் மூடியிருந்தன. மலையன் ஓயாமல்

திமிறிக்கொண்டிருந்தான். அவனை நிதானத்துக்குக் கொண்டுவர அவர்கள் எவ்வளவோ பேசிப்பார்த்தார்கள். அவன், மரத்தின் உச்சிக்கு ஏறிக்கொண்ட கொம்பேறி மூக்கன் பாம்பைப்போல் மேற்குத் திசையையே உக்கிரமாகப் பார்த்துக்கொண்டிருந்தான். அவன் கண்களுக்குள் இவ்வளவு அனல் இருக்குமென்று யாரும் எதிர்ப்பார்க்கவில்லை. சரி, பார்த்து சூதானமாகக் கையாளுங்கள் என்று சொல்லிவிட்டு நாட்டார்கள் அங்கிருந்து கிளம்பினார்கள்.

அவர்களின் தலைகள் நிழல்போல் கரைந்து மறையும் வரை பார்த்துக் கொண்டிருந்துவிட்டு, மூக்கன் காட்டுப்பாதையில் காலெடுத்து வைத்தான். மனம் அமைதியாக இருப்பதுபோல் பாவனை செய்தாலும் உள்ளே கொதித்துக்கொண்டுதான் இருந்தது. எதுவோ ஒன்று மிச்சம் இருந்து மனதை அரித்துக் கொண்டிருந்தது. அது என்ன? நிதானத்துக்கும் கோபத்துக்கும் மத்தியில் இருந்துகொண்டு சஞ்சலத்தைக் கொடுப்பது எது? அதை, அந்நேரத்துக்கான கையறுநிலை என்று அவனால் புரிந்துகொள்ள முடிந்தது. ஒரு மாதிரி உறைந்து விட்டவனைப்போல் இருந்தவனை ஆற்றுப்படுத்த வேண்டும் என உடும்பனும் முத்தும் நினைத்தனர்.

யாரோ முன்னே வழிநடத்திச் செல்வதுபோல் அவர்களின் கால்கள் பனங்காட்டை நோக்கி விரைந்தன. கள்ளின் வாசம் மூக்கில் ஏறுவதற்கு இன்னும் நாலு காத தூரம் போயாக வேண்டும். வெயில் அவர்களின் கறுத்த உடம்புகளில் பட்டு எதிரொலிப்பதற்கு வழிதெரியாமல் அந்த உடம்புகளில் மூழ்கித் தணிந்துகொண்டிருந்தது. மலையன் அமைதியாக வந்தான். அவனுடைய கால்கள் தீர்க்கமாக நடந்தன. அதுவொரு உறுதியான மனதின் வெளிப்பாடாக இருந்தது. மூக்கனின் சொல்லில் இருந்த வழிகாட்டும் பண்பை அவன் உணர்ந்தான். உடும்பன் அமைதியாக வந்தாலும் உறுதி குலைந்தவனாகத் தெரிந்தான். எல்லோருடைய பேச்சிலும் கோபத்தின் அனல் லேசாக அடித்துக்கொண்டே இருந்தது. மூக்கன் ஒரு மெல்லிய புன்னகையை முகத்துக்குக் கொண்டு வந்திருந்தான். ஒரு

கூட்டத்துக்குத் தலைமை தாங்கி நடப்பவனுக்கு வீரத்தைத் தட்டி எழுப்பும் சொற்களும் தெரிந்திருக்க வேண்டும், தன்னைப் பின்தொடர்பவர்களின் முகக்குறிப்புகளை அறிந்து, அதில் ஒருவேளை இறுக்கங்கள் இருந்தால், அந்த இறுக்கத்தைக் குறைத்து, அதில் தூண்டப்பட்டிருக்கும் அனலைத் தணிய வைக்கும் புன்னகையும் வேண்டும். அப்படியொரு முகத்தை வெளிக்காட்டினான் மூக்கன். முத்து எப்போதோ தன்னை நிதானத்துக்குக் கொண்டு வந்துவிட்டவனைப்போல் எதுவும் பேசாமலே வந்தான்.

அவர்களின் முன்னே, தெளிந்த நீரின் சுபாவத்தோடு ஓடிக்கொண்டிருந்த நாய் ஒரு சரிவில் இறங்கி சப்பாத்திக்கள்ளிப் புதரொன்றைக் கடந்து ஓடியது. கிட்டத்தட்ட மூக்கனின் அந்த நிதானமான பண்பு இந்த நாயினுடையதுதான். சற்று நேரத்துக்கு முன்பு அதன் மூர்க்கமான குரைப்பும் உறுமலும் கோபமும் இப்போது இருந்த இடம் தெரியாமல் மறைந்துவிட்டிருந்தன.

மனதில் வெறுமை சூழ்ந்ததுபோல் இருக்கவே, மூக்கன் தன் கால்சராயில் இருந்து பீடிக்கட்டை எடுத்து, ஒன்றைப் பற்றவைத்து இழுத்தபோது எல்லோருக்கும் அது தேவையாக இருப்பதை உணர்ந்து ஆளுக்கொரு பீடியாகக் கொடுத்தான். மூக்கனின் பீடியிலிருந்து கங்கினைப் பரிமாறிக்கொண்டவர்கள் ஒருவருக்கொருவர் எந்த உரையாடலுமின்றி வெறுமனே அமைதியாக நடந்துகொண்டிருந்தனர். அவர்களுக்கு முன்போ அல்லது பின்போ ஓடிக்கொண்டிருந்த நாய் இப்போது அவர்களின் நிழல்களுக்குள் கலந்து உடன் நடக்கத் தொடங்கியது.

முன்கோபக்காரனான மூக்கனின் நிதானத்தை மலையனால் புரிந்துகொள்ள முடியவில்லை. எல்லோருக்கும் முன்பு அவன் கை ஓங்கும், அவன் கால் உதைக்கும். ஆனால், இப்போது இவ்வளவு பொறுமைசாலியாகக் காட்சியளிக்கின்றானே என்பதுபோல் ஆச்சரியமாகவும் வித்தியாசமாகவும் பார்த்தான்.

மலையன், மூக்கன், உடும்பன், முத்து அத்தனை பேருக்குமே, இருந்தால் முப்பதுக்குள்தான் வயதிருக்கும். ஒவ்வொருத்தருக்கும்

கூடவோ குறையவோ ஒன்றிரண்டு வயது வித்தியாசங்கள் இருக்கலாம்.

வெயில் உச்சிக்கு ஏறிக்கொண்டிருந்தது. மனதில் இருந்த கோபத்தாலும், அதைத் தணிக்க வழியற்ற கையறுநிலையாலும் உடம்பில் இறங்கி வருத்தும் வெயிலை அவர்கள் உணரமுடியாதவர்களாக இருந்தார்கள். பனங்காட்டை நெருங்கியபோது அவர்களின் குதிகால்களில் வியர்வையின் உப்புக்கோடுகள் வெண்ணிற மண்புழுக்களைப்போல் நெளிந்து கொண்டிருந்தன. பனங்காட்டின் சரிவிலிருந்த ஓடையில் அடர்ந்துகிடந்த முட்புதர்களில் இருந்து பன்றிகள் உறுமும் சத்தம் கேட்டது. வரிசையாக நின்றிருந்த, ஓங்கி வளர்ந்திருந்த பனைமரங்களின் கூட்டத்தில் நடுத்தரமாக வளர்ந்திருந்த ஒரு மரத்தின் நிழலில் உட்கார்ந்து பீடியின் கடைசி கங்கினை அணைத்துத் தூக்கி எறிந்தான் மூக்கன். பனை மரங்களின் உச்சி மட்டைகளின் மேல் கானலின் அலைகள் அசைந்து கொண்டிருந்தன.

9

ராயரும் அழகரும் கிளியப்பட்டு வந்து சேர்ந்தபோது, முகத்தைச் சுள்ளென்று குத்துவதை விடுத்து, மண்டையில் குதிக்கும் உயரத்துக்கு ஏறியிருந்தது வெயில். ஊரெல்லையில் இருந்த பெரிய வேல மரத்தின் அடியில் அதன் நெற்றுகள் உதிர்ந்திருந்தன. கொண்டைக்காரரின் வயல்களில் நெற்பயிர்கள் ஆடிக்கொண்டிருந்தன. முகப்பில் இருந்த தென்னை மரத்தைக் கடந்து வரப்பில் நடந்தபோது, பயிர்களின் மேல் இறங்கிய காற்று, குளிர்ச்சியாய் அடித்தது. மோட்டார் பாசனம் அமைத்து அமோகமான நெல் உற்பத்தி செய்துகொண்டிருக்கும் கொண்டைக்காரருக்கு விவசாயம் மட்டுமே தொழிலாக இல்லை. சாராயம் காய்ச்சுவது, செங்கல் சூளை நடத்துவது, மர வியாபாரம் செய்வது, வட்டிக்குப் பணம் கொடுப்பது போன்றவையும் இணைத் தொழில்களாக

இருந்தன. சொல்லப்போனால், அந்தத் தொழில்கள்தான் அவரது முதன்மையான தொழில்களோ என்று தோன்றும். அவர், தன் அதிகாரத்தைத் தக்கவைத்துக் கொள்வதற்கும், அந்தப் பகுதியில் மிகப்பெரிய நிலச்சுவான்தாரராக பரம்பரை பரம்பரையாக விளங்கிக் கொண்டிருக்கும் தம் குடும்ப அடையாளத்தைக் கட்டிக் காப்பதற்கும் அந்தத் தொழில்களே தனக்கு உதவுவதாக அவர் நம்பினார்.

தூரத்தில் ஒரு கீற்றுக் குடிசையை அழகருக்குக் கைகாட்டினான் ராயர். அங்குதான், காய்ச்சிய சாராயத்தை வைத்து விற்றுக்கொண்டிருந்தார்கள். பாலித்தீன் கவரில் நிரப்பி நூலால் கட்டப்பட்ட அந்தப் பாக்கெட்டுகள் ஒரு சிறிய சில்வர் கிளாஸ் அளவுக்கே சாராயம் நிரம்பியதாய் இருந்தன. நூற்றுக்கும் மேலான பாக்கெட்டுகளை ஒரு அன்னக்கூடையில் வைத்துக்கொண்டு உட்கார்ந்திருந்தவனுக்கு முப்பத்தைந்து வயதிருக்கலாம். ஆள், ஐந்தரை அடி உயரத்தில், நன்கு வாட்டசாட்டமாக இருந்தான். அவனுடைய கறுப்பு நிறத்துக்கு இணையான ஒருவன் இந்த வட்டாரத்திலேயே இருக்க முடியாது என்று சவால் விடுமளவுக்கு நல்ல எருமைக் கறுப்பில் இருந்தான். வலது காதின் பின்னே பாதி புகைக்கப்பட்ட பீடி செருகப்பட்டிருந்தது. சட்டையைக் கழற்றி ஒரு பலகை மீது போட்டுவிட்டு வெற்றுடம்போடு அமர்ந்திருந்தவன், ராயரைப் பார்த்ததும் ஒரு விசேசமான சிரிப்பை உதிர்த்தான். ராயரின் கறிக்கடையில் அவனுக்கென்று தனி கவனிப்பைப் பெற்றிருந்ததால் வந்த சிரிப்பு அது. கறியெடுக்கப் போய்விட்டான் என்றால், எடைக்கும் மேலே கொஞ்சம் கறியையும் எலும்புகளையும் அள்ளிப் போட்டுவிடுவான் ராயர். ஒரு கிலோ கறி எடுத்தான் எனில், அரைகிலோ எலும்பாவது, குடலாவது ஓசியில் கொடுத்துவிடுவான் ராயர். அந்தக் களிப்பு அவன் முகத்தில் வெளிப்பட்டது.

ஒரு கருங்கல்லை எடுத்துப்போட்டு அதன் மேலே உட்கார்ந்திருந்தவன் ராயரைப் பார்த்தவுடன், இரண்டு பாக்கெட்டுகளை எடுத்து ராயரின் கைகளில் திணித்து,

"சும்மா, நறுக்குன்னு இருக்கும்" என்றான். அழகரை அங்கிருந்த மற்றொரு கல்லில் உட்கார வைத்துவிட்டு, தானொரு கல்லில் உட்கார்ந்த ராயர், "முனியண்ணே நல்லாருக்கீங்களா" என்று சாராயம் விற்பவனை விசாரித்தான். அவனும் பதிலுக்கு ராயரை விசாரித்துவிட்டு, அழகர் ஏன் சோகமாக இருக்கான் என்று கேட்டான். அழகரின் கதையை, வெறுமை சூழ்ந்து கிடக்கும் மனதோடு சொல்லிவிட முடியாது என்பதால், தன் கையிலிருந்த பாக்கெட்டில் ஒன்றை, அதன் மூலையில் கடித்து உறிஞ்சிக்கொண்டே இன்னொரு பாக்கெட்டை அழகரிடம் கொடுத்தான். வாங்கிய வேகத்தில், மூலையில் கடித்து ஒரே இழுப்பில் உறிஞ்சிவிட்டான் அழகர். ராயர் அடுத்தடுத்து இரண்டு பாக்கெட்டுகளை காலி செய்தபோது, அவனை விட ஒரு பாக்கெட் கூடுதலாகக் குடித்திருந்தான் அழகர்.

தூரத்தில் யாரோ வருவதுபோல் உணர்ந்த முனியன், ராயரிடம் இன்னும் நான்கு பாக்கெட்டுகளைக் கொடுத்து, "பின்னால, மாந்தோப்பு இருக்கு, அங்க போய் குடிச்சிட்டு இருங்க, அந்த ஆளுவ போனதும் கூப்பிடுறேன்" என்றான். ராயரின் கண்களுக்கு தூரத்தில் நான்கு பேர் வருவது ஒரு நிழலாட்டம் தெரிந்தது. அழகருக்கு அதில் கவனம் ஓடவில்லை. அவனுடைய தலை கவிழ்ந்துவிட்டது. அழகரை கைத்தாங்கலாக அழைத்துக்கொண்டு குடிசைக்குப் பின்னே சற்று தூரத்தில் இருந்த மாந்தோப்புக்குள் நுழைந்தான் ராயர். தரையில் கொட்டிக்கிடந்த காய்ந்த சருகுகளையும் குச்சிகளையும் காலால் கூட்டிவிட்டு உட்கார்ந்தான். மாந்தோப்பு நிழலுக்கும், குடித்துள்ள சாராயத்துக்கும் தூக்கம் சொக்கிக்கொண்டு வந்தது. அவன் அதைக் கட்டுப்படுத்தினான். மேலே நிழல் படுவதால்தான் இப்படியாகிறது என்று கண்டுபிடித்தவன், தன்மீது கொஞ்சம் வெயில் விழுமாறு பார்த்து, கொஞ்சம் தள்ளி உட்கார்ந்தான். வரும் வழியிலேயே, மீந்துபோன கறியை நல்லநாயகபுரம் ராசுக்குட்டியிடம் கொடுத்துவிட்டு, அவன் முன்பணமாகக் கொடுத்த பணத்தில் பத்து இட்லி கட்டிக்கொண்டு வந்திருந்தான் ராயர். அதைப் பிரித்து தனக்கு முன் வைத்துக்கொண்டு அழகரைச் சாப்பிடச் சொன்னான்.

அவன் தனக்கு வேண்டாம் என்று மறுத்ததும், இரண்டு இட்லியை மட்டும் எடுத்து வாயில் போட்டுக்கொண்டு, மீதியை மடித்து பையில் போட்டுக்கொண்டான். பூண்டு சட்னியில் ஊறிய இட்லி வயிற்றில் இறங்கியதும், அடுத்து இரண்டு பாக்கெட்டுகளை எடுத்து, மூலையைக் கடித்து உறிஞ்சினான் ராயர். மடித்து வைத்த இட்லிப் பொட்டணம், கறிவெட்டவும் எலும்புகளை நொசுக்கவும் பயன்படுத்தும் கத்திகள் கிடந்த பையில் இருந்ததால், கத்திகள் ஒன்றோடு ஒன்று மோதும் ஒலியின்றிக் கிடந்தன. அழகர், தன்னிலை இழந்திருந்தபோதும், அவனுடைய மனம் இயங்கிக்கொண்டிருப்பது போலவே தோன்றியது. எழுந்து நிற்க முயன்றவனை இழுத்து, அருகே உட்கார வைத்து, “டேய் அழகரு… ஒக்காரு… தோ… எம்பக்கத்துல ஒக்காரு… ராயன் இருக்கேன்ல… பயப்படாத… எல்லாத்தியும் நாம் பாத்துக்குறேன்… ஒக்காரு…” என்று வாய் குழறியபடி அழகரை இயல்பாக்க முனைந்தான் ராயர். அழகர், சட்டென அழத்தொடங்கி விட்டான். ராயர், மயக்கத்திலிருப்பவனை எழுப்புவதற்காக அடிப்பதுபோல் மாறி மாறி அவன் கன்னங்களில் அடித்தான்.

“டேய்… அழகரு… இப்படிப் பண்ணாத… அப்பறம் எனக்கு செம்ம கோவம் வந்துடும்… டேய் அழாத…”

எப்படி சமாதானப்படுத்தியபோதும் அழகர் அழுவதை நிறுத்தவில்லை. அவன், பயங்கரமாக பயந்துபோயிருக்கிறான் என்பதை ராயர் அறிந்திருந்தான். சாராயம் குடித்தாலாவது கொஞ்சம் தைரியமாக இருப்பான் என்றுதான் இங்கு அழைத்து வந்தான். இங்கே வந்தும் அவன் பயம் போகவில்லை. அவனுடைய ஆழ்மனதில் பயமும் அச்சமும் வலுவாக ஊன்றிக்கொண்டு விட்டன என்பது நன்கு தெரிந்தது.

ராயர், இன்னொரு பாக்கெட்டை உடைத்து அவனுக்குக் கொடுத்தான். போதை தலைக்கேறிவிட்டால், இந்தத் தோப்பிலேயே கொஞ்ச நேரம் தூங்கப்போட்டு அழைத்துச் செல்லலாம் என்று நினைத்தான். அந்த பாக்கெட் சாராயம் உள்ளே போனதும் அழகர் மயங்கிச் சரிந்துவிடுவான் என்று

நினைத்திருந்தவனுக்கு அழகர் ஏமாற்றத்தைக் கொடுத்தான். அவன், வெறிகொண்டவனைப்போல் ஓங்காரமாகக் கத்தத் தொடங்கினான். அவனை நிதானமாக்கிவிட்டு நிமிர்ந்தபோது மாந்தோப்பை நோக்கி நான்கு பேர் வந்து கொண்டிருப்பதை ராயர் உணர்ந்தான். தலைகுத்திட்டு உளறிக்கொண்டிருந்த அழகரை அவன் போக்கில் விட்டுவிட்டு, வந்து கொண்டிருப்பவர்களை உற்றுக் கவனித்தான். போதையில் அவனுடைய கண்கள் தூரத்திலிருப்பவற்றை மங்கலாகவே காட்டின. ஆனால், யாரோ நம்மை நோக்கி வருகிறார்கள் என்பது மட்டும் ராயருக்குத் தெரிந்தது.

அவர்களை அடையாளம் காணும் முன்பாகவே, அங்கிருந்து மிரட்டும் தொனியில் ஒரு குரல் வந்தது. குரலை வைத்து ராயர் கண்டுகொண்டான். அது சின்னமருதுவின் குரல் என்று. அவனும் அவன் கூட்டாளிகளும் நன்கு குடித்திருந்தனர். சருகுகளில் அவர்கள் நடந்து வரும் ஒலி கேட்டு அழகரின் தலை கவிழ்ந்திருந்தபடியே திரும்பிப் பார்த்தது. அழகரையும் ராயரையும் கண்டுகொண்டான் சின்னமருது. ஏற்கனவே, அவர்களால்தான் மாடு களவாடும் செய்தி வெளியே கசிந்தது என்ற ஆத்திரம் இருந்ததால், கொஞ்சம் திமிரையும் சேர்த்து மீண்டும் மிரட்டல் தொனியில் குரலெழுப்பினான் மருது.

“டேய்... என்னங்கடா குரல் ரோடு வரைக்கும் கேக்குது. பெரிய சண்டியர் ... டைன்னு நெனப்பா... ...றக்...ங்களா... வந்தமா சூத்த பொத்திக்கிட்டு குடிச்சமா போனமான்னு இருக்கணும்... அதவுட்டுட்டு கொரல எழுப்பிணிருந்திங்க... ங்கொம்மால நாக்க அறுத்துடுவேன்...”

சின்னமருதுவின் வாயிலிருந்து அடுத்தடுத்து வந்த கெட்ட வார்த்தைகளையும் மிரட்டல்களையும் கேட்ட ராயன், அவனை முறைத்துப் பார்த்துக் கொண்டிருந்தான். சாராய போதையிலும் அவன் மனம் தெளிவாக ஒரு விசயத்தை உணர்ந்தது. கலவரத்துக்கான வழிகளை சின்னமருது உருவாக்கப் பார்க்கிறான் என்று அவனால் கணிக்க முடிந்தது. தம்மைத் தேடிவரும் பிரச்சினைகளுக்கு முக்கியத்துவம் கொடுத்தோம்

எனில் அது, நம் பலவீனத்தைப் புரிந்துகொண்டு தரையில் வீழ்த்திவிடும் என்று உணர்ந்திருந்தான். சின்னமருது அதற்கான வாய்ப்பை வலிந்து உருவாக்குகிறான் என்பதைப் புரிந்துகொள்ள முடிந்தது.

சின்னமருதுவின் எந்த வார்த்தைக்கும் பதில் சொல்லாமல், அழகரைக் கைத்தாங்கலாகப் பிடித்துக்கொண்டு அங்கிருந்து விலகினான் ராயர். தன் கூட்டாளிகளில் ஒருவனை அனுப்பி ராயரையும் அழகரையும் மறிக்க வைத்தான் மருது.

“தோ பாரு மருது... தேவையில்லாம வம்பிழுக்குற... ஒன் சோலி என்னாவோ அதப்பாரு... இது சரியில்ல...” என்ற ராயனை, வயிற்றில் உதைத்துக் கீழே தள்ளியவன், “அடிங் கொம்மால... பேரச்சொல்லி மெரட்டு அளவுக்கு ஒசந்தக் ...தி ஆயிட்டியா?” என்று ராயரின் நெஞ்சின் மீது ஒரு மிதி மிதித்தான் மருது. முதல் உதையிலேயே அழகர் தள்ளிப்போய் விழுந்துவிட்டதால், ராயர் உதை வாங்குவதை அவனால் கவனிக்க முடியவில்லை. மல்லாக்க விழுந்தவன் எழுந்து நிற்க முயன்றபோது, அவன் விலாவில் உதைத்தான் ஒருவன். அந்த உதை வாங்கியதும், இடுப்பில் சுள்ளென்று ஒரு வலியேறியதும் அழகரின் போதை பாதியாகக் குறைந்து போனது. அவன் நிதானித்து எழும்போது, ராயனை அவர்கள் மிதித்து சவட்டிக் கொண்டிருந்தார்கள். அதைக் கண்ட மாத்திரத்தில் மிச்சமிருந்த போதையும் எங்கு போனதென்றே தெரியவில்லை. ஓடி ஒருவனின் இடுப்பில் உதைத்தான் அழகர். குப்புற விழுந்தவன் எழுந்து நிற்பதற்குள், ராயனின் கழுத்தில் மிதித்துக்கொண்டிருந்த சின்னமருதுவின் முதுகில், அங்கு கிடந்த பனங்கருக்கு ஒன்றை எடுத்து ஓங்கி இழுத்தான் அழகர். அவன் முதுகு, போட்டிருந்த சட்டையையும் தாண்டிக் கிழிந்து குருதி வழிந்தது. கருக்கு கிழித்தது ஒரு கத்தியின் நுனியால் அழுத்தி இழுத்தது போல் இருந்தது. சின்னமருது துடிதுடித்துப் போனான். வெறி பிடித்தவனைப்போல் கத்தியவன், “டேய்... இந்த அவுசாரி மொவனுங்கள புடிச்சிக் கட்டுங்கடா... ங்கொம்மால இங்கியே இன்னைக்கு இவனுங்கள பொளக்காம உடுறதில்ல...” என்று தன் கூட்டாளிகளைத் தயார்படுத்தினான்.

அழகரும் ராயரும் சுற்றி வளைக்கப்பட்டு, மாமரத்தில் கட்டப்பட்டபோது, சத்தம் கேட்டு ஓடிவந்த முனியனும், சாராயம் வாங்க வந்திருந்த சிலரும் சின்னமருதை விலக்கிவிட்டு அவர்களை விடுவித்தார்கள். அவர்கள் வரும் முன்னரே இரண்டு பேரையும் வஞ்சம் தீருமட்டும் அடித்து நொறுக்கியிருந்தான் சின்னமருது. ராயரின் வாயில் குருதி ஒழுகிக்கொண்டிருந்தது. அழகரின் நெஞ்சில் கத்தியால் கோடு போட்டதுபோல் ஒரு கிழிசல் விழுந்திருந்தது. அவன் பயன்படுத்திய அதே பனக்கருக்கைக் கொண்டு அழகரின் நெஞ்சைக் கிழித்திருந்தான் மருது.

அழகரையும் ராயரையும் அங்கிருந்து கிளப்பிக்கொண்டுபோய், கொஞ்ச தூரத்தில் அவர்கள் நிறுத்தியிருந்த சைக்கிளில் ஏற்றிவிட்டான் முனியன்.

சின்னமருது, தான் நின்றிருந்த இடத்திலிருந்தே கூவினான்.

"டேய்... தே...டியா பசங்களா... ங்கொம்மால இன்னும் ரெண்டு நாள்ல ஒங்க கொடல உருவுறனா இல்லையா பாருங்கடா..."

10

ஆட்டுக் கொட்டகையில் போடப்பட்டிருந்த கயிற்றுக் கட்டிலில் படுத்திருந்த மூக்கன் தூக்கம் வராமல் நெடுநேரம் புரண்டுகொண்டிருந்தான். அவனுக்காக மொண்டுவிட்ட கம்பங்கூழ் ஆறிக்கொண்டிருப்பதை விசனத்தோடு பார்த்துக்கொண்டிருக்கும் அம்மா எந்த நேரமானாலும் அப்பாவை எழுப்பி அனுப்பி சாப்பிடக் கூப்பிடுவாள் என்பதை அவன் அறிவான். அவனுக்குப் பசியுணர்வு அதிகரித்திருந்தபோதும் மனம் அதை நோக்கி நகராமல் சஞ்சலப்பட்டுக்கொண்டேயிருந்தது. அம்மாவின் உறக்கமற்ற இதயத்தின் துடிப்பு அவனுக்கும் அவளுக்கும் இடையில் நின்றிருந்த மண் சுவரைத் தாண்டியும் அவனுக்குக் கேட்பது போலிருந்தது. அப்பா, வாசல்படியில் தலைவைத்து கால்களை உள்ளே நீட்டியிருப்பதும் மனக்கண்ணில்

ஓடியது. பத்தாயக்கு அருகே, சுவரையொட்டிச் சுருண்டு படித்திருக்கும் அழகரின் முகம் நினைவுக்கு வந்தது. அவன் சிறுபிள்ளை, அவனை இந்தளவுக்கு உடம்பைக் கிழித்து அனுப்பியுள்ள சின்னமருதுவின் ஒரு கையையாவது வெட்டினால்தான் தன் ஆத்திரம் அடங்கும் என்று மூக்கனுக்குத் தெரியும். தனது கோபத்தின் விளைவுகள் அபாயமானவை என்பதை அவன் அறிந்தே இருந்தான். ஒரு காட்டுக்குத் தீ வைப்பதைப்போல் தன் கோபத்தைத் தூண்டியிருக்கிறான் சின்னமருது. அது, அணைந்து தணிவதற்கு எத்தனை நாட்களாகும் என்று அவன் அறிவானா? அவனொரு முட்டாள். உணர்ச்சிப் பிழம்பில் எதிரியை அணுகுபவன், வஞ்சத்தை வளர்த்துக்கொண்டு அதற்கான சூழலை எதிர்நோக்குபவன், தன்னுடைய குற்றங்களுக்கு மற்றவர்களைப் பலியாக்குபவன். இதெல்லாமே ஓர் ஊர்ப்புகழ் பெற்ற கோழையின் செயல்கள். சின்னமருது ஒரு சல்லித்தனமான ஆள். போயும் போயும் அவனோடு பகைகொள்ள வேண்டிய தன் நிலையை எண்ணி மூக்கன் வருந்திக் கிடந்தான்.

தன் மகன் கொலைகாரனாக ஆகிடுவானோ என்ற பயத்தோடு படுத்திருக்கும் அப்பனும் அம்மாவும், அவன் விடும் மூச்சுக்காற்றைக் கூட உன்னிப்பாகக் காது கொடுத்து கேட்டுக்கொண்டிருந்தார்கள். அவர்கள், அப்படிச் சுவருக்கு வெளியேயும் காதுகளை நீட்டிக்கொண்டிருக்கிறார்கள் என்பதை மூக்கன் அறிவான்.

சின்னமருதுவின் பகை உருவான விதமும், அந்தக் காட்சியும் அவன் கண்களுக்குள் ஒரு நாடகம்போல் ஓடிக்கொண்டிருந்தன. நம்முடைய உணர்ச்சி வேகம் தனது குடும்பத்துக்கு ஒரு தீராத பகையை உருவாக்கிவிடுமோ என்று உள்ளம் குமுறினான். இருந்தும், பகையுணர்ச்சியோடு தன்னை வழிமறிக்கும் அவனை அப்படியே விட்டுவிடவும் முடியவில்லை. ‘நாமே விலகியிருந்தால் கூட, அவன் அடுத்தடுத்து புதிய புதிய பகைக் களங்களை உருவாக்கிக் கொண்டேயிருக்கிறான். அவனுடைய எல்லாக் குற்றங்களுக்குமான தடயங்களையும் என்னவோ நானே சேகரித்து வைத்திருப்பதைப்போல் அந்த முட்டாள்

கருதுகிறான். அவனுடைய முட்டாள்தனங்களுக்கு அப்போதே ஒரு முடிவுகட்டியிருக்க வேண்டும். அவன் உருவாக்கிய ஒவ்வொரு பகைச் செயலின் போதும் நாம் நிதானத்தை இழந்துவிட்டோம் என்று இப்போது உறைக்கிறது. வேகம், உடல் துடிப்பு, பின்விளைவுகளைக் குறித்து யோசிக்க முடியாத முரட்டுத்தனமான அறியாமை, அவசரமான துடுக்கு இது எல்லாம்தான் இந்த நிலைக்குக் காரணம்' என நினைக்க நினைக்க மூக்கன் நிம்மதி அழிந்தான்.

ஆட்டுக்கொட்டகையில் ஆடுகளின் புழுக்கைகள் உதிரும் ஓசைகளுக்கு மத்தியிலும் அவனது சீரற்ற மூச்சு, வீட்டில் படுத்திருந்தவர்களுக்குக் கேட்டுக்கொண்டிருந்தது. அம்மாவின் தலைமாட்டு ஓரமாக, அப்பாவின் வெதுவெதுப்பான பாதங்கள், காய்ந்த பீர்க்கை நெற்றுக்களைப்போல் கிடந்தன. அதைத் தன் குளிர்ந்த கையால் அம்மா தொட்டபோது, அந்தப் பாதங்கள் மெல்லச் சுருண்டு விழித்துக்கொண்டன. அப்பா, அவர் காதுக்கே கேட்காதவாறு லேசாகக் கனைத்தார்.

அம்மாவின் கைகள் விளக்கை ஏற்றியபோது அப்பா எழுந்து சுவரில் சாய்ந்துகொண்டார். மெல்லிய ஒளி சட்டெனப் பரவியதும் இவ்வளவு நேரம் வீட்டினுள்ளே பதுங்கியிருந்த இருள் ஒரு பூனையைப்போல் எழுந்து வெளியே போனது. அம்மாவும் அப்பாவும் ஆட்டுக்கொட்டகையிலிருந்து கேட்கும் சீரற்ற மூச்சினை ஒரு பெருமூச்சோடு எதிர்கொண்டார்கள். அழகர், வலிக்கும் காயத்துக்கும் போடப்பட்டிருந்த மருந்தின் தாக்கத்தில் ஆழ்ந்து உறங்கிக்கொண்டிருந்தான்.

மூக்கனுக்காகப் போட்டு வைத்து, அவன் சாப்பிடாமல் போனதால், மூடி வைத்திருந்த உணவு சில்லிட்டு ஆறிப்போயிருந்தது. அதை, ஒருமாதிரி உறைந்த மனநிலையில் பார்த்துக்கொண்டிருந்த அம்மா, அப்பாவிடம் அதைக் கொடுத்தனுப்பினாள். முருங்கையிலைக் கூட்டில் ஊறிப்போயிருந்த உணவின் மணம் கட்டிலை நெருங்கியபோது மூக்கன் எழுந்து அமர்ந்து அப்பாவின் வாசனையை உணர்ந்தான். இவ்வளவு நேரம் தன்னைச் சூழ்ந்திருந்த புழுக்கையும்

மூத்திரமும் கலந்த கரகரப்பான வாசனையை அப்பாவின் வெற்றிலைச் செல்லம் வாசனை துடைத்து விட்டதுபோல் இருந்தது. இருளில் அவன் எழுந்து உட்கார்ந்து கொண்டதை அறிந்தவர், கட்டிலின் ஒரு முனையில் அமர்ந்துகொண்டார்.

மூக்கன் எதுவும் பேசவில்லை; அப்பாவும் எதுவும் பேசவில்லை; அந்த இருளில், அந்தப் பேரமைதியைக் குலைத்துப்போட இருவருக்கும் மனமில்லாததுபோல் ஒருவர் மணத்தை ஒருவர் மோந்தபடி உட்கார்ந்திருந்தனர். அப்பா, தன் கையிலிருந்த உணவுத் தட்டை கட்டிலில் வைத்துவிட்டு எழுந்து போனபோது மூக்கனின் கைகள் அனிச்சையாக உணவை எடுத்து விழுங்க ஆரம்பித்தன. அம்மாவிடம் அப்பா குசுகுசுவென்று சொல்வது அவன் காதில் கேட்டது.

“ஓம் புள்ள சாப்பிடுறான்...”

கம்பஞ்சோறின் மணம் இறங்கிய உடம்பு முழுநிறைவாய் திருப்தியுற்றதைப்போல் கட்டிலில் சரிந்தது. தன் கைகளைத் தலைக்குப் பின்னால் வைத்துக்கொண்டு தாழ்வாரத்தின் விட்டத்தைப் பார்த்தபடி விழித்திருந்தன மூக்கனின் கண்கள். பிள்ளையின் வயிறு நிறைந்துவிட்டது என்கிற போதம் ஏற்பட்டவுடன் பெற்றெடுத்தவர்களின் மனம் உறக்கத்தில் ஆழ்ந்தது. வீட்டுக்குள்ளிருந்து அப்பாவின் சீரான குறட்டை ஒலி கேட்டது. அம்மா எப்போதும்போல் ஒரு மலரைப்போல் உறங்கிப்போயிருப்பாள்.

கட்டிலில் படுத்தபடியே வானம் பார்க்க முடிகிற மாதிரி கொட்டகையை வடிவமைத்திருந்த அப்பா, இரவில் தூக்கம் அழியும்போது நட்சத்திரங்களை எண்ணிக்கொண்டே படுத்திருப்பேன் என்று ஒருமுறை சொன்னதை மூக்கன் நினைவுகூர்ந்தான். அவனுக்கும் அதேபோல் நட்சத்திரம் பார்க்கவேண்டும் போலிருந்தது. கட்டிலின் விளிம்பில் வைத்திருந்த தலையைச் சற்றுப் பின்புறமாக, தரை நோக்கி வளைத்து வானத்தைப் பார்த்தான். எத்தனை கோடி நட்சத்திரங்கள்! அவன் கண்கள் ஆச்சரியத்தில் விரிந்தன. கண்களுக்குப் பெரிதாகத் தெரியக்கூடிய நட்சத்திரங்களாகப்

பார்த்து எண்ணத் தொடங்கியவன், வடமேற்குத் திசையில், ஒரு மங்கலான வெண்மேகத்தின் அருகே தெரிந்த நட்சத்திரங்களைக் கண்ணுற்றான். மேலிருந்து கீழாக வரிசையாக இருந்த மூன்று நட்சத்திரங்கள். அந்த வரிசைக்குச் சற்றுத் தள்ளி, கொஞ்சம் தூரமாக, தனியாக இருந்தது ஒரு நட்சத்திரம். மற்ற நட்சத்திரங்களை விடுத்து, அந்த நான்கு நட்சத்திரங்களை மட்டும் அவன் தன் கண்களை விட்டு நீங்காதவையாக மாற்றினான். தன் குடும்பத்தைக் காண்பதுபோல் ஒரு மனநிறைவைத் தந்தன அந்த நட்சத்திரங்கள்.

தன்னைத் துரத்தும் பகைக்கு, எங்கே இந்த எளிய குடும்பத்தின் அமைதி பலியாகிவிடுமோ என்று அச்சம் வந்ததும் கண்களைக் கெட்டியாக மூடிக்கொண்டான். தன்னுடைய மூர்க்கத்தனம் பக்குவமில்லாதது என்று அவனுக்குத் தோன்றியது. நாம் இயல்பாகச் செய்த ஒரு செயல் தன்னை நோக்கி ஒரு எதிரியை வரவைத்திருக்கிறது. தண்டனைக்கு அஞ்சும் அந்த எதிரி, தன் குற்றங்களை நிறுத்திக் கொள்ளாமல், என்னையும் ஒரு குற்றவாளியாக்கும் முயற்சியில் ஈடுபடுகிறான். 'இதை இப்படியே வளர்த்தெடுக்கக் கூடாது, எதிரியை உன் வழியிலிருந்து அகற்று, இல்லையேல், உன் பக்கம் தலைவைத்தே படுக்க முடியாதபடி துரத்து, வேறுவழியில்லையா... எதிரியுடன் மோதி அவனைத் தோல்வியுறச் செய்...' எங்கிருந்தோ குரல் ஒன்று தன்னை வழிநடத்த விரும்புவதுபோல் இருக்கிறது அவனுக்கு. மூக்கன் வானத்தைப் பார்த்தான். நட்சத்திர மண்டலத்திலிருந்து அந்தக் குரல் கேட்பதுபோல் இருக்கிறது.

ஒரு வெள்ளைக் குதிரையில் போய், சின்னமருதுவை காடுகரையெங்கும் விரட்டிப் பிடித்து, அவனுடைய வலது கையை வெட்டி வா! என்று அந்தக் குரல் கட்டளையிடுவது போலவும் இருந்தது.

"வீரனாரே... நீ சொல்றபடி நான் கேக்குறேன்" என்ற மூக்கனின் குரல், சுவரில் காது வைத்துப் படுத்திருந்த ராமனுக்குப் போய்ச் சேர்ந்தது. ஆழ்ந்த உறக்கத்திலிருந்தவருடைய தொண்டையிலிருந்து, "வீரனாரே..." என்ற ஒலி எழுந்தது.

11

பனங்கருக்கால் தன் முதுகை அறுத்த அழகர், எப்போது, எங்கே, எந்த வழியில் போகிறான் வருகிறான் என்று தன் கூட்டாளிகளைக் கண்டறியச் சொல்லியிருந்தான் சின்னமருது. அவனுடைய நடமாட்டத்தை எங்கேயும் காணமுடியவில்லை என்று அவர்கள் கூறினார்கள். திரும்பவும் பழையபடி கொண்டைக்காரரின் காட்டைக் கொளுத்திவிட்டு, மூக்கனை ஆடுகளத்தில் இறக்குவோமா என்று யோசனை சொன்னான் கட்டையன். இல்லை, வேண்டாம்... கொண்டைக்காரனுக்குத் தன் பகையாளிகள் வெளியில் இல்லை என்பது யார் மூலமாகவோ தெரிந்திருக்கிறது. அப்படியில்லையென்றால், இந்நேரத்துக்கு அவனுக்கும் மூக்கனுக்குமான சண்டையில் பெரிய புழுதி கிளம்பியிருக்க வேண்டும். அப்படி எதுவும் நடக்கவில்லை. கொண்டைக்காரன், அதை அப்படியே அமைதியாக விட்டுவைத்திருக்கிறான் எனில், அவன் வேறொரு கண்ணியை இந்தக்

காட்டில் கட்டி வைத்திருக்கிறான் என்று அர்த்தம். நாம் எப்போதும்போல் காடுகளைக் காவல் காப்பது போலவும், அவன் சொல்கிற வேலைகளைச் செய்வது போலவும் இருந்துகொண்டு, நாம் கிடப்பில் போட்டுள்ள வேலையை மெதுமெதுவாக அரவம் தெரியாமல் தூசி தட்டுவோம் என்றான் சின்னமருது. இவன் இந்தளவுக்கு புத்திசாலியாகக் கூட யோசிப்பானா! என்று கட்டையனுக்கு ஆச்சரியமாக இருந்தது.

ஒருபுறம் மாடு களவில் ஈடுபட முடியாத வெறுமையும், மற்றொருபுறம் தன்னைவிட இளைத்தவனின் கையால் அறுபட்டுப் போயிருக்கிறோமே என்ற வெறியும் சின்னமருதுவின் உள்ளத்தைக் குடைந்துக் கொண்டிருந்தது. அவன் உடம்பிலிருக்கும் தழும்பு அவனை உசுப்பிக்கொண்டேயிருந்தது. தனக்கு, நீங்காத அவமானத்தைத் தந்துவிட்ட, தான் சாகும் மட்டும் தன்னோடு இருந்து தன்னை உறுத்தும் தழும்பைக் கொடுத்துவிட்ட அழகரின் வலது கையை வெட்டியெடுத்தால்தான் தன் ஆத்திரம் அடங்கும் என்று கட்டையனிடம் சொல்லிக் குமுறினான்.

அழகர் மீதான வன்மம் நிறைவேற வாய்ப்பில்லாமல் நீடித்துக்கொண்டே இருப்பதால், சின்னமருது உடலளவில் சூம்பிக்கொண்டிருப்பதாக கட்டையனுக்குப் பட்டது. அவனுடைய முரட்டுத்தனத்தில் கொஞ்சம் கொஞ்சமாக பாசியேறிக் கொண்டிருப்பது போலவும், அவனது தோற்றம் மெல்ல மெல்லச் சிதைவது போலவும் இருந்தது. உடம்பிலிருந்து வலு இறங்கிக் கொண்டிருப்பது தெரியாமல் அவனது அறிவை, உணர்ச்சி மறைத்துக் கொண்டிருந்தது.

கையில் பணப்புழக்கம் நின்று போனதும், அவன் பெண்டாண்டு கொண்டிருந்த ஒருத்தியும் அவனை இப்போது ஒரு பொருட்டாகக் கூட மதிக்கவில்லை. கட்டையனைத் தவிர சின்னமருதோடு இருக்கும் மற்ற இருவரும் பயத்தில் வேறேதேனும் வேலைக்குச் சென்றுவிடுவதாகச் சொல்லிக்கொண்டிருக்கிறார்கள். மருது, பகையுணர்ச்சிக்குப் பலியாகி விடுவானோ என்று கட்டையனுக்கு அச்சமாகவே இருக்கிறது. இதனால் தன்

தலைக்கு எங்கிருந்து கத்தி வந்துவிடுமோ என்ற பயம் தன்னை வாட்டிக் கொண்டிருப்பதை மறைத்துக்கொண்டுதான் அவனோடு பழகிக்கொண்டிருந்தான்.

எல்லா கோபத்தையும் அடக்கிக்கொண்டு மூக்கன் அமைதியாகப் போய்க்கொண்டிருப்பதால், மூக்கனுக்கு பயம் என்று பொருள் கொள்ள முடியாது. இதைக் கட்டையன் நன்கறிவான். மூக்கனைத் தூண்டிவிடும் வேலையைச் சின்னமருது செய்துவிடுவானோ என்று அஞ்சினான். இளைத்த குடியாக இருப்பதால் அவனது கோபமும் வீரமும் இளைத்ததாக இருக்கும் என்று சின்னமருது கற்பனை செய்துவிட்டான். மூக்கனைப் பற்றி அறிந்த பிறகே கொண்டைக்காரர் அமைதியாக இருக்கிறார். மூக்கனுக்கு நேருக்கு நேராக மட்டுமே மோதத் தெரியும், மட்டுமின்றி, காட்டையும், மரங்களையும், விளைநிலங்களையும் அவன் தெய்வத்தைப்போல் நம்பிக்கொண்டிருக்கிறான் என்பதையும் அவரே சொல்வதைக் கட்டையன் கேட்டிருக்கிறான். என்ன நினைத்தாரோ தெரியவில்லை, தான் பெரிய அளவில் பயிரிட்டிருந்த தைலக்காடுகளைக் கொஞ்சம் கொஞ்சமாக அழித்துவிட்டு, உணவுப் பயிர்களை விளைவிக்கத் தொடங்கிவிட்டார். மூக்கனைக் குறித்து அறிந்த பிறகு, அவன் மீது வைத்த தன் பகைக்குறியை அவர் திருப்பிக் கொண்டார். இதெல்லாம் சின்னமருதுவை வெறியேற்றிக் கொண்டிருக்கிறது. மூக்கனுக்கு எதிராக இனி, தான் மட்டுமே களத்தில் நிற்க வேண்டியவனாக இருக்கிறோம் என்பது அவனுக்குப் பெருத்த ஏமாற்றமாக இருந்தது. கொண்டைக்காரரைத் தரம் தாழ்ந்த சாதிக்குப் பிறந்தவன் என்று தன் கூட்டாளிகள் முன்னால் திட்டினான். புதர்களுக்குள் ஒரு நரியைப்போல் வாழ்ந்த தன்னை, தெரு நாயைப்போல் மாற்றிவிட்டார்கள் என்று கொண்டைக்காரரையும் மூக்கனையும் கேவலமான வார்த்தைகளால் பேசினான். ஒரு சுத்தமான குடியானவனுக்குப் பிறந்தவன் இப்படி இருக்க மாட்டான் என்று கொண்டைக்காரரின் பிறப்பை அசிங்கப்படுத்திப் பேசும் சின்னமருதுக்கு, தன் அறிவழிந்து போய்க்கொண்டிருக்கிறது என்று தெரியவில்லை.

அவன், அழகர் அல்லது மூக்கன், இருவரில் ஒருவனையாவது குத்திச் சாய்க்க வேண்டும் என்று துடித்தான்.

ராயனுடைய அப்பா, அவனை ஊருக்குள்ளேயே வியாபாரம் செய்யச் சொல்லிவிட்டதால், ராயர் தன் கறிக்கடையை ஊருக்கு மாற்றிக்கொண்டு வந்துவிட்டிருந்தான். நெஞ்சில் பலமாக அறுப்பு விழுந்ததால் உண்டான வெட்டுக்காயம் அழகரை ஒருமாதம் படுக்கையில் போட்டுவிட்டது. அவன் எழுந்து நடமாடியபோது, ஊரைவிட்டு வேறெங்கும் அவனைப் போகவேண்டாம் என்று மூக்கனும் சொல்லிவிட்டான்.

சகுந்தலாவைப் பார்க்க வேண்டும்போல் இருந்தது அழகருக்கு. யாரைத் தூதுக்கு அனுப்புவது, யாருடைய துணையை நாடுவது என்று குழம்பிக்கொண்டிருந்தான். அவனுடைய மனப்போக்கைப் புரிந்துகொண்ட மூக்கன், சகுந்தலாவை, அவளுடைய ஊரில் பார்க்க முடியவில்லை என்பதையும், அவளுக்குத் திருமணமாகிவிட்டதாகக் கூறப்படும் செய்திகளையும் அழகரிடம் சொல்ல முடியாமல் தவித்தான்.

சென்ற வாரத்தில் ஒருநாள், நடுஜாமத்தில், நாய்களைப் படைகளாகத் திரட்டிக்கொண்டு ஊருக்குள் புகுந்த கோடங்கி சொன்ன செய்தி உறுத்தலாக இருக்க, மறுநாள் அவன் குறிப்பணம் வாங்க வந்தபோது மூக்கன் கேட்டான்.

“நாலுமூல நடுவுல நின்னு, கன்னியால துன்பம் வருமுன்னு சொன்னியே... அதப்பத்தி வெவரமா சொல்லேன்...”

கோடங்கி சொன்ன செய்தி ராமனுக்கும் அஞ்சலத்தும் கலவரத்தை உண்டாக்கியிருந்தது. அழகர், சகுந்தலா குறித்த எந்த விவரமும் இன்னும் தெரியாது என்பதால் அவர்கள் குழம்பிப்போய் இருந்தார்கள். கோடங்கி சொன்னதைக் கேட்டு அப்பா, அம்மாவைப் பார்க்க, அம்மா மூக்கனைப் பார்க்க, எல்லா புளிப்பும் தெரிந்த மூக்கன் விட்டத்தைப் பார்த்துக் கொண்டான்.

“ஜக்கம்மா சொல்லச் சொன்னா... நாஞ்சொன்னேன்... இந்த ஊட்டு ராசனுக்கு ஒரு கன்னியால துன்பமிருக்குன்னு ஜக்கம்மா

சொல்றா...”

ஜக்கம்மா சொன்ன கன்னி சகுந்தலாவோ! அவளால் துன்பம் என்றால் அவள் ஊரில் இருக்க வேண்டுமே... ஆனால், அவளது துணியைக் கூட அவள் வீட்டுப் படலில் பார்க்க முடியவில்லையே!

அழகர், நெஞ்சில் பனங்கருக்கால் அறுக்கப்பட்டு, பெரிய காயங்களோடு வந்தபோது மூக்கனுக்கு சட்டென்று சகுந்தலா ஞாபகம்தான் வந்தது. கதை, அம்பலமாகிவிட்டதோ என்று நினைத்தான். ஆனால், சின்னமருதுதான் அடித்தான் என்ற விவரம் அறிந்ததும் சகுந்தலாவுக்கும் அழகருக்கும் இடையிலான காதல் இன்னும் மந்தைக்கு வரவில்லை, அப்படியே வந்தாலும் அழகர் அந்தக் கதையில் இருப்பதை அவர்கள் மோப்பம் பிடித்திருக்க மாட்டார்கள் என்று நினைத்தான்.

கோடங்கி அச்சமூட்டிவிட்டுப் போனபிறகு, அப்பாவும் அம்மாவும் மூக்கனை வித்தியாசமாகப் பார்த்தார்கள். எவளோடாவது தொடுப்பு வைத்துள்ளாயா? என்பதுபோல் அப்பா குறுகுறுவெனப் பார்த்தார். ‘ஐயோ... அப்பா... நான் அந்த மாதிரில்லாம் இல்ல’ என்று அவர் கண்களிடம் சிறிது நேரம் மன்றாட வேண்டியதாகிவிட்டது. அம்மாவுக்கு அந்த மாதிரி தோன்றியிருக்க வாய்ப்பில்லை. அவள், பூவாத்தாளுக்கும் எனக்கும் போட்டு வைத்திருந்த மனக்கணக்கில் ஏதேனும் பிழை வந்துவிடுமோ என்றுதான் பயப்படுவது போலிருந்தது. ஒருவேளை பூவாத்தாளை அவள் தகப்பன், மூக்கனுக்கு இல்லையென்றுவிட்டால்... அதுவும் கன்னியால் வரக்கூடிய துன்பம்தானே... என்று அவள் எண்ணுவதாய் அவளுடைய கண்களில் படித்தான் மூக்கன். அப்போதும் அழகரைப் பற்றி அவர்கள் யோசிக்கவில்லை. அவன், ஒன்றுமறியாத அப்பிராணி, சிறுபிள்ளை என்று நம்பினார்கள்.

மூக்கனுக்குத் தவிப்பு. அந்தக் கன்னியைத் தனக்குத் தெரியும் என்றும், துன்பம் அடையப்போகும் அந்த ராசன் யாரென்று தானறிவேன் என்றும் அவர்களிடம் எப்படிச் சொல்வது?

மூக்கன், கோடங்கியை அனுப்பிவிட்டு, “நாலு மூல ரோட்டுல நின்னு சொல்லிருக்கான்... நீங்க ஏன் நம்ம ஊட்ட பத்தி நெனைக்கிறீங்க... மத்த ஊடுங்கள்ளேயும் பசங்க இருக்காங்கல்ல...” என்றான்.

அம்மா சொன்னாள்:

“ஊட்டுக்கு ஊடு புள்ளைங்க இருந்தாலும், தாம்புள்ளைக்கு என்னுமோ ஏதோன்னுதான் தாய் மனசு நெனைக்கும்டா...”

அப்பாவும் அதே மனநிலையில்தான் இருந்தார். அவர்களிடம், ‘உன் பிள்ளைக்குத்தான் துன்பம் காத்திருக்கிறது’ என்று சொல்ல முடியாமல் தவித்தான் மூக்கன்.

அழகர், சகுந்தலாவைப் பற்றிய எண்ணத்தால் உருக்குலைந்து கொண்டிருந்தான். அவனுடைய இளைத்த உடம்பைத் தேற்றிக் கொண்டு வர, எலும்பு வாங்கி வருவதற்காக ராயனிடம் சென்றபோது, ராயன், மூக்கன் அறியாத பல கதைகளைச் சொன்னான். சகுந்தலாவுக்கும் அழகருக்குமான காதல் கதை, பாழடைந்த கிணற்றில் தூக்கிப்போட்ட கல்லைப்போல் ஆழத்தில், இருளில் புதைந்து போனதாக இருக்குமென்று நினைத்திருந்தால், அது சுற்றுச்சுவர் கருங்கல் பிளவில் வேர்விட்ட ஆலங்கன்றைப்போல் துளிர்க்கவும் செய்திருக்கிறது. அழகர் மீது கூடுதல் கவனம் எடுக்க வேண்டியிருப்பதை மூக்கன் உணர்ந்தான்.

கால்கள் பலம் பெற்று, அதில் புதிய ரத்தம் ஊறத்தொடங்கியவுடன், அழகர், ஓடப்புக்கும் ஓடைக்கும் செல்லத் தொடங்கினான். இயற்கை உபாதைகளுக்காக, வீட்டுக்குத் தென்புறத்திலிருந்த மோட்டாங்காட்டிற்கு போய்க்கொண்டிருந்த அந்த இரண்டு மாத காலங்கள் அவனை மனக்கூச்சங்களுக்கு ஆளாக்கியிருந்தன. பெண்களின் புழங்கு வெளிக்குள் போய் வந்துகொண்டிருந்ததைப் பெருத்த அவமானமாகக் கருதினான். எப்போது இந்த நலிவிலிருந்து மீள்வேனோ என்று தவித்துக்கொண்டிருந்தான்.

அழகரை, அவனுக்கே தெரியாமல் பின்தொடர்ந்து

கொண்டிருந்தான் மூக்கன். பகலோ இரவோ அழகர் வெளியே போகும் நேரங்களில் எல்லாம் தன் கூட்டாளிகளுடனோ அல்லது தனியாகவோ மூக்கன், அழகரின் புழங்குவெளியின் அருகில் இருப்பதுபோல் பார்த்துக்கொண்டான். எந்தக் காரணத்தைக் கொண்டும் அழகரின் கால்கள் ஊரைத்தாண்டி போய்விடக்கூடாது என்பதை மனதில் கொண்டு, கண்கொத்திப் பாம்பாகக் கவனித்துக் கொண்டிருந்த மூக்கனை, உடும்பனோ மலையனோ கேட்கும்போதெல்லாம், 'ஒரு முட்டாளின் பகை, எதிர்த்து நிற்பதற்குச் சரியானதல்ல; மற்றும் தன் எதிரியின் முதுகை எதிர்பார்த்துக் கொண்டிருக்கும் கோழையின் கத்திக்கு நாம் ஒருபோதும் பலியாகிவிடக்கூடாது; அதில் வீரம் பேசப்படாது, ஆனால், அவமானம் எஞ்சும்' என்பதுபோல் பதில் சொல்வான் மூக்கன்.

அழகர், இதை அறியாதவனாய், தன் காதலின் விடுபட்ட அத்தியாயங்களை எழுதத் துடிப்பவனாய் இருந்தான்.

12

மழைக்காலம் தொடங்கி ஓடிக்கொண்டிருந்தது. அன்று, ஊரில் முழு இருள்.

வானில் கருமேகங்கள் அலைந்தன. எல்லாமே ஒரு திசை நோக்கிக் குவிந்துகொண்டிருந்தன. வடமேற்குத் திசையில் ஒரு மலை, பேருரு கொண்டு எழுந்து நிற்பதுபோல் இருந்தது. கடுமையான காற்றும் மழையும் இடியும் மின்னலும் வருமோ என்று ஊர் அஞ்சிக் கொண்டிருந்தது. இது மழைக்கான அறிகுறி மட்டுமல்ல, இதில், ஊருக்கு வேறேதோ செய்தி இருக்கிறது என்று வயதில் மூத்த மக்கள் அச்சத்தோடு சொல்லிக்கொண்டனர். அது என்ன செய்தி? இது நற்குறியா? தீக்குறியா? என்று எல்லோருக்கும் பயமும் குழப்பமும் ஏற்பட்டது. இவ்வளவு கடுமையான இருளை அந்திப் பொழுதிலிருந்தே காண்பது இது முதல்முறையில்லை. முன்னோர்களுக்கு

இதைவிடப் பெரிய பெரிய இருளைக் கண்ட அனுபவம் இருந்தது. அவர்கள் சொல்லிவிட்டுப் போயிருந்த கதைகளில் நிறைய கதைகள் உண்மையாய் சந்திக்கக் கிடைத்திருக்கின்றன. இதுவும் அதில் ஒன்றுதான். ஏதோவொரு தீவினை ஊரில் நடக்கப் போகிறது என்றனர் சிலர்.

ராமன், தன் சிறிய வீட்டின் சுவரோரத்தில் சாத்தப்பட்டிருந்த, பனைமட்டையால் செய்யப்பட்ட கதவை இழுத்து, வாசலைப் பாதியாய் மூடிக்கொண்டு, கருமேகங்கள் அலையும் வானத்தை அச்சத்தோடு பார்த்தார். வீட்டினுள்ளே சிறிய எண்ணெய் விளக்கின் ஒளியில் அஞ்சலம் ஒடுங்கி உட்கார்ந்திருந்தாள். அழகரின் முகத்தில் விளக்கு வெளிச்சம் பரவிக்கிடந்தது. ஆட்டுக்கொட்டகைக்கென்று செய்யப்பட்ட பெரிய, தடிமனான படலை வெளியே நின்று அழுத்திச் சாத்தி, கனத்த கருங்கல்லை முட்டுக்கொடுத்த மூக்கன், சுவரோரமாய் லேசாகப் படலை விலக்கி, உள் சென்று முழுமையாகச் சாத்திக்கொண்டபோது, முழு வானையே வெளிச்சக் காடாக மாற்றும் விதமாக ஒளிர்ந்த மின்னலைத் தொடர்ந்து கடுமையான ஓசையுடன் இடி இடித்தது. அடுத்த நொடியே ஊரைக் கவ்வியது பயங்கரமான இருள். வீட்டுக்குள், தாங்கள் நடுக்கத்துடன் பார்த்துக்கொண்டிருக்கும் இருளைப் பற்றி அப்பா, அம்மாவிடம் சொல்லிக்கொண்டிருந்தார். அவர்களின் சன்னமான உரையாடலில் அழகரின் குரல் இல்லாதிருந்தது. அவன் தூங்கியிருப்பான் என்று நினைத்த மூக்கன், அப்பா, அம்மாவிடம் சொல்லும் இருளைக் குறித்த பேச்சை உன்னிப்பாகக் கேட்டுக்கொண்டிருந்தான்.

“இதப்போல இருட்ட… இப்பிடி ஆகாசத்துக்கும் பூமிக்கும் பூதங்கணக்கா எழுந்தாடுற காத்த… நான் சின்னப்புள்ளையா இருந்தப்ப பாத்தது… அதுக்கப்புறம் நாலஞ்சிதாட்டி பாத்தாலும், இந்தமாரி பேயுருவ பாத்ததில்ல. ரொம்ப காலத்துக்கு அப்புறம்… இப்பத்தான் பாக்குறேன். அப்ப… நான் ஒரு பத்து பன்னெண்டு வயசுல இருப்பன்… நல்லா நெனவிருக்கு… எங்க ஐய்யன்… ஊரு காவக்கார ஆளுங்குறதால… காட்டுக்கோயில்ல நின்னிட்டு

இருந்துச்சி... நல்லா... வெள்ளி பூத்து... ஆகாசம் முழுக்க நீலமா மலர்ந்து கெடந்தமாரி இருந்துச்சி... என்னாச்சோ ஏதாச்சோ தெரில... மொதச்சாமம் போயிருக்கும். ஊரே இருள்கோலமா மாறிச்சி... நானும் எங்கம்மாவும் மட்டுந்தான் ஊட்டுல கெடக்கோம். அப்பவும் இதுபோல ஒண்டுக்குடிசைதான்... அம்மாவும் நானும் ஒருத்தர ஒருத்த அணைச்சிக் கெடக்கோம். வாசப்படல லேசா வெலக்கி அம்மா பாத்தப்போ... ஊருக்குள்ள வெள்ளைக் குதிர பாஞ்சி ஓடுறமாரி மின்னல் அடிச்சிச்சி... அதுக்குப் பின்னாடியே இடிச்சத்தம்... ஒருதடவ ரெண்டு தடவ இல்ல... நூறு தடவ இருக்கும். ஆனா, ஒரு சொட்டு மழத்துளியக் காணோம். இது, நல்லதுக்கில்ல வீரான்னு அம்மா பயந்துச்சி... விரியன் கடிச்சி வெசம் ஏறுன ஒடம்பாட்டம் ஊரு கறுத்துப்போயிக் கெடந்துச்சி... ஐயன் எப்படி அந்தக் காட்டுல நிக்கிதோன்னு அம்மா துடிச்சிப்போனா... ‘அம்மா, அதெல்லாம் ஐயார சாமி பாத்துக்கும்’னு நாஞ்சொன்னன். ஆனாலும், அம்மாவுக்கு ஊட்டுல காலு தரிக்கல. என்ன பண்ணுவ... எனக்கும் குதிகாலு பெலம் பத்தாது... இல்லன்னா... என்னைய அனுப்பி வச்சிருப்பா. மின்னலு... இடி... இருளு... அவ பயந்தா... ‘நான் போயி ஐயார கூட்டிட்டு வரட்டுமாம்மா’னு கேட்டேன். ‘நீ ஊட்ல இரு... நாம்போயி கூட்டியாரேன்’னு கௌம்புனா... நான் அவ சேலைய புடிச்சிக்கிட்டேன். ‘சரி, வா’ன்னு என்னை ஒரு கையில புடிச்சிக்கிட்டு, இன்னொரு கையில லாந்தர புடிச்சிக்கிட்டு காட்டுக்கோயிலுக்குப் போனா... அங்க ஐயா, வீரனாரு காலுக்குக் கீல ஒக்காந்துருக்கு...! எங்கள பாத்ததும் அதுக்கு ஒரே மெரட்சி! ‘அடியே... ஒங்குண்டில பயமே இல்லையா? ஒன்ன எவன்டி வரச்சொன்னான்’னு கத்தினாரு. ‘யோவ் மீசைக்காரா... ஏதாச்சும் புத்திகித்தி இருக்கா? என்னாமா இடி இடிக்குது, மின்னுது, இருள்கோலமா இருக்குது, ஊட்டுக்கு வரவேண்டிதானே... இப்பிடி எல்லமுனியாட்டம் இங்கியே நிக்குற’ன்னு பொரிஞ்சி தள்ளிப்புட்டா... ஐயா, அந்த இருள்லேயும் அம்மா பேச்ச கேட்டு ரசிச்சி சிரிக்குது. எங்கையில லாந்தர குடுத்துட்டு ஐயாவ ஒரு கையிலேயும் என்னைய ஒரு கையிலேயும் புடிச்சிக்கிட்டு கௌம்பனப்ப ஐயா, ‘ஏய்... ஒனக்கு

ஏதாச்சும் கூறுருக்கா... நான் அங்க வந்துட்டா, இங்க எவென் காவலுக்கிருக்கிறது...'ன்னு அம்மா கைய தட்டவிட்டாரு. அம்மாவுக்கு அப்படியொரு கோவம். இருட்டுல அத நாங்கூட ஒணந்தன். இடியும் மின்னலும் இருளும் அவள உசுப்பிடுச்சி. 'அடப்போயா பொசக்கெட்டாளு... பெரிய்ய... பொடலங்கா காவலு காக்குறாரு... ஊரக் காப்பாத்தணும்னா மொதல்ல ஒன்னைய காப்பாத்திக்கணும்...'னு சொல்லி அவரு கைய கெட்டினா புடிச்சி இழுத்துக்கிட்டு போனா... ஐயா அதுக்கு மேல ஒண்ணும் பேசல... அம்மா, இழுப்புக்கு ஒப்பாயிட்டாரு. நாங்க வந்து ஊட்ல சேந்தப்போ காட்டுக்கோயிலு பக்கமா ஒரு கனத்த இடி விழுந்தாமாரி இருந்துச்சு... படல ஈத்துச் சாத்திட்டு உள்ள ஒக்காந்து, மீந்திருந்த ராவெல்லாம், நாங்க அந்த இடியையும் மின்னலையும் பாத்து பயந்து கெடந்தோம். காலைல யாரோ சொன்னாங்க... காட்டுக்கோயிலு குருத்த மரத்துல நாத்திரி இடி விழுந்திருக்குன்னு. அம்மாவுக்கு சருகலமே ஆடிப்போச்சி. ஐயா, எங்க ரெண்டு பேத்தோட கையயும் கெட்டியா புடிச்சிக்கிட்டாரு... அந்தா...மாரி இன்னைக்கு இருக்கு..."

அப்பா, அப்படிச் சொன்னபோது அம்மா லேசாகப் பயந்துகொண்டுதான் அந்தக் கதையைக் கேட்டுக்கொண்டிருந்திருப்பாள். கதைசொல்கிற ஆள் என்பதால், அவர் சொல்வதைக் கேட்பவர்கள் தம் கண் முன்னால் அதெல்லாம் நடந்ததுபோல் உணர்ந்து மிரள்வர். அம்மாவுக்கும் அந்த மிரட்சி ஏற்பட்டிருக்கும்.

இடியும் மின்னலும் இருளின் அடர்த்தியை அதிகரித்துக்கொண்டேயிருந்தன. முன்னிரவு முடிந்து நடுச்சாமத்தை நெருங்கிக் கொண்டிருந்தது. ஊரில், ஒரு குருவியின் குரலோ, நாயின் முனகலோ, ஆடுமாடுகளின் அசைவோ கூட காதில் விழவில்லை. இடியும் மின்னலும் எல்லா ஒலியையும் விழுங்கி ஏப்பம் விட்டுக் கொண்டிருந்தன. சுவரில் இருக்கும் இறுகிய களிமண்ணை ஊடுருவி வெளியே கசிந்த அப்பாவின் குரல் எப்போது நின்றதென்று தெரியவில்லை. மூக்கனை பூதம் ஒன்று அடக்கி ஆண்டதுபோல் அவன் தூங்கிப்

போனான். ஆடு, புழுக்கை போடும் சத்தமும், மூத்திரம் பெய்யும் சத்தமும் கூட அவன் காதுக்குள் கேட்கும்படிதான் அவன் தூக்கம் எப்போதுமிருக்கும். இன்று பூதம் அடைத்ததுபோல் தூங்கினான். அவன்தான் அப்படித் தூங்கிப் போயிருந்தான் என்றால், ராமனும் அஞ்சலமும் கூட அந்த பூதம் தாக்கி தூங்கிப் போயிருந்தார்கள்.

★★★

ஊரையே தன் வசப்படுத்தி வைத்திருந்த பூதம், அழகரை மட்டும் வீட்டை விட்டு வெளியே கூட்டிக்கொண்டு போனது. அழகர், ஒரு பூனையைப்போல் படலை திறந்தான். திறந்த படலை சத்தம் காட்டாமல் மூடிவிட்டு, அண்ணாந்து வானத்தைப் பார்த்தான். வானில் தெரிந்த இருள் அச்சத்தைத் தந்தது. இடியோசையைத் தவிர அந்த நிலப்பரப்பில் வேறு எந்த ஜீவராசியின் குரலும் கேட்கவில்லை. மின்னல் வெளிச்சம் வந்துவிட்டுப் போகிற ஒவ்வொரு முறையும் தன்னை யாரேனும் பின்தொடர்கிறார்களா, பார்க்கிறார்களா என்று பார்த்துக்கொண்டே நடந்தான் அழகர். அவனுடைய கால்கள் அழுந்தப் பதிவதுபோல் ஓடினாலும் ஊருக்குக் கேட்காது என்றபோதும், அவன், தன் ஒவ்வொரு அடியையும் சத்தம் இல்லாமல் எடுத்து வைத்து ஊரைவிட்டு வெளியேறினான்.

சகுந்தலாவின் நினைவுகள் அவனை முழுமையாக ஆக்கிரமித்திருந்தன. உண்மையில், அந்த நினைவுகள்தான் அவன் கால்களை வழிநடத்திச் சென்றன. ஊரைவிட்டு வெளியேறி, கிழக்கே, அவள் ஊர் இருக்கும் திசை நோக்கி அந்தக் கால்கள் விரைந்தன. சகுந்தலா குறித்து கேட்டறிந்த செய்திகள் அழகரை அலைக்கழித்தன. அவள், வேறு ஊருக்குப் போயிருக்கிறாள், அவளுக்கு, கட்டாயத் திருமணம் நடத்தப்பட்டு எங்கோ தொலைதூரத்துக்கு அனுப்பப்பட்டுவிட்டாள் போன்ற தகவல்கள் அழகருக்கு உண்மையானதாகப் படவில்லை. அவள் இங்கேதான் இருக்கிறாள், அவளுடைய மணம் இந்த நிலப்பரப்பை விட்டுப் போயிருக்கவில்லை, அவளுடைய உடம்பிலிருக்கும் சன்னமான வெப்பம் இந்தக் காற்றில்

இப்போதும் கலந்திருக்கிறது என்று அழகரின் உள்மனம் சொல்லியது. அவன், அதைத்தான் முழுமையாக நம்பினான்.

இருளுக்குப் பழகிய கால்கள் எதற்கும் அஞ்சவில்லை. அந்த நிலத்தில் உள்ள ஊர்வனவற்றின் குணத்தோடு போய்க்கொண்டேயிருந்தன. யாரேனும் இந்நேரம் அழகரைக் கண்டால், 'வானில் ஒரு பிரளயம் உருவாகியிருக்கிறது என்பது இவனுக்குத் தெரியுமா தெரியாதா! என்று ஆச்சரியப்பட்டுப் போவார்கள்.

சரிவான மண் சாலையில் நடந்து, சாத்தியப்பா கோயிலுக்குப் போகும் ஓடைக்கு எதிர்ப்புறமிருக்கும் ஒழுங்கில் இறங்கினான் அழகர். இடி முழக்கத்தைக் கிழித்துக்கொண்டு, ஓடைக்குள்ளிருந்து நரி ஊளையிடும் சத்தம் கேட்டது. அதுவரை உடம்பில் எந்தவித சுரணையும் இல்லாதவனாகப் போய்க்கொண்டிருந்தவன், ஒருகணம் நின்று சுற்றிலும் பார்த்தான். தன்னுடைய புறச்சூழல் இயல்பாக இல்லை என்பது தெரிந்திருக்க வேண்டும்! சாத்தியப்பாரை இருளில் கூர்ந்து உணரத் தலைப்பட்டன அவனுடைய கண்கள். மரங்களுக்கு நடுவே மறைந்திருந்த அவரது வெள்ளைக் குதிரை லேசாய் கனைத்துக் கொடுப்பதுபோல் இருந்தது. அப்போது, மின்னல் துணை செய்யுமென்று அவன் நினைத்திருக்கவில்லை. அழகரால் குதிரையைப் பார்க்க முடிந்தது, சாத்தியப்பாரை அறியமுடியவில்லை. வாய்க்குள் முனகிக் கொண்டான். அடுத்த கணம் ஒரு தெம்பு வந்ததுபோல் இருந்தது.

ஒழுங்கின் இருபுறமும் வளர்ந்திருந்த ஆளுயரக் கள்ளி முன்பே பழக்கப்பட்டிருந்ததால், நடையில் வேகத்தைக் கூட்டினான். இருளின் அடர்த்தி அந்தப் பாதையில் கூடியிருந்தது. வரிசையாக மூன்று பனை மரங்கள் இருந்த மேட்டில் ஏறி நின்று திரும்பி ஊரைப் பார்த்தான். அப்போது ஒரு மின்னல் வெட்டு. பள்ளத்தில் கிடக்கும் கல்லைப்போல் அந்த நொடிநேர வெளிச்சத்தில் ஊர் தெரிந்தது. மேட்டு நிலத்தில் ஏறி நிற்கும்போதுதான் பள்ளக்காட்டின் வெறுமையை உணர முடிகிறது. அழகர், ஒரு பெருமூச்செறிந்துவிட்டு சகுந்தலாவின்

வீட்டுக்குப் பின்னிருக்கும் நிலத்தை நோக்கினான். எப்படியும் இரண்டு காணியிருக்கும். கிழக்கு ஓரம் முழுக்க தேக்கு விளைந்திருந்தது. நாள்பட்ட தேக்குகள், ஒவ்வொன்றும் அணைப்புக்கு அடங்காதவாறு விடைத்துப் பெருத்திருந்தன. வடக்கே வீடுகளும், மேற்கிலும் தெற்கிலும் நிலங்களுமாக சகுந்தலாவின் தெரு அமைந்திருந்தது. சகுந்தலாவின் நிலங்களில் தேக்குத் தோப்புப் போக மீதமிருந்த பகுதிகளில் சோளம் வளர்ந்திருந்தது. ஒரு மலையாட்டின் உயரமே வளர்ந்திருந்த தட்டைகளில், ஒரு சிட்டுக்குருவியின் அளவேயான கதிர்கள் பால் கட்டியிருந்தன.

நிலத்தின் விளிம்பில் நின்ற அழகர், தன்னைச் சுற்றி சூழ்ந்திருக்கும் இருளை ஆழமாகப் பார்த்தான். வானில் நிரம்பியிருக்கும் கருமையையும், இடியோசையையும், காற்றில் கலந்திருந்த பயிர்களின் வாசனையையும், உடம்பு சிலிர்க்க உணர்ந்தான். சகுந்தலாவின் நினைவு வேறு எதைக் குறித்து அறியவும் அவனை விடவில்லை. தன்னைச் சுற்றி மிகப்பெரிய பேயுரு சூழ்ந்திருக்கிறது என்பதை அவன் கருதவில்லை. இருளோடு இருளாக நின்று, சகுந்தலாவின் வீட்டைக் கண்ணுற்றான். அது வீடு போலவே இல்லை; அவ்வளவு பெரிய வீடு ஓர் இளம்பெண்ணாகத் தெரிந்தது. அவள்தான், சகுந்தலாதான். அழகரின் நாக்கு உமிழ்நீரில் புரண்டு மடங்கி எழுந்து கூவியது.

சகுந்தலா…

இடியோசையைத் துளைத்துக்கொண்டு செல்லும் வலிமை அந்தக் குரலுக்கில்லை. கண நேரத்தில், சகுந்தலாவின் உருவம் மறைந்து வீடு தோன்றியது. மீண்டும் சகுந்தலா, திரும்பவும் வீடு. ஒரு கண்ணாமூச்சி விளையாட்டை அவனோடு விளையாடிக் கொண்டிருந்தது இருள். அவனை நன்கறியும் அந்த நிலத்தின் உள்ளே புகுவதற்கு இன்று ஏனோ ஒரு தயக்கம் வந்துபோனதை அவனால் புரிந்துகொள்ள முடியவில்லை. யாரோ பின்னிருந்து போகாதே, அதில் கால் வைக்காதே என்று கூறுவது போலவே இருந்தது. அந்த நிலம், அந்த இருள், அந்த சோளக்காடு, சகுந்தலாவின் வீடு எல்லாமே ஒரு மயக்கத்தைத் தருவது

போலவேயிருந்தது. அழகருக்கு இந்த அனுபவம் புதிது. இதற்கு முன் அவன் வந்து போகும் இரவுகளில் இந்த நிலம்தான் அவனுக்குப் பெருந்துணையாக இருந்தது. இந்த இருள்தான் அவனுக்குப் பாதுகாப்பாக இருந்தது.

இன்று அப்படியில்லை...

தன் தோள் உயரத்துக்கு வளர்ந்திருந்த சோளத்துக்குள் இறங்க அவனுடைய கால்கள் தயங்கின. எப்போதும், சகுந்தலாவின் வாசம் உணர்ந்துதான் அவளை நெருங்குவான் அழகர். இன்று அந்த வாசத்தை இன்னும் உணர வாய்க்கவில்லை. அழகரின் கால்கள் அந்த நிலத்தில் படும்போதே சகுந்தலா கண்டறிந்து விடுவாள். தரையில் புதையும் அவனுடைய காலடிச்சுவடின் வெப்பம் பூமிக்குள்ளேயே ஊர்ந்துபோய் அவள் படுத்திருக்கும் தரைக்கு நேரே முட்டி வெளியேறி உடம்பைக் கவ்வும்போது அவள் விழித்துக் கொள்வாள். அடுத்த கணம் அவளுக்கு பூனையின் கால்கள் முளைத்துவிடும். அவள், புறவாசல் கதவைத் திறக்கும் கணமே அழகரின் நாசியில் குறுகுறுப்பு உண்டாகும். ஏற்கனவே, யாருக்கும் வசப்படாதவாறு ஒரு வழியமைத்து வைத்திருக்கும் அவளது கால்கள் மீண்டும் தன்னுரு பெற்று மெல்ல வேலியைத் தாண்டி நிலத்தில் இறங்கும். அந்தக் காட்டில், அந்த இருளில் ஒரு புதிய பறவையின் குரல் கேட்கும். அழகருக்கும் சகுந்தலாவுக்கும் மட்டும் தெரிந்த குறிப்பொலி அது.

இதோ...

அந்தக் குறிப்பொலியை அழகர் பயன்படுத்த ஆயத்தப்படுகிறான். உள்மனம் பொறுமையாக இரு என்கிறது. அவள் வாசனையை உணரத் தலைப்படு என்று அழுத்தம் கொடுக்கிறது. அழகர், ஆழ்ந்து சுவாசித்துப் பார்க்கிறான். எந்த மணமும் அவனை நெருங்கி வரவில்லை. சகுந்தலாவைக் குறித்து அறிந்திருந்த தகவல்கள் மனதில் தோன்றி அவன் நெஞ்சைத் துவளச் செய்கின்றன. அதற்கு மேல் அவன் தன்னுடைய மனக்குரலுக்குக் கட்டுப்பட முடியாதவனாக ஆகிறான். சோளத்தட்டைகள் தானாக வழிவிடுகின்றன.

பாதி தூரம்தான் போயிருப்பான். யாரோ பலமாகக் கைதட்டுவதுபோல் ஒரு சத்தம். கூடவே, ‘அம்மா...’ என்றொரு அபயக்குரலும். இடியோசை இல்லாத இடைவெளியில் வெளிப்பட்ட அந்தச் சத்தத்தைத் தெளிவாகக் கேட்க முடிந்தது. அழகரின் ஒரு கால், இரும்புப் பொறியின் கூர்மைகள் அழுந்தி, இரண்டாக அறுந்துவிடும் நிலையில் துடித்துக் கொண்டிருந்தது. பன்றிக்கு வைக்கும் பொறியில் மாட்டியிருந்தான் அழகர்.

அடுத்த ஐந்து நிமிடத்தில் சோளக்கதிர்கள் அசைந்து நடுங்க நான்கு ஜோடி கால்கள் அவனை நெருங்கி வந்தன. சகுந்தலாவின் பெரிய அண்ணன் சற்குணமும், அவன் சித்தப்பன் சிங்காரவேலும், மாமன்கள் இருவரும் அழகரைப் பார்த்த விதத்தைப்போல் ஒரு கழுதைப்புலியால் கூட பார்க்க முடியாது. அத்தனை கொலை வெறி அந்தக் கண்களுக்குள்.

★★★

அவர்கள்,

மயங்கிய நிலையிலிருந்த அழகரின் உடம்பிலிருந்து தலையை அரிந்து எடுத்தபோது, அழகரின் இரக்கத்தை அதிகரித்த ரயில் சத்தம் கேட்டது. அப்போதும் சொல்லி வைத்ததைப்போல் இடியோசை இல்லாத இடைவெளியாக இருந்தது. அழகரின் தலையை மூடப்பட்ட பொறியின் மேல் வைத்துவிட்டு, முண்டத்தைப் பார்த்து வெறியும் ஆவேசமும் கொதிப்புமாக சற்குணம் சொன்னான்:

“வக்கால ஓலி... இம்மாம் நாளா... எங்களுக்குத் தண்ணி காட்டிக்கிட்டு இருந்தேல்ல... ங்கொம்மால... நீதான்னு தெரிஞ்சிருந்தா ஊட்டோட கொளுத்தி வுட்டுருப்பேனே... எங்க பொண்ணையே எங்க கையால கொல்ல வச்சிட்டியேடா... தேவ்டியா மொவனே...”

அவனால் கோபத்தை அடக்க முடியவில்லை. அழகரின் உடம்பில் இன்னும் கொல்லப்பட வேண்டியது ஏதோ இருப்பதுபோல் வெறித்து பற்களை நறநறவென்று கடித்தபடி,

“மாமா... இவென் தலையை அறுத்த பெறவும் எதையோ மிச்சம் விடுற மாதிரியே இருக்கு மாமா... அந்தக் கத்தியைக் கொடேன்... ங்கொம்மால இவென் சாதிய அறுத்துட்றேன்...”

அழகரின் உயிர்நிலையை அரிந்து வெறிகொண்டவனாகத் தரையில் போட்டு மிதித்து நசுக்கினான். சற்குணத்தை அவனுடைய சித்தப்பன் பின்னாலிருந்து தாங்கிப் பிடித்துக்கொண்டான்.

“மாமா... இந்தப் புண்டாமொவன் தலைய... அவென் ஊரு எல்லையிலே போட்டுட்டு, ஒடம்ப... ஆத்துல இறக்கி உடணும்... எந்த ஆத்துக்குள்ள நம்ம பாப்பாவோட ஒடம்பு அழுகி நாறுதோ அதே ஆத்துல இந்த நாறச்சாதி பய ஒடம்பையும் இறக்கிவிட்ரலாம் மாமா... இவென் ஒடம்பு யாருக்கும் கெடைக்கக் கூடாது, இவெந்தான் நம்ம மானத்தைக் கெடுத்தவன்னு எந்த ஊருக்கும் தெரியக்கூடாது. மூடணும் மாமா... எல்லாத்தையும் மொத்தமா மூடிப் போடணும் மாமா...”

ஆத்திரம் மூண்டு, அதன் தாக்கம் குறையாதவனாக இருந்த சற்குணத்தை எளிதில் சமன்படுத்த முடியவில்லை.

அழகரின் தலை, ஊரெல்லையில் குத்தி வைக்கப்பட்ட அச்சமயத்தில், மூக்கனின் நெஞ்சில் ஏறி அமர்ந்திருந்த பூதம் ஒரு நொடி இறங்கி ஏறியது.

13

மலையன் ஓடிவந்துதான் மூக்கனை எழுப்பினான். சாத்தியிருந்த படலை இழுத்து தூர எறிந்துவிட்டு, பூதம் காத்துக் கிடந்த மூக்கனை அவன் கைகள் அடித்து எழுப்பியபோது, மூக்கனின் உடம்பிலிருந்து ஒரு கனத்த எருமை எழுந்து போனதுபோல் இருந்தது. மூக்கனை, மலையன் எழுப்பிக்கொண்டிருந்த அதே நேரம் வாசல் படலை இழுத்து கீழே தள்ளிவிட்டு, பூவாத்தாள் உள்ளே ஓடினாள். ராமனும் அஞ்சலமும் யாரோ அடித்துப்போட்டதுபோல் தூங்கிக் கொண்டிருந்தனர். அஞ்சலத்தின் கன்னத்தில் பூவாத்தாள் ஓங்கி அறைவிடுவதுபோல் அடித்து எழுப்பினாள். அவள் பின்னாலேயே வந்த கூட்டம் வாசலில் நின்று பேசுவது காதில் விழுந்து ராமனுக்கும் விழிப்பு வந்திருந்தது. அஞ்சலம் வாரிச்சுருட்டிக்கொண்டு எழுந்து பூவாத்தாளை மலங்க மலங்க பார்த்தாள்.

ராமன், சட்டென்று எழுந்து உட்கார்ந்தவர், உள்ளே நுழைந்திருந்த வெளிச்சத்தையும், வெளியே நின்றிருந்த ஆட்களையும் கண்டு மிரண்டு போய் எழுந்து வெளியே வந்தார். மலையன், மூக்கனை பதற்றத்தோடு இறுக்கி அணைத்திருந்தான். அவனுடைய தொண்டையில் கதறல் எடுப்பதற்கு முன்பான ஓலம் திரண்டு நின்றது. மூக்கன், மலையனை, தன் உடம்பில் ஒட்டுன அட்டையைப் பிடுங்குவதுபோல் பிடுங்கித்தான் நீக்க முடிந்தது. அவன் ஏன் அப்படி பயந்து நடுங்கிக்கொண்டும், ஓலத்தை அடக்கிக்கொண்டுள்ள நெஞ்சுக்குழி வெடித்துவிடுமாறும் இருக்கிறான் என்பதை மூக்கனால் உணரமுடியவில்லை. மலையனின் கைகளைப் பிடித்து, “என்னடா...” என்று பதற்றத்தோடு கேட்டான். வாசலுக்கு வந்திருந்த அப்பா, பொத்தென்று தரையில் விழுந்து புரளும் ஒலியும், அம்மா, வீட்டுக்குள் மாரில் அடித்துக்கொண்டு ஓலமிடுவதும் மூக்கனின் காதுக்குள் எட்டியபோது, அவன் மிரண்டுபோய் நடுங்கியபோது மலையன் குரல் தழுதழுக்கச் சொன்னான்:

“டேய்... நம்ம தம்பியோட தலை எல்லைல கெடக்குடா...”

மலையனின் குரலில் இருந்த நடுக்கமும் பயமும் ஓலமும் அவன் சொல்ல விரும்பியதைத் தெளிவாகச் சொல்லவிடவில்லை. மூக்கன், பொருள் புரியாத வாக்கியத்தைக் கேட்டவனைப்போல் அந்தச் செய்தியை உள்வாங்க முடியாமல் தவித்தான். பற்களை நறநறவென்று கடித்தான்.

“ஏய்...ஒண்ணுமே புரியிலடா... என்னடா...”

மலையனின் தோள்களைப் பிடித்து உலுக்கினான் மூக்கன். அப்பாவின் அழுகையும், அம்மாவின் ஓலமும், ஊராரின் கொந்தளிப்பும் மூக்கனுக்கு பயங்கர அச்சத்தை விளைவித்திருந்தது. எழுந்து வெளியே ஓடிவந்தவனை, கெட்டியாக அணைத்துக்கொண்டு அழுதான் மலையன். மூக்கன், அவன் கைகளைப் பிய்த்தெடுத்து, அவன் கன்னத்தில் நாலு அறைவிட்டு, “ஏய்...என்னாச்சுடா...” என்றான்.

மலையன் கதறிக்கொண்டே சொன்னான்:

“டேய்... நம்ம தம்பியோட தலை...எல்லைல குத்திக் கெடக்குடா...”

மூக்கன் ஒரு கணம் மூர்ச்சையாகிப் போனவனைப் போலானான். எழுந்து வீட்டுக்குள் ஓடினான். வாசலில் புரண்டு அழுதுகொண்டிருந்த அப்பாவை ஊரார் தூக்கி அமர்த்திக்கொண்டிருந்தார்கள். அம்மா கிட்டத்தட்ட மூச்சுப் பேச்சில்லாமல் கிடந்தாள். அவளை எடுத்துத் தன் மடியில் கிடத்தி தண்ணீர் தெளித்து முகத்தை வருடிக்கொடுத்து சுயநினைவைக் கொண்டுவர முயற்சித்துக் கொண்டிருந்தாள் பூவாத்தாள். அவளைச் சுற்றி நான்கைந்து பெண்கள் உட்கார்ந்து ‘ஐயோ... ஐயோ’ என்று அழுதுகொண்டிருந்தார்கள். அழகரின் படுக்கை விரித்திருந்த இடத்தைப் பார்த்தான் மூக்கன். அது, அப்படியே கலையாமல் கிடந்தது.

“ஐயோ... அழகரு...” என்று ஓவென்று அலறி, அப்படியே அந்தப் படுக்கை விரிப்புக்கு முன் மண்டியிட்டுக் கதறினான். மலையன் அவன் தோள்களை அழுத்தியபோது, தளர்ந்து போனவனாய் எழுந்தவன், அடுத்த நொடியே அருக்காலில் தலையை இடித்துக்கொண்டு சூறாவளியைப்போல் ஓடினான். இரவில், இடிக்கும் மின்னலுக்கும் இருளோகத்துக்கும் எங்கேயோ அஞ்சி ஒண்டிக்கிடந்த அவனுடைய வேட்டை நாயும் அவனோடு புழுதி பறக்க ஓடியது. தெருவைத் தாண்டுவதற்குள் இரண்டு இடங்களில் தடுக்கி விழுந்து உருண்டவனை, நாயின் மிரட்சியான கண்களும், துடிப்பான மூச்சும் எழுந்து ஓடவிட்டன. மலையனும் பூவாத்தாளும் ஊராரும் அவன் பின்னே ஓடினார்கள். ஓட முயற்சி செய்த ராமன் கால்கள் பின்னிக் கீழே விழுந்தபோது, அவரைத் தூக்கிவிட்டு மெல்ல நடத்திக் கூட்டிப்போனார் மலையனின் அப்பா. அஞ்சலம், வாசலில் அமர்ந்து, வானை நோக்கி மண்ணை வாரித் தூற்றிவிட்டு அழுதாள்.

“ஏய் அக்கினி வீரா... எம்புள்ளைய ஏன் இப்படிப் பாத்துக்காமப் போயிட்ட...” என்று கதறியவளை அணைத்துத் தேற்றிக் கொண்டிருந்த பெண்களின் ஓலம் ஊரைத்தாண்டிக் கேட்டது.

உடும்பனும் முத்தும் எங்கிருந்தோ இடையில் புகுந்து மலையனுடன் சேர்ந்து ஓடினர். மூக்கனின் கால்கள் எல்லையில் வந்து தடதடவென்று ஆடி நின்றபோது மக்கள் கூட்டமாகச் சூழ்ந்து நின்றிருந்தனர். அவனைக் கண்டதும் விலக்கிக் கொடுத்த கூட்டத்தின் முன் நிலைதடுமாறி விழுந்தவன், பலமிழந்த கால்கள் எழமுடியாமல் நடுங்க, மண்ணில் தவழ்ந்து அழகரின் தலைக்கு முன் போய், மண் அப்பியிருந்த கண்களைக் கண்டு வாய்விட்டுக் கதறினான். வெறிகொண்டவனைப்போல் எதையோ தேடினான். அவன் கண்களில் மிருகத்தனம் ஏறியிருந்தது. அவன் எதைத் தேடுகிறான் என்பதை மலையன் அறிந்தான். அவனருகே மண்டியிட்டு, தோளை அழுத்திப் பிடித்து, “ஓடம்ப காணாப்பொணமா ஆக்கிட்டானுங்கடா” என்றான். மலையனின் குரலில் கேவல் உறைந்திருந்தது. மூக்கன் தன் கைகளைத் தரையில் மாறி மாறி அடித்துக் கத்தினான்.

“டேய்...தேவ்டியா பசங்களா... எங்கடா இருக்கீங்க...” என்று கூக்குரலிட்டான். அழகரின் தலையை வெட்டியவர்கள் இந்நேரம் அருகே இருந்திருந்தால், தன் பற்களால் கடித்தே அவர்களின் தலையைத் துண்டாக்கியிருப்பான் போல ரத்தவெறி ஏறியவனாய்க் கத்தினான்.

முத்தும் உடும்பனும், அறுபட்ட தலைக்கு அருகில் அமர்ந்து, அதைப் புரட்டிப் பார்த்துவிட்டுக் கொந்தளித்தனர்.

“கழுத்துல... மொதல்ல ஒரு வெட்டு போட்டுருக்கானுங்க, அப்பறம், மசுர இழுத்து ஒருத்தன் புடிச்சிக்க... ஒருத்தன் அறுத்துருக்கான்...” என்றான் உடும்பன்.

திறந்திருந்த கண்களில் மண் சிதறியிருந்தது. காதுகளில் ரத்தம் வழிந்திருந்தது.

“அறுக்குறதுக்கு முன்ன தலைல அடிச்சிருக்கானுங்க... மூளை செதறியிருக்கு...” என்றான் முத்து.

சுற்றி நின்றிருந்தவர்கள், “ஐயோ... ஐயோ... கொடுமையே... ஏய் கொலைகாரப் பாவிவுளா...” என்று மார்பில் அடித்துக்கொண்டனர். கூட்டத்தில் நுழைந்து மூக்கனைத்

தேடி வந்த நாய், அவன் காதுகளை நக்கிக் கொடுத்தது. அது, அழகரின் ஈக்கள் மொய்த்த தலையை மோந்து பார்த்த பிறகு, வடக்கு நோக்கித் திரும்பிப் பெரிய ஊளையிட்டது.

"இதெல்லாம் அந்தச் சின்னமருதுப் பய வேலையாதான் இருக்கணும்... அவந்தான் இவெனை கறுவிக்கிட்டே இருந்தான்..." என்ற குரல்கள் கூட்டத்தில் கேட்கத் தொடங்கின. மலையனும் முத்தும் உடும்பனும் மூக்கனைப் பார்க்க, அவன் கண்கள் சிவக்க, பற்கள் நறநறக்க, உடம்பு துடிக்க, கால்கள் முறுக்கேற எழுந்து நின்றான். அவன் பார்த்த திசையில் வெறுமையான, அறுவடை முடிந்திருந்த நஞ்சைக்காடு பரந்து விரிந்திருந்தது. எதுவுமற்ற சூனியத்தைப் பார்ப்பதைப்போல் அத்திசையைப் பார்த்தான் மூக்கன். நெல்லின் அடிக்கட்டைகளுக்கு நடுவே, பாலம் பாலமாக வெடித்துக் கிடந்த அந்த வண்டல் காட்டில், அந்தக் காலைப்பொழுதில் சூனியம் மட்டுமே நிரம்பியிருந்தது. மூக்கன், அந்த சூனியத்தில் மறைந்திருந்த எதையோ கண்டுவிட்டவனைப்போல், கொலைவெறியோடு கத்தினான்.

"டேய் மருது... தேவ்டியா மொவனே... எங்கடா இருக்க."

14

மருது, மேய்ச்சல் காட்டில் போய் பதுங்கிக் கொண்டான். காடெங்கும் மாடுகள் மேய்ந்து கொண்டிருந்தன. எப்போதும் மேயும் மாடுகள்தான் என்றாலும், அன்று மட்டும் அந்த மாடுகள் தன் தலையில் கொலைவாளைக் கட்டிக்கொண்டு மேய்வதுபோல் சின்னமருதுக்குத் தோன்றியது. மூக்கனோடு, இயல்பாகவே மல்லுக்கு நின்று வெற்றிபெற முடியாது. இப்போது, அவன் கொலைவெறியோடு துரத்துகிறான். மோதத் துணிந்தால், தன் கைகளையும் கால்களையும் ஒரு சாதாரண சோளத்தட்டையை ஒடித்து எறிவதுபோல் ஒடித்து எறிந்துவிடுவான் என்பதை மருது அறிவான்.

“அழகரை நீதான் கொன்னுட்டேன்னு நெனச்சி ஒன்னக் கொல்லணும்னு வெறியோட மூக்கன் தேடிக்கிட்டிருக்கான்...” என்று கட்டையன் சொன்னபோது,

சின்னமருது ஒரு நிமிடம் ஆடிப்போனான். "டேய்... நான் எப்படா அவெனக் கொன்னேன்..." என்ற அவன் குரல், நெஞ்சைத் தாண்டி வரவே அவ்வளவு சிரமப்பட்டது. "அவெனக் கொல்லணும்னு வாய்ச்சவடால் விட்டேனே தவிர நான் கொல்லலடா... ஒனக்குத்தான் தெரிமே... மூக்கன மெரட்டி வெக்கணும்னு ரெண்டு தடவ பன்னித்தலைய வெட்டி வச்சோம், மாட்டுக்கொம்ப நட்டுவச்சோம்... அந்த அழகரு பயக்கூட ஒருநாளு அடிச்சி பொரண்டுகிட்டோம்... அதுக்கு மேல ஒண்ணுமே நடக்கலையேடா... ஒருவேள, அவென நேர்ல பாத்துருந்தா ஆத்திரத்துல நாலு அடி அடிச்சிருப்பேன்டா... கொல்ற அளவுக்கு நான் போவமாட்டன்டா..." என்று பதற்றத்தோடு அவனிடம் பேசினான்.

கட்டையனுக்கு, சின்னமருதுவின் உடல் பலமும், அவன் மனபலமும் நன்கு தெரியும். அவனுக்குக் கொல்ல வேண்டுமென்னும் கோபங்கள் இருந்தாலும், அதற்கான திட்டங்கள் போடுகிற அளவுக்கு சூழ்ச்சிகள் தெரிந்தாலும், அதைச் செயல்படுத்திக் காட்டுகிற மனவலு இல்லை. வெறும் வாய்ச்சவடாலும், திருட்டுத்தனமும்தான் அவனுடைய அடையாளங்கள்.

கட்டையன், வரவிருக்கும் ஆபத்தை உணர்ந்தவனாகச் சொன்னான்:

"ஒன்னபத்தி எனக்குத் தெரியும் மருது... அழகர எவனோ கொன்னுட்டு, ஒம்மேல பழியை மாத்திவுட்டுருக்கானுவ... அந்த ஊரு எல்லையில நாம போட்டுவச்ச பன்னித்தலையும், நட்டுவச்ச மாட்டுக்கொம்பும் அவனூளுக்கு சாதகமாப் போச்சி. நம்ம செஞ்ச தப்பு இன்னைக்கு நமக்கே ஆபத்தா மாறிக்கெடக்கு... நீ எப்பிடியோ தப்பிச்சிக்க... நானும் மத்த ஆளுங்களும் எங்கியாவது போய் ஒளிஞ்சிக்கிறோம்... ஆனா, மூக்கன் ஒன்னியத்தான் குறிப்பா தேடுறான்னு சேதி... பாத்துக்க..."

தப்பித்தோடிய முயலை ஒவ்வொரு புதராகத் தேடும் வேட்டை நாயைப்போல், மருதுவைத் தேடியலைந்தான் மூக்கன். பகல்

முழுக்க மேய்ச்சல் காட்டிலும், ராத்திரியில் காட்டுக்கோயில் மண்டபத்திலும் பதுங்கிக் கிடந்த மருது, இரண்டு நாட்கள் உயிர் தப்பித்துக் கிடந்ததே பெரிது என்பதுபோல், மூன்றாம் நாள் மூக்கனின் கண்பார்வையில் அகப்பட்டுக்கொண்டான். அழகர் கொல்லப்பட்ட இரவைப்போல் ஓர் இரவு அன்று அமைந்துவிடுமோ என்று நினைக்கும்படிக்கு அந்தியிலேயே வானம் இருள்கோலம் பூண்டு கருக்கத் தொடங்கியது. மருதுவின் நடமாட்டத்தைக் காட்டுக்கோயில் பக்கம் பார்த்ததாய்ச் சொன்ன கோடங்கி, அவன் ஒருவேளை தலைச்சன் பிள்ளையாக இருப்பான் எனில் அவனுடைய கால் எலும்பு எனக்குத் தேவைப்படும், அதனால் அவன் கால்களை ஊனப்படுத்திவிடாதே என்று கேட்டுக்கொண்டான். பிற்பகல் மூன்று மணிக்கு மேலே போய் காட்டுக்கோயிலில் இருந்த மாபெரும் ஆலமரத்தில் ஏறி மூக்கன் மறைந்து கொண்டான். சரசரவென்று ஒரு சாரைப்பாம்பு, பனை மரத்திலிருந்து இறங்குவதைப்போல் இருள், வானிலிருந்து காட்டில் இறங்கத் தொடங்கியது.

ஆறு மணிக்கெல்லாம் பத்துமணி இருட்டைப்போல் ஆகிவிட்டது. விடாமல் மின்னல் வெட்டுகிறது, இடி இடிக்கிறது. இப்படியான இடிமின்னல் சமயத்தில் மரத்தில் மறைந்திருப்பது உசிதமல்ல என்று மூக்கனுக்குத் தெரியும். ஆனால், மருதுவைப் பிடிக்க அவன் அதில்தான் மறைந்திருக்க வேண்டும். இடியும் மின்னலும் அதிகரிக்க அதிகரிக்க, அழகரின் நினைவும் அதிகரித்துக்கொண்டே இருந்தது. இந்த இடியையும் மின்னலையும் பயன்படுத்தித்தான் அழகரைக் கொன்றிருக்கிறார்கள் என்பதை நினைக்க நினைக்க மூக்கன் இன்னும் வலுவாக மரக்கிளைகளைப் பற்றிக்கொண்டான்.

காற்றும் சேர்ந்துகொண்டது. மரம் சன்னதம் கொண்டு ஆடியது. தூரத்தில் மனித உருவம் தெரிகிறதாவென கண்களை இடுக்கிக்கொண்டு பார்த்தான். நேரம் போனதே தவிர மருதுவைக் காணவில்லை. இடியையும் மின்னலையும் கண்டு அஞ்சி வேறு இடத்துக்குப் போய்விட்டானா? மத்தியானமாய், குழுமூர் கண்மாயில் வைத்து, கட்டையனின் கால்களை

முறித்தபோது அவன் சொன்னது நினைவுக்கு வந்தது.

“ஓ…ந்தம்பிய மருதுதான் கொன்னானான்னு எனக்குத் தெரியாது. ஆனா, அதுக்கும் எனக்கும் ஒரு சம்பந்தமும் இல்ல மூக்கா… என்ன உட்டுடு… நான் அவென வுட்டு வந்து பல நாளாகிடுச்சி. எதுக்காவும் அவென்கிட்ட போறதில்ல… நான்… வேற பொளப்ப பாக்க போயிட்டேன்… அவென்கூட எந்த சங்காத்தமும் இல்ல… என்ன உட்டுடு மூக்கா…”

அவன் சொற்களைக் காதில் ஏற்றிக்கொள்ளும் நிதானம் பறிபோயிருந்த மூக்கன்,

“எந்தம்பிய இப்பிடி தலை வேறா முண்டம் வெறயா ஆக்கி, காணாப் பொணமாக்கிட்டீங்களேடா… ங்கொம்மால எங்கடா அவென் இருக்கான்… என் தம்பி ஒடம்ப என்னடா பண்ணுனீங்க…”

என்று கேட்டுவிட்டு, ஆத்திரம் ஏறியவனாய் அவன் காலை முறித்தெறிந்தான். “ஐயோ… அம்மா…” என்று கதறியவன், “எனக்கு ஒண்ணும் தெரியாது…” என்று காலில் விழுந்து விட்டுவிடச் சொல்லி மன்றாடினான்.

“காட்டுக்கோயிலு பக்கம் அவென் இருக்கலாம்…” என்று, முறிந்த தன் கால்களை இழுத்துக்கொண்டு நகர்ந்து ஒரு திசையைக் காட்டினான் கட்டையன். வாயில் வழிந்த ரத்தம், நுரைதள்ளியிருந்த எச்சிலோடு கலந்து அவன் வெற்றுடம்பில் சிந்திப் பரவியது. கன்ன எலும்புகள் புடைத்துக்கொண்டதால், பேசும்போது திணறினான். உடம்பில் ஏற்பட்டிருந்த காயங்களாலும் வலியாலும் எழ முடியாமல் தவித்தவன், மூக்கனின் வெறித்தனத்தின் முன் நடுங்கிக்கொண்டிருந்தான். நெஞ்சில் ஒரு மிதி மிதித்து மண்ணோடு அவன் உடம்பைச் சாய்த்தவன், “அவென் தலைய அறுத்துப் போட்டுட்டு வந்து ஒன்ன வச்சிக்கிறேன்டா…” என்று கூறிவிட்டு காட்டுக்கோயில் இருக்கும் திசையை ஓர் ஓநாயைப்போல் பார்த்துக் கத்தினான்.

இடியும் மின்னலும் காற்றும் அதிகரித்துக்கொண்டே இருந்தன. இருள் மேலும் அடர்த்தியாகியிருந்தது. தூரத்தில் எந்த உருவம்

வந்தாலும் தெரியாத அந்த இரவில், மின்னல் ஒளியின் உதவி மூக்கனுக்கு சாதகமாக இருந்தது. ஒவ்வொரு முறை மின்னும்போதும் எதிரில் தெரியும் வெட்டவெளி ஓரிரு நொடிகள் ஒளிர்ந்து பகல்போல் ஆவதை மூக்கன் கண்டான். மழை வருவதற்குள் இறங்கி கோயில் மண்டபத்தில் ஒதுங்கிக் கொள்வோம் என்று தோன்றியது. மேற்கூரை இடிந்தும், நான்கு பக்கச் சுவர்களில் ஒரு பக்கம் பாதி வரை இடிந்துமிருந்தது மண்டபம். மழை வந்தால் வலது ஓரமாகச் கொஞ்சம் ஒதுங்கிக்கொள்ளலாம். மற்ற இடங்கள் ஒழுகி நனைந்துவிடும். சீமை ஓடு போட்டு வேய்ந்த அந்தச் சிறிய மண்டபத்தின் முகப்பில், மஞ்சள் நிறச் சுண்ணாம்புப் பாறைகளை உடைத்து சுவர் தடுப்புகளும், கூரையும் கட்டப்பட்டிருந்த கோயில் இருந்தது. ஒரு காட்டுப்பன்றி கூட உள்ளே சென்று வரமுடியாத அளவுக்குச் சிறிய, குகைபோன்ற கோயில். அதனுள் ஒரு செங்கல் உயரத்திலிருந்த தெய்வத்தைக் காட்டுக்கொடிகள் புகுந்து மூடியிருந்தன.

மூக்கன், மண்டபத்தின் வாயிலில், இடிந்த கூரைகளின் சிதிலங்களும், உடைந்த மரக்கட்டைகளும் கிடந்த இடத்தில் நின்று தனக்கு முன் பரந்து விரிந்திருக்கும் வெட்டவெளியை மின்னல் ஒளியின் உதவியோடு வெறித்துக்கொண்டிருந்தான்.

ஓர் உருவம், கோயிலை நோக்கி வேகவேகமாக வருவதை ஒரு மின்னல் பொழுதில் கண்ட மூக்கன், வருவது மருதுதான் என்பதை உறுதிப்படுத்தினான். இடிக்கும் மின்னலும் காற்றுக்கும் பயந்து, மருதுவின் கால்கள் ஒரு விலங்கின் கால்களைப்போல் முன்னேறிக்கொண்டிருந்தன. பொத்தான்கள் போடாமல் சட்டையைத் திறந்தே விட்டிருந்ததால், அவன் நெஞ்சு முடிகள் பயத்தில் குத்திட்டு நின்றிருந்தன.

மின்னலின் ஒளி அந்த மொத்தக் காட்டுக்கும் வெளிச்சம் பாய்ச்சிய ஒரு நொடியில், மருதுவின் கண்கள் எதையோ கண்டு மிரண்டன, கால்கள் அப்படியே வேர் முளைத்தவைபோல் நின்றன. மருதுவின் கண்கள், மண்டபத்தின் வாயிலில் ஓர் உருவத்தைக் கண்டன. மருது, அப்படியே தரையில்

படுத்துக்கொண்டு, அடுத்து வந்த மின்னல் ஒளியில் அந்த உருவத்தைத் தேடினான். அங்கு ஒன்றும் இல்லை. மருது, தயங்கி நிற்பதைக் கண்டுகொண்ட மூக்கன், சுவர் மறைவில் சட்டென மறைந்துகொண்டான். இருவருக்கும் இடையில் இரண்டு பனை உயர தூரம். மருதுவின் மனதில் சந்தேகம் ஏறிவிட்டது. அவனுடைய கண்கள் ஓர் உருவம் அசைவதைக் கண்டன. அது உண்மை. இப்போது வெறுமையாகக் காட்சி தரும் இடத்தில் ஒரு பனங்கட்டையைப் பார்த்ததுபோல் உணர்ந்தது பொய்யில்லை. அதுபோலொரு பனங்கட்டை அங்கிருந்ததில்லை. அது மனித உருவம். யாராக இருக்கும். ஒருவேளை கட்டையன் வந்து காத்திருக்கிறானோ! அவன்தான் எனில், இப்போது அந்த உருவம் எங்கே? மருதுவின் கால்கள் மேற்கொண்டு நகரவில்லை. தரையில் படுத்திருந்தபடியே கோயிலைப் பார்த்தான். ஒவ்வொரு மின்னல் ஒளிக்கும் கோயில் பனிக்கட்டியைப்போல் மாறி உடனே கரைந்து ஓடிக்கொண்டிருந்தது. அரவம் எதுவும் நெருங்கி வருவதுபோல் தெரியவில்லை. மூக்கனின் நாசியில் மனித வாடை நுழையவில்லை. எங்கிருந்தோ புழுதி வாசனை வந்தது. மருதுவின் கண்கள் சந்தேகம் கொண்டுவிட்டன போல.

மெல்ல வெளியேறி மீண்டும் அதே இடத்தில் நின்றுகொண்டு வெளியை நோக்கினான் மூக்கன். எதிரில் தெரிந்த வெளியில் யாருமே இல்லை.

ஒரு நீண்ட மின்னல் ஒளியில், மருது அங்கிருந்து ஓடிக்கொண்டிருப்பதை மூக்கனால் காணமுடிந்தது. அடுத்த கணம், ஒரு கருஞ்சிறுத்தையின் முகம்போல் அவன் முகம் மாறியது. ஒரே தாவில் கொஞ்சம் பள்ளமான இடத்தில் குதித்தவன், மின்னல் ஒளியில் கலந்து, கல், முள், புதர், வரப்பு எல்லாவற்றையும் தாண்டி மருதுவை நெருங்கினான். இடியோசையைத் தன் குரலாய் பாவித்துக்கொண்டு ஓடிய மூக்கனின் கண்களிலிருந்து மருது நழுவி ஓடிக்கொண்டிருந்தான்.

அருகருகே இரண்டு புளிய மரங்கள் இருந்த இடத்தை நோக்கி மருது ஓடியதைக் கண்டவன், அந்த மரங்களை வந்தடைந்தபோது அங்கு ஆந்தைகள் கத்திக்கொண்டிருந்தன. அதற்குப் பிறகான

வெளி கரிவேலிகளால் மூடிக்கிடந்தது. அதற்குள் ஓடமுடியாது. வேறு திசையில் ஓடியிருக்க வேண்டுமெனில் அது எந்தத் திசை? மூக்கன் நாலா பக்கமும் தேடினான். அவனுக்கு எதுவும் பிடிபடவில்லை. மரத்தைப் பிடித்துக்கொண்டு பற்களை நறநறவென்று கடித்தான். அப்போது, அவன் தலையில் சொட்டுச் சொட்டாய் நீர்போல் ஏதோ வழிந்தது. முதலில், ஆந்தையின் எச்சம் என்று நினைத்தவன், தொடர்ந்து நீர்போல் தலையில் வழியும் சூடான ஈரத்தைத் தொட்டு, கைவிரலால் பிசைந்து பார்த்தான். அது எச்சமும் இல்லை. நீரும் இல்லை. குருதி. மூக்கில் வைத்து மோந்தவனுக்கு உடம்பு திக்கென்று தூக்கிப்போட்டுவிட்டது.

ஒரு கணம் அவனையுமறியாமல் மூக்கனை பயம் கவ்வியதை அவன் உடம்பில் ஊறிய வியர்வை உறுதிப்படுத்தியது. சற்று விலகி மரத்தை அண்ணாந்து பார்த்தான். மின்னல் ஒளியும் இடியும் தணிந்து, லேசாக நட்சத்திரங்களும், கீற்றுபோல் நிலவொளியும் வானில் ஒளிரத்தொடங்கியிருந்தன. பரந்த கிளைகளினூடாக அவன் கண்டது, முறிந்த கிளையொன்றின் கூர்மையில் சுளுக்கியால் குத்தப்பட்ட தவளையைப்போல் மருது செருகியிருந்தான். சரியாக அவனுடைய நெஞ்சுக்குழியில் அந்தக் கிளையின் கூர்மை இறங்கியிருந்தது. தப்பிப்பதற்கு ஏறும்போது, கை நழுவி அந்தக் கூரில் விழுந்துவிட்டவனின் குருதியின் வாடை காற்றில் கலந்து மூக்கனுக்கு அச்சத்தை ஊட்டியது. மூக்கன் கொன்றிருந்தால் கூட இப்படிக் கொடூரமான மரணம் மருதுக்கு வாய்த்திருக்காது. அங்கொன்றும் இங்கொன்றுமாக இருந்த புளிய மரங்களிலிருந்த ஆந்தைகள் கூட்டமாக வந்து, அந்த மரத்தில் அமர்ந்து அலறியபோது மூக்கன் அந்த இடத்திலிருந்து வெளிறிப்போய் நீங்கினான்.

15

அழகரின் கொலைக்கு தடயம் கிடைக்கவில்லை என்று கை உதறிய காவல்துறை, மருதுவின் மரணத்துக்கு மூக்கன்தான் காரணம், அவன்தான் கொலையாளி என்று தேடத் தொடங்கியது. மூக்கன் தலைமறைவானான். சுற்றியுள்ள கிராமங்களில் தேடிப்பார்த்த காவலர்கள் மூக்கனைக் குறித்த அடையாளங்களை அறிவித்தார்கள். மூக்கனைக் கொஞ்சம் அறிந்திருந்தவர்களும், கொஞ்சம்கூட அறியாதவர்களுமான அந்த வட்டாரத்து மக்கள், காவலர்கள் கூறும் அடையாளத்தையும் தாங்கள் அறிந்த அடையாளத்தையும் ஒப்பிட்டுப் பார்த்தார்கள். அவனை அங்கே பார்த்தேன், இங்கே பார்த்தேன் என்று கூறிக்கொள்ளும் அவர்கள் அவனைக் குறித்த சித்திரத்தை விதவிதமாக வரைந்துகொண்டிருந்தார்கள்.

“நல்லா வளத்தியா…ஓங்கு தாங்கா இருக்காம்யா…”

“பாக்க அய்யனார் கெணக்கால்ல இருப்பான்.”

“பயபுள்ள கோட்டிப்புடிச்சவன் போல இருக்கான்.”

“அட... எம்மாம்பெரிய அடப்பாருந்தாலும் சாரப் பாம்பு மாரி ஒரே தவ்வுல தாண்டுறான்.”

“நாலு காலு இருக்கும் போல. என்னா ஓட்டம் ஓடுறான்...”

“கல்லுன்னு பாக்குறானா... முள்ளுன்னு பாக்குறானா... வக்காளி... காலுக்கு லாடம் அடிச்சிக்கிட்டிருப்பான் போல. என்னமாப் பாயுறான்...”

“அட... பனமரத்துல பாதி இருப்பாங்குறேன். நம்ப மாட்டேங்குறீங்க...”

“வேட்டை நாய, கூட வச்சிருப்பான்னு நெனைக்கிறேன். இல்லன்னா இம்மாம்பெரிய காட்டுல தனியா இருக்க முடியாது”

மூக்கன் எப்படியெல்லாம் இருப்பான், அவன் குணாதிசயம் எப்படிப்பட்டது, அவன் உடம்பமைப்பு எப்படியிருக்கும் என்றெல்லாம் ஏழு கிராமங்களிலும் சொல்லப்படும் தகவல்கள் முற்றிலும் உண்மையும் இல்லை. பொய்யும் இல்லை. கேட்கக் கூடிய கதைகளை வைத்து பாத்திரங்களைக் கற்பனை செய்யக்கூடிய திறமை கிராமத்து ஆட்களுக்கு அதிகமாகவே இருந்தது. அவர்கள் சொல்வது ஒரு யூகமாக இருந்தாலும் கிட்டத்தட்ட மூக்கனுக்குப் பொருந்திப் போகக்கூடியதாகவும் இருந்தது.

ஒரு பிள்ளையை எமனுக்கும் இன்னொரு பிள்ளையைக் குற்றத்துக்கும் பலிகொடுத்துவிட்ட ராமன், ஒவ்வொரு நாள் இரவிலும் தன் வீட்டைத் திறந்து வைத்து, வாசல் திண்டில் எப்போதும்போல் படுத்து வானில் தெரியும் நட்சத்திரங்களை வேண்டிக்கொண்டிருந்தார்.

“எம்புள்ளைக்கு நீங்கதான் தொணையா இருக்கணும்.”

வானில் அன்று ஏராளமான வெள்ளை நட்சத்திரங்கள் இருந்தன. ஊர் எப்போதும்போல் நேரத்திலேயே அடங்கிவிட்டது.

ராமன், செருப்பை மாட்டிக்கொண்டு எங்கோ கிளம்பினார். ஊர் மத்தியிலிருக்கும் பெரிய, அடர்ந்த புளியமரத்தில் ஆந்தைகள் அலறிக்கொண்டிருந்தன. கிளைகளின் வழியே வானில் இறைந்திருந்த நட்சத்திரங்களை அவரைப் போலவே இன்னும் இரண்டு கண்களும் பார்த்துக்கொண்டிருக்கின்றன என்பது ராமனுக்குத் தெரியாது. அவர் போவதையே பார்த்துக்கொண்டிருந்தன அந்தக் கண்கள். ஆந்தைகள் அந்தக் கண்களைக் குறுகுறுவென்று பார்த்துவிட்டு எங்கோ பறந்துபோய் வேறொரு மரத்தில் அமர்ந்து அலறின. ராமன், புளிய மரத்தை ஒட்டிய பாதையில் இறங்கி, கிழக்குத்திசை நோக்கிச் சென்றார். அவர் போவதையே பார்த்துக்கொண்டிருந்த உருவம், மரத்திலிருந்து மெல்லக் கீழே இறங்கியது. அந்தக் கும்மிருட்டில், ஓங்கிய உடலமைப்போடு நடந்த கால்கள் ஒரு வீட்டின் வாசலில் வந்து நின்றபோது, அஞ்சலத்தின் ஒப்பாரிப் பாடல் ஊரை எழுப்பிவிடாத கேவலோடு நெஞ்சுக்கூட்டிலேயே எழுந்து அங்கேயே ஒலித்துக்கொண்டிருந்தது.

நடுச்சாமம் நெருங்கிக் கொண்டிருந்தது. வாசலில் குனிந்து உள்ளே பார்த்த உருவம், அமைதியாக உள்ளே சென்று அஞ்சலத்தின் அருகில் அமர்ந்து அவள் தோளைத் தொட்டது. கொஞ்சமும் சலனப்படாத, அச்சப்படாத அஞ்சலத்தின் குளிர்ந்த கைகள், அந்த வெதுவெதுப்பான கைகளை அழுந்தப் பற்றிக்கொண்டன. அஞ்சலம், குரல் உடைந்து போனாள்.

“தம்பி...பெரியவனே... என் தங்கம்...”

மூக்கன், அம்மாவைத் தழுவி அணைத்துக்கொண்டான். அம்மா, அவசர அவசமாக உள்பக்கமாகப் படலை சாத்திக்கொண்டாள். மெதுவாக எண்ணெய் விளக்கை ஏற்றினாள். மூக்கன் சுவரில் சாய்ந்தபடி உட்கார்ந்திருந்தான். அவன் உடம்பில் ஒன்றுமே இல்லை. காட்டிலும் மேட்டிலும் மறைந்து, திரிந்து, அலைந்து உடம்பில் நீர்வற்றிப்போய்க் கிடந்தவனைப் பார்த்ததும் அஞ்சலம் மௌனமாக விசும்பினாள். அவளது கைகள் அனிச்சையாக உரிப்பானையை அருகே எடுத்து வைத்து சோறு கரைத்தன. ஒரு பாத்திரம் முழுக்க கரைத்து வைத்த

கூழை, மூக்கன், அண்ணாந்து வாயருகே நிமிர்த்தி அதன் குடங்கை கவிழ்த்தபோது, அவன் தொண்டையில் கூழ் இறங்கும் சத்தம் ஊருக்கே கேட்டுவிடுவதைப்போல் ஒலித்தது. அஞ்சலம் ஒரு சிலையைப்போல் உறைந்துபோய் மூக்கனைப் பார்த்துக்கொண்டிருந்தாள்.

வாசலில் காலடியின் சத்தம். ராமனின் அமைதியான நிழலுருவம் அங்கே நின்றிருந்தது. மெல்ல, வெளியேயிருந்து படலை நகர்த்திய அப்பா, குனிந்து உள்ளே நுழைந்ததும், திடுக்கிட்டு நடுக்கம் கொண்டார். அவசரகோலத்தில் படலை சாத்தியவர், அம்மாவைப் பார்த்து, “வெளக்க ஒடனே அமத்து...” என்று கூறிவிட்டு, அவரே பாய்ந்து அதை ஊதி அணைத்தார். அம்மா, விளக்கை குழிமாடத்தில் எடுத்து வைத்தாள். இருள் சூழ்ந்துகொண்ட வீட்டில், மூன்று பேரின் பெருமூச்சு மட்டுமே நிறைந்திருந்தது. இருளோடு இருளாக நகர்ந்து வந்து மூக்கனின் தோள்களைத் தொட்ட ராமன், அவனை அருகே இழுத்து “அப்பா... பெரியவனே...” என்று அணைத்துக்கொண்டார். அவரது குரலிலும் உடம்பிலும் இருந்த பலம் மொத்தமும் தொலைந்து போயிருந்ததை மூக்கனால் உணரமுடிந்தது. அவனுக்கு, சிறு குழந்தையைப்போல் அழுகை முட்டியது. அவரது தொடையில் தலை வைத்துக்கொண்டான். பனையைப்போல் உறுதியாகவும், பாறையைப்போல் இறுகியும் இருக்கும் அப்பாவின் தொடை இப்போது தளர்ந்து போயிருந்தது. அதில், வேட்டைக்குத் தப்பித்து ஓடும் விலங்கின் பயந்த உடம்பிலிருந்து வெளிப்படும் வெப்பம் இருந்தது. நடுங்கும் உடலை இறுக்கிப் போர்த்தியபடி, ஒரு பெருமூச்சுக்குப் பிறகு குரலைத் தாழ்த்தி அம்மாவிடம் கேட்டார்.

“எப்ப வந்தான்...?”

“நீ போன கொஞ்ச நேரத்துக்கெல்லாம் வந்துட்டான். ஓங்கண்ணுல படலியா?”

“இல்லியே...”

வெளியே, ஊரின் காதுகள் திறந்துவிடக்கூடாது என்பதில்

அப்பா கவனமாக இருந்தார். ஊரிலும் சில கைகள், மூக்கனைக் கண்டுவிட்டால் கைநீட்டி, 'அதோ மூக்கன்' என்று காட்டிக்கொடுக்கத் தயாராக இருந்ததை அப்பா, அவனிடம் சொன்னார். இங்கே எங்கேயும் பதுங்கியிருக்க வேண்டாம், எங்கேயாவது போய் பிழைத்திரு, எல்லா கதைகளும் ஒருநாள் பழைய கதைகளாகும் என்றார் அப்பா. அம்மா, கூரைக்கு மேலே அவள் மனக்கண்ணால் பார்த்த தேவாதியிடம் மன்றாடிக் கொண்டிருந்தாள். நடுச்சாமம் திரண்டுவிட்டிருந்தது. சாமக்கோழிகள் கூவி முடித்திருந்தன.

மூக்கன், அப்பாவின் அணைப்பிலிருந்து விலகி அப்படியே உடம்பைக் குறுக்கி, சுருண்டு படுத்துக்கொண்டான். அப்பாவும் அம்மாவும் சுவரில் சாய்ந்து உட்கார்ந்த மாதிரியே தூங்கிப் போயிருந்தார்கள். விடிகாலையில் ஊரை எழுப்பும் சேவல் கூவியபோது விழிப்பு தட்டி எழுந்த அம்மா, விளக்கை ஏற்றிப் பார்த்தாள். மூக்கன் படுத்திருந்த இடத்தில் அவனுடைய உடம்பு சூடு ஆறிப்போயிருந்தது. அவனைக் காணவில்லை. ராமனைத் தட்டி எழுப்பினாள். அவர், வெளியே போய் பார்த்தபோது இருள், அடர்த்தி குறையாமல் அப்படியே இருந்தது.

ராமன், ஊரையே ரொம்ப நேரம் பார்த்திருந்துவிட்டு வீட்டுக்குள் வந்தார். விளக்கின் சுடர் லேசாய் அசைந்து கொண்டிருந்தது. காட்டுக்கோயிலின் பெண் தெய்வத்தைப்போல் உறைந்துபோய் உட்கார்ந்திருந்தாள் அஞ்சலம். அழுது அழுது கண்ணீர் வற்றிப்போன கண்களில் ஒரு வறட்சி தெரிந்தது. மூக்கன் இந்நேரம் எந்தக் காட்டுப்பாதையில் போய்க்கொண்டிருக்கிறானோ என்று அவள் நடுக்கத்துடன் நினைத்துக்கொண்டிருந்தாள்.

மூக்கன், பஞ்ச காலத்தில் பிறந்தவன். உண்ண உணவில்லாமல், வறுமையின் பிடியில் அவர்கள் சிக்கிக்கொண்டிருந்த காலத்தில்தான் மூக்கன் பிறந்தான். அவனைக் காப்பாற்ற கண்ணில் படும் காட்டுக்கீரையெல்லாம் சாப்பிட்டாள் அஞ்சலம். அப்போதும் அவள் முலைகளில் போதுமான பால் சுரக்கவில்லை. காம்புகளைச் சப்பிப் பார்த்துவிட்டு

அவன் பசியால் கதறுவதை உள்ளொடுங்கிய கண்களால் வெறித்துக்கொண்டே இருப்பாள். ஒருநாள் ஏதோவொரு வேகத்தில், ஏதொவொரு காட்டுக்கீரையைச் சாறு பிழிந்து பாலுக்குப் பதிலாக அவனுக்கு ஊட்டிவிட்டுவிட்டாள். இரண்டு பேருக்கும் வயிற்றுப்போக்குதான் உருவானதே தவிர பசியாறவில்லை. ரொம்பக் கவலைக்கிடமாகிவிட்ட இரண்டு உயிர்களும் இனிமேல் தாங்காது என்று மருத்துவச்சி கைவிரித்துவிட்ட நாளில் அவனைத் தன் மார்பில் கிடத்திக்கொண்டு, உயிர்க்கலை இழந்த கண்களால் ராமனையே பார்த்துக்கொண்டிருந்தாள். அப்பா, தன் குலசாமியின் காலடியில் போய் விழுந்து சின்ன உசுற வேண்டுமானால் எடுத்துக்கொள் பெரிய உசுரையாவது எனக்குக் கொடு என்று மன்றாடினார். தனக்கு நிலமே முக்கியம், விளைச்சல் போனால் போகட்டும் என்று அழுதார்.

குலசாமியின் முன் அழுது களைத்துவிட்டு அப்பா வீட்டுக்கு வந்தபோது மார்பில் கிடத்திய மூக்கனை இறுக்கி அணைத்துக்கொண்டே தேம்பி அழுதாள் அஞ்சலம். அந்த அணைப்பு இயல்பாக இல்லாமல் இருப்பதை உணர்ந்தவர், அவசரமாக ஓடி அவள் கையைப் பிரித்துவிட்டுப் பார்த்தார் ராமன். மூக்கன் கண்கள் செருகிப்போய் துவண்டு போயிருந்தான். வெட்டி வெட்டி இழுத்துக் கொண்டிருக்கும் உடம்பைப் பார்க்க வெறுத்துப்போய் அவனைக் கொல்லத் துணிந்திருக்கிறாள் என்பதைக் கண்டுபிடித்தவர், அந்த சின்னஞ்சிறிய உடம்பை எடுத்து ஒரு குலுக்குக் குலுக்கிவிட்டு அவனுடைய வாயில் வாய் வைத்து ஊதி உயிர்க்காற்று கொடுத்தார். மூக்கனின் உடலில், மின்னல் வெட்டைப்போல் ஒரு சூடான துடிப்பு வந்தது. உயிரைக் கண்களில் தேக்கிக்கொண்டு கிடக்கும் இரண்டு உடல்களையும் எடுத்து மடியில் போட்டுக்கொண்டு கூரையைப் பார்த்து ஓர் ஓநாயைப்போல் ஊளையிட்டு அழுதார் ராமன். அந்த ஓலம் தெய்வத்தின் காதுக்கு எட்டியதோ! இல்லை, நோயின் வேருக்கே உறைத்ததோ தெரியவில்லை, அன்று இரவு இரண்டு உயிரின் கண்களிலும் லேசாக வெளிச்சம் தெரிந்தது.

“நாங்க ரெண்டு பேருமே பரலோகம் போய்ட்டு திரும்பி வந்தவங்க” என்று அம்மா அடிக்கடி சொல்வாள். கூடவே சாகத் துடித்த உயிரென்பதாலோ என்னவோ மூக்கனை அவளுக்கு அதிகம் பிடித்திருக்கிறது என்று அப்பா சொல்வார்.

அணைந்துவிடுமோ என்பதுபோல் சுடர் ஆடியபோது அஞ்சலத்தைக் கண்ணுற்ற ராமன், உட்கார்ந்த இடத்திலேயே சரிந்திருந்த அவளது உடம்பின் மீது தன் சால்வையைப் போர்த்திவிட்டார். தூங்கியிருப்பாளா என்று யோசித்தார். வாய்ப்பில்லை, கண்களை மூடிக்கொண்டு தன் நெஞ்சுக் கூட்டுக்கு மட்டும் கேட்பதுபோல் அவள் தேம்பிக் கொண்டிருப்பாள்.

மெதுவாய் ஆடிக்கொண்டிருந்த சுடரில் விரல் வைத்து அமத்தி அணைத்தவர், கைகளைக் கோத்து பின்னந்தலைக்கு வைத்துக்கொண்டு இருளில் தெரியும் நட்சத்திரங்களைப் பார்த்தபடி வெகுநேரம் விழித்திருந்தார்.

நட்சத்திரங்கள் காட்டும் பாதையில் குறுக்கே மேகங்கள் எதுவும் வந்துவிடக் கூடாது என்று அவர் வாய் குலசாமியிடம் வேண்டிக் கொள்வதைப்போல் முணுமுணுத்தது.

16

மூக்கனைத் தேடி காவல்துறை ஓய்ந்தபோது, ராமனும் அஞ்சலமும் ஊரின் கோரமான முகத்தையும், நெஞ்சில் அழுக்குப் படிந்த ஆபத்தான மனித உறவுகளையும் சந்தித்து முடித்திருந்தனர். மூக்கன் அந்த வட்டாரத்தில் எங்கேயும் இல்லை. அவன் கண்காணாத ஊருக்குப் போய்விட்டான் என்று ஊர் பேசிக்கொண்டது. எங்கோ தன் மகன் உயிரோடு, ஆபத்தில்லாமல் இருக்கிறான் என்பது அவர்களுக்கு ஆறுதலாக இருந்தது. அழகரின் துர்மரணம் இதயத்தை வாட்டும்போதெல்லாம் நடு இரவு வரை ஒப்பாரி வைத்துக்கொண்டிருந்த அஞ்சலம், கொஞ்சம் கொஞ்சமாக அந்தக் கேவலை நிறுத்திக்கொண்டாள். அப்பாவின் நாவில், புத்திர சோகத்தின் துயரத்தைத் தாங்கிய வரிகளோடு அமைந்த பாடல் மெல்ல மெல்ல உதிர்ந்து கொண்டிருந்தது.

ஒரு மழைக்காலம் முடிந்தது.

ஒருநாள் நடுச்சாமத்தில், தன் வீட்டின் வாசலில் வந்து நின்ற மூக்கன், வீட்டில் படிந்திருந்த இருளைக் கண்டு பயந்தான். கூரை நைந்துபோயிருந்தது. நட்சத்திர ஒளி கூரையில் இறங்கியிருக்கவில்லை. உள்ளிருந்து மூச்சுக்காற்று வெளியேறவில்லை. சுவர்கள், சாணி தெளிப்பின்றிக் காய்ந்தும் உதிர்ந்தும் பெயர்ந்தும் போயிருந்தன. மூக்கனுக்கு எதுவோ ஒன்று தவறாக உறுத்தியது. படலை நீக்கிவிட்டு உள்ளே சென்றான். உள்ளே வெறும் இருள் மட்டுமே இருந்தது. பூனையொன்று வறண்ட கண்களால் அவனைப் பார்த்துவிட்டு சுவர் வழியாக வெளியே குதித்தது. மூக்கன், நடுக்கம் மிகுந்தவனாய்த் தன் பெற்றோர்களை அழைத்தான்.

"அம்மா..."

"அப்பா..."

அவன் குரலுக்கு ஒரு மூச்சுகூட பதிலாக எழவில்லை. வீட்டில் நிரம்பியிருந்த நெடி நிச்சயம் அப்பாவுடையதோ அம்மாவுடையதோ இல்லை. இது வேறு நெடி. மூக்கனின் கால்கள் தடதடவென்று பயத்தில் நடுங்கின. அழுகையும் கேவலும் அச்சமும் அதிகரிக்க, தரையில் உட்கார்ந்தவன், வீடு முழுக்க கைகளால் தடவித் தவித்தான். இப்போது அவன் குரல் வேகமாக ஒலித்தது.

"அம்மா..."

"அப்பா..."

அவர்கள் இல்லை. வீட்டில் உயிரோட்டம் இல்லை. அவர்களின் வாசனை இல்லை. இது வீடு இல்லை. இது பாழடைந்த சுவர். பாழடைந்த கூரை, பாழடைந்த தரை. மூக்கனின் ஓலம் ஊரை எழுப்பியது.

"அம்மா..."

"அப்பா..."

லாந்தரை ஏற்றிக்கொண்டு ஓடிவந்த மலையன், மூக்கனை வாரித்தழுவி அணைத்துக்கொண்டு கதறி அழுதான். அடுத்தடுத்த

வீடுகளில் இருந்தவர்கள் எல்லோரும் அங்கு கூடிவிட்டனர். சென்ற மழைக்காலத்தில் ஒருநாள் ராமனின் உயிர் அவரது சருகலத்தை விட்டு வெளியேறியதையும், அடுத்த ஒருவார காலத்திலேயே அஞ்சலமும் படுக்கையிலேயே இறந்துபோய்க் கிடந்த கதையையும் கதறிக் கதறி, கதை கதையாய்ச் சொன்னது ஊர். பிள்ளைகளை இழந்த சோகத்தில் இரண்டு உயிரும் போய்ச் சேர்ந்துவிட்டது என்று ஒரு கதையை உருவாக்கி ஊர் பேசிக்கொண்டு கிடந்தது.

உங்களை நம்பித்தானே விட்டுவிட்டுப் போனேன் என்பதுபோல் ஊராரை ஆயிரம் கேள்விகள் தொனிக்க பார்த்த மூக்கன், அதற்கு மேல் யாருடைய முகத்தையும் பார்க்கப் பிடிக்காதவனாய் எழுந்து வெளியே வந்து ஆகாயத்தை நோக்கி கைகளை விரித்துக் கதறினான். அந்த நள்ளிரவில், அந்தச் சிறிய கிராமத்தில், சிறிய குடியிருப்புகளில் வாழ்ந்த ஒட்டுமொத்த மக்களும் கண்கலங்கி நின்றதை ஒரு பெருங்கதையாடலாய் அடுத்த தலைமுறைக்கு எடுத்துச்செல்ல யார் வரப்போகிறார்கள் என்ற சிந்தனையோடு வானில் மூன்று நட்சத்திரங்கள் ஒளிர்ந்துகொண்டிருந்தன. தம்பியைக் கொன்றார்கள், பழிதீர்க்க நானிருந்தேன். இப்போது, தாயும் தந்தையும் போய்விட்டார்கள், யாரைக் குற்றம் சொல்வேன், யார் மீது கோபம் கொள்வேன், யாரைப் பழிதீர்ப்பேன். தன் உள்மனம் வழிநடத்த மூக்கன், அந்த இருளில், எங்கே போவது என்று தெரியாமல் ஊரைவிட்டு, ஊரின் நினைவை அழித்து, ஊரார் உறவை முறித்துக்கொண்டு முதலும் கடைசியுமாய் தன் வீட்டை ஒருமுறை பார்த்துக்கொண்டு அங்கிருந்து போனான்.

யார் யாரோ குறுக்கே வந்து மறித்தார்கள். யார் யாரோ 'நான் இருக்கிறேன், நீ கவலைப்படாதே' என்று ஆறுதல் சொன்னார்கள். எத்தனையோ கைகள் தோள்களைத் தொட்டு நிறுத்தின. எத்தனையோ குரல்கள் 'மூக்கா, போகாதே' என்று மன்றாடின. எத்தனையோ கண்கள் நனைந்தன. எதற்கும் மூக்கனின் மனம் அமைதியடையவில்லை, அவனுடைய கால்கள் நிற்கவில்லை, கண்கள் திரும்பிப் பார்க்கவில்லை.

நட்சத்திரங்கள் அவனுக்கு வழிகாட்டின. அவன் போய்க்கொண்டேயிருந்தான். மலையனும் உடும்பனும் முத்தும் எவ்வளவோ தடுத்துப் பார்த்தார்கள். இனிமேல் இந்த பூமிக்கும் எனக்கும் ஒரு சம்பந்தமும் இல்லை என்று சொல்லிவிட்டு மூக்கன் திமிறிக்கொண்டு போய்க்கொண்டிருந்தான். ஊரின் எல்லையைத் தொட்டபோது, அழகரின் வெட்டுண்ட தலை அவனுக்கு முன்னால் உருண்டோடுவதுபோல் இருந்தது. ஓடையைக் கடந்தபோது அம்மா மீன் பிடிப்பது போலவும், அப்பா கரையில் அமர்ந்து மீன்களைப் பொறுக்கி, கூடையில் போட்டுக்கொண்டிருப்பது போலவும் இருந்தது. அம்மா இடுப்பளவு நீரில் நின்று கத்தாயால் வாரிவாரி மீன்களைக் கொட்டிக்கொண்டிருக்கிறாள். அப்பா கைநிறைய அள்ளி கூடையில் போடுகிறார். சேறும் சகதியும் கிளிஞ்சல்களும் பாசிகளும் மீன் குஞ்சுகளும் நண்டுகளும் கலந்த குவியலில், அழகரின் காணாமல் போன உடம்பு, இறக்கையும் வாலும் தலையும் முளைத்து கரையில் விழுந்து துள்ளுகிறது. அப்பா, அதை ஆர்வத்தோடு எடுத்து தன் கூடையில் போடுகிறார். அம்மா அதைப் பார்க்க கரையேறி ஓடிவருகிறாள். அழகர் கூடையில் துள்ளிக் குதிக்கிறான். அம்மா, எடுத்து முத்தமிடுகிறாள். அப்பா, அவன் மேலிருக்கும் சேற்றையும் பாசிகளையும் நீக்கி, தூய நீரில் அலசி பளிச்சென வெள்ளையாய் ஆக்குகிறார். அழகர் ஒரு நட்சத்திர மீனாய் ஒளிர்கிறான்.

ஊரின் எல்லையைத் தாண்டும்போது மூக்கனை யாரோ பெயர் சொல்லி அழைக்கிறார்கள்.

“மூக்கா...”

“மூக்கா...”

மூக்கனின் உடம்பு நடுங்குகிறது, வாய் விம்முகிறது, கண்கள் படபடவென அடித்துக்கொள்கின்றன, நெஞ்சுக்கூட்டில் கேவல் எடுக்கிறது. ‘ஐயோ, என் உயிர்களே... என்னை அப்படி அழைக்காதீர்கள். உங்களைக் காப்பாற்ற வக்கற்ற பாவி இவன்... ஊரையே காப்பாற்றும் மொத்தப் பொறுப்பும் என்னிடம்தான் உள்ளது என்பதுபோல் ஒரு மாயையில் வாழ்ந்த நான்,

ஒன்றுக்கும் உதவாத கோழை என்பதை இப்போது உணர்ந்து கொண்டேன். என் வீரமும் கோபமும் என் குடும்பத்தைக் காக்கும் திறனற்றவையாய்ப் போனதே... என்னை அப்படி அழைக்காதீர்கள்... ஒரு துர்பாக்கியம் பிடித்தவன் ஊரைவிட்டே போகிறான் என்று சொல்லுங்கள். வானில், உங்களுக்கு அருகில் ஒளிர ஓர் இடம் பிடித்து வையுங்கள். சீக்கிரம் வந்து விடுகிறேன்.'

மூக்கனின் வலுவிழந்த கால்கள் நட்சத்திரங்கள் காட்டும் பாதையில் போய்க்கொண்டேயிருந்தன.

அதற்குப் பிறகு...

எத்தனையோ புதிய நிலங்களில் அவன் நடந்தான். புதிய மனிதர்களோடு வாழ்ந்தான். புதிய கதைகளைச் சேகரித்தான்.

தன் எழுபதாவது வயதில் அவனுக்குத் தன் சொந்த ஊரின் சுடுகாடு மீது நினைவு வந்தது. அப்பாவும் அம்மாவும் தம்பியும் புதையுண்டிருக்கும் அந்தச் சுடுகாட்டில் அவனுக்கொரு சிறிய குழி வேண்டும்போல் இருந்தது. அங்கு போகிறான்.

...

அத்தியாயம் – 4

2020 – மீண்டும் ஒரு கோடைக் காலம்

வெள்ளைக் குதிரைக்குப் பின்னிருந்த பலிக்கல்லில் காய்ந்து கறுத்திருந்த குருதியைச் சுரண்டி நாக்கில் வைத்துப் பார்த்த மூக்கன், அதில் எந்தவிதச் சுவையையும் உணரமுடியாமல் முகத்தைச் சுருக்கிக் கொண்டார். வீரனாரைப் பார்த்து நையாண்டியான ஒரு சிரிப்பு சிரித்தார்.

"நொம்ப காலமா பலி காணாமலே கெடக்க போல... அட பாவத்த... ஒன் நாக்குல தொட்டு வெக்க ஒரு சொட்டு ரெத்தத்துக்கு அழிவசி இல்லியா இந்த ஊருல..."

"குதிரையப் பாரு... இப்பிடி எளச்சிக் கெடந்தா நீ எங்கிட்டு வேட்டைக்குப் போவ... அடப் போய்யா... ஊருக்கு வெளியே ஒன்ன தங்க வச்சது

வீணாப்போச்சி... ஓங்கண்ணுல தெரிஞ்ச ரோசம் வீரமெல்லாம் எங்கே போச்சாம்? எல்லாத்தையும் எரவலுக்குக் கொடுத்திட்டியா? ஹூம்...நீ மட்டும் என்ன பண்ணுவ... நீயே நாடி நரம்பெல்லாம் அத்துப்போனமாரிதான இருக்க.... ஓங்கண்ணுல இருந்த கோவம்லாம் தணிஞ்சி குளுந்து போயி கெடக்கு. ஆமா... ஓங்கையிலருந்த கத்திய ஒடைச்சிட்டுப் போற வரைக்கும் நீ என்னதாம் பண்ணுனியாம். சொறிஞ்சி குடுக்குறமாரி இருந்துச்சா... அப்பிடியே நெகா தப்பி தூங்கிப்போனியா? கத்திய தொட்டவன... கொரவலய கடிச்சி ரெத்தம் குடிச்சிருந்தின்னா ஓன் அக்கினி ஒனக்குள்ள அப்பிடியே இருக்குன்னு நம்பிருப்பேன். நீ உட்டுட்டுல்ல நிக்குற...”

“என்னப் பெத்தவனே... ஓம்புள்ளைய மன்னிச்சிடுய்யா... ஒனக்கு ஒரு பொறுப்ப சொமத்தன ஊருக்கு, அதுக்குன்னும் ஒரு பொறுப்பிருக்குன்னு தெரிலய்யா... நாம் பாட்டுக்கு வாய்க்கு வந்தபடி பேசிட்டுப் போறேன்... ஒன்கொட்டி நாக்க ஒறுத்துக்கையா...”

“ஐயா தலையாரி... எத்தன சூலத்தைக் காணும், எத்தனை கோயில் மணியக் காணும் பாரு... ஒக்காந்துகிட்டே தூங்கிட்டியா... எலுமிச்சங்காய சொருவறமாரி அந்தக் களவானிப் பயலுவள சூலத்துல புடிச்சி சொருவக்கூடாது...?”

“இங்கிட்டு பாரேன்... ஏம்யா... வள்ளுவன்னு... ஒன்ன சாமிக்கு முன்னாடி ஒக்கார வச்சதுக்கு... ஓலையவே பாத்துக்கிட்டு இருப்பியா... ஏன்யா... எந்தெய்வத்த பாரு... அந்த மீசை முறுக்குக்கும் ரத்தக்கண்ணுக்கும் முன்ன கெட்டது நெருங்க முடிமா? அப்பிடி இருந்த தேவாதிய... எப்படி வச்சிருக்கீங்க... அடப் போங்கய்யா...”

“அம்மா... வீரகன்னிங்களா... என்ன பெத்தவளுங்களா... ஓங்க தேவாதிய பாத்து இப்பிடி பொலம்புற கௌவன் யாருன்னு பாக்குறீங்களா...? நாவொரு ஆவத்தப்பயம்மா... எனக்குன்னு எங்கய்யா குடுத்த எல்லாத்தையும் தொலைச்சிட்டு நிக்கிறேன்... யெம்மா... வீரகன்னிங்களா... குதிரல எங்கய்யா போம்போது

பின்னால கூடவே ஓடுவேன்... அம்மாந் தெகிரியம் குடுத்தாரு ஐயா... ஒத்தக் காலால... பத்துப் பனைய முறிப்பேன்... எங்கய்யா அம்புட்டு வீரம் குடுத்திருந்தாரு... மூக்கன்னு பேரும்மா... ஐயா பேருதான்... ஐயாரோட மூக்கப் பாருங்க... அப்படியே, துறுதுறுன்னு, வெடப்பா, பொடப்பா எப்படி இருக்கு... மூக்கன்மா... மூக்கன்..."

குதிரை, தலையாரி, வள்ளுவர், வீரகன்னிகள் என்று ஒவ்வொரு முகமாகப் பார்த்துப் பார்த்துப் பேசிப் பேசி மாய்ந்து கொண்டிருந்தார் மூக்கன். முகப்பில், வடக்கொன்றும் தெற்கொன்றுமென நின்றிருந்த இரண்டு குருத்த மரங்களிலும் யாரோ ஏறி உலுக்குவதைப்போல் காற்று புகுந்து உலுக்கியது. வீரனாரின் வலது புறமிருந்த உசிலையிலும், அவர் தலைக்குப் பின்புறமிருந்த செவ்வேலத்திலும் காற்று புகுந்து உலுக்கியது. மத்தியான நேரம். ஆனிக்காற்றுக்கு மரங்களிலிருந்து காய்ந்த இலைகள் கொட்டி, கோயில் இடமெங்கும் நிரம்பிக் கிடந்தன. காற்றுக்கு, அந்த இலைகள் இங்கும் அங்கும் பறந்து கொண்டிருந்தன.

பலிக்கல்லின் ஓரத்தில் விழுந்திருந்த குருத்த மரத்தின் நிழல், மூக்கனின் தளர்ந்த உடம்பை கிட்டே அழைத்தது. கண்கள் இருட்டிக்கொண்டு வந்தன. கைகளைக் கக்கத்தில் இடுக்கிக்கொண்டு அந்த நிழலை நோக்கிப் போனவர், தரையில் குருதி உறைந்ததைப் போலிருந்த நிழல் கண்டு திடுக்கிட்டார். அப்படியே அச்சு அசல் குருதியேதான். மரத்திலிருந்து வடிந்திருக்குமோ என்று மனம் குழம்பியது. குருதித் திட்டு போலவே இருந்தது அந்தக் குருத்த நிழல்.

"யெப்பா... வீரப்பாரே..." என்று தெய்வத்தின் பேரைச் சொல்லிக்கொண்டே அமர்ந்து, அந்த நிழலில் சுருண்டு படுத்தவரின் கனவில், வெண்ணிற ஒளி மிகுந்த, பளபளப்பான, நன்கு பெருத்த ஆண் குதிரையில், நாலரை அடி உயரத்தில், அடிபெருத்த பனங்கட்டை போல கருகருவென்ற தோற்றத்தில், முறுக்கிவிட்ட மீசையும், மிளகாய்ப் பழத்தைப்போல் சிவந்த, அகன்ற, அச்சம் தரக்கூடிய உக்கிரமான கண்களும்,

கையில் ஆளுயர அரிவாளுமாக வீரனார், வேட்டைக்குப் போய்க்கொண்டிருந்தார். அவருக்குப் பின்னே மூக்கனும், அவருக்கும் பின்னே, லேசான சாம்பல் நிறத்தில் கறுப்பு நிறம் ஓங்கிய நாயும் புழுதி பறக்க ஓடிக்கொண்டிருந்தன.

எதிரில் அகப்பட பயந்து எல்லோரும் பதுங்கி ஒதுங்கி நின்றனர்.

குதிரை பாய்ந்துகொண்டிருந்தது.

எல்லையைத் தாண்டி, ஆகாயம் நோக்கி குதிரை பறந்தபோது, அதன் வெண்ணிறப் பிடறி மயிர்கள் காற்றில் நிமிர்ந்து ஆட, குதிரையின் விலாவில் தன் பலமிகுந்த குதிகால்களால் உதைத்து உதைத்து வேகத்தை உசுப்பிக்கொண்டிருந்தார் மூக்கன். கறுமையும் வெண்மையும் கலந்த மேகக்கூட்டங்களுக்குள் புகுந்து போனபோது, தலைக்கு மேலே, ஆகாயத்தில் மூன்று நட்சத்திரங்கள் ஒரு பாதையைக் காட்டின. அந்தப் பாதையில் குதிரை பாய்ந்து ஓடியது.

முற்றும்

மௌனன் யாத்ரிகா

பணி: தமிழ் உதவிப் பேராசிரியர், அரசு கலைக் கல்லூரி, அரியலூர்.

எழுதியுள்ள கவிதை நூல்கள்:

1. எள்ளுப்பூ நாசியின் களிப்பு
2. மலைமான் கொம்பு
3. ஊர்க்காரி ஒருத்தியின் காதல்
4. வேட்டுவம் நூறு
5. நெடுநல் இரவு
6. பாணர் வகையறா
7. புத்தர் வைத்திருந்த தானியம்
8. நொதுமலர்க்கன்னி
9. பேய்த்திணை

சிறுகதை நூல்:

1. கிழவனின் காதலி.

புதினம்:

1. கொம்பேறி மூக்கன்

விருதுகள்:

1. உயிர்மை சுஜாதா விருது
2. வாசகசாலை விருது
3. தாழ்வாரம் இலக்கிய விருது
4. குமுதம்-கொன்றை சர்வதேச சங்க இலக்கியச் சிறுகதை விருது.
5. எழுச்சித் தமிழர் விருது.
6. எஸ்.ஆர்.எம் தமிழ்ப்பேராயம் விருது
7. 'ஸீரோ டிகிரி' இலக்கிய விருது

www.ingramcontent.com/pod-product-compliance
Lightning Source LLC
LaVergne TN
LVHW060226051026
849517LV00005B/1531

* 9 7 8 9 3 9 5 5 1 1 2 3 0 *